अभिप्राय

मनात रेंगाळणारे 'आवरण'

मोहन राकेश यांच्यासारख्या नाट्य-साहित्यक्षेत्रातल्या दिग्गजाची पत्नी असणाऱ्या अनिता राकेश यांच्या जीवनात घडलेल्या नाट्यपूर्ण घटनांचा हा प्रामाणिक आढावा आहे. मोहन राकेश यांच्या मृत्यूनंतर विस्कटून गेलेले जीवन पुन्हा उभारण्यासाठी त्यांना टोकाची धडपड करावी लागली.

दैनिक सांजवार्ता, १४-२-२०१०

महिलांच्या मानसिकतेचा वेध

अनिता राकेश यांच्या जीवनाबरोबर मोहन राकेश यांचे व्यक्तिमत्त्व एकरूप झाले होते. संवेदनशील मनाच्या अनिता राकेश आणि त्यांचे दुसरे पती यांचे संबंध कायम तणावाचे राहिले. त्यानंतर त्यांनी पदरातील दोन लहान मुलांसाठी जीवन जगण्याचा निर्णय घेतला. त्यांना सुखाचा मार्ग मोकळा करून देणे याची कथा म्हणजे 'सतरें और सतरें' हे आत्मनिवेदन आहे.

दैनिक पुण्यनगरी, ७ फेब्रुवारी, २०१०
प्रभात, २१ फेब्रुवारी, २०१०

या आत्मकथनात अनीता राकेश यांच्या जीवनाबरोबरच त्यांचे पती मोहन राकेश यांच्याशी, त्यांच्या असामान्य व्यक्तिमत्त्वाशीही, वाचकांचा परिचय होतो. निवेदनातील सच्चेपणा हा या आत्मकथनाचे सामर्थ्य होय.

सकाळ, २८ फेब्रुवारी २०१०

स्त्री जीवना, ही तुझी कहाणी

ख्यातनाम हिंदी साहित्यिक कै. मोहन राकेश यांच्या अनिता राकेश या पत्नी. या पुस्तकात आपल्या संसाराची कहाणी मांडली आहे. साहित्यिक म्हणजे मुळात बऱ्याचदा बराच विक्षिप्त माणूस असतो. त्याचे राग, लोभदेखील सदैव टोकाचे. लेखकाचं तेज सहन करणं त्याच्या पत्नीला किती आणि कसं त्रासदायक ठरतं त्याचीच ही कहाणी.

दैनिक सागर, २८ मार्च २०१०

केविलवाणी कहाणी

अनिता राकेश-मोहन राकेश या परफेक्शनिस्ट लेखकाची तिसरी बायको जेव्हा लेखक व त्याच्या मित्रांच्या सहवासातील एक एक अनुभव लिहून काढते तेव्हा या पुस्तकाचे नाव असते 'सतरें और सतरें' आणि त्याचा मराठी अनुवाद जेव्हा रजनी भागवत लिहितात त्या अनुवादाचे नाव होते 'मी अनिता राकेश सांगतेय' आणि संपूर्ण पुस्तक वाचल्यानंतर लक्षात येते. रजनी भागवत यांनी पुस्तकाला दिलेले नाव हे यथार्थ आहे.

रविवार गांवकरी, २९ ऑगस्ट २०१०

"मी अनीता राकेश सांगतेय..."

लेखक
अनीता राकेश

अनुवाद
रजनी भागवत

मेहता पब्लिशिंग हाऊस

✆ +91 020-24476924 / 24460313 / Mob. No. 9545000513
Email : production@mehtapublishinghouse.com
Website : www.mehtapublishinghouse.com

SATREIN AUR SATREIN by Anita Rakesh
सतरें और सतरें
© अनीता राकेश
Translated into Marathi language by Rajani Bhagwat
''मी अनीता राकेश सांगतेय...'' / आत्मकथन
अनुवाद : रजनी भागवत
Email : author@mehtapublishinghouse.com
मराठी अनुवादाचे व प्रकाशनाचे हक्क : मेहता पब्लिशिंग हाऊस, पुणे.
प्रकाशक : सुनील अनिल मेहता, मेहता पब्लिशिंग हाऊस, १९४१, सदाशिव पेठ, माडीवाले कॉलनी, पुणे - ४११०३०.
मुद्रक : पार्कसन्स ग्राफिक्स
प्रकाशनकाल : ऑक्टोबर, २००९ / पुनर्मुद्रण : मे, २०१८
मुखपृष्ठ : चंद्रमोहन कुलकर्णी
किंमत : ₹ २००
P Book ISBN 9788184980646

और " फिर भी रहेगी निशानियाँ "
नॉटी (जी अमर आहे)
पुरवा
शैली
संकल्प
आणि बब्बू (सुनीता पॉल)

घर से चले थे हम तो खुशी की तलाश में

लेकिन

यह जीवन है...
थोड़ी खुशियाँ...
थोड़े ग़म है...

फिर
दिल से दिल की बात कही
और रो दिए--बस

अनुवादिकेचे मनोगत

महाविद्यालयीन आणि विश्वविद्यालयीन अध्यापन करताना श्री. मोहन राकेश यांची तीनही नाटके अभ्यासावयाचा योग आला. राकेशजींच्या साहित्याच्या वाचनाबरोबरच अनीताजींचं 'चंद सतरें और...' हे आत्मकथन वाचायला मिळाले. त्यानं मनाची अशीकाही पकड घेतली की बस! राकेश साहित्याचा खजिना उघडण्याची किल्लीच जणू हातात आली. स्वत: राकेशजींप्रमाणेच एका मजबूत घराच्या शोधात असलेले त्यांचे तणावग्रस्त नायक आणि अनीताजींच्या परिवारातल्या माणसांसारखी वाटणारी नायिका आणि अन्य पात्रं, त्यांच्या समस्या, त्यांच्या आसपासचं वातावरण, त्यांची अस्वस्थता, बैचेनी यांची ओळख पटायला लागली. जीवन आणि साहित्याची घनिष्ठता आणि भयंकर वास्तव जाणवून 'चंद सतरें और...'चा अनुवाद करण्याची प्रेरणा मिळाली. तरीही प्रत्यक्ष अनुवाद करण्याआधी बराच काळ जावा लागला.

अनीताजींनी माझं पहिलं पत्र वाचूनच आनंदाने अनुवाद करण्यासाठी अनुमती दिली आणि आत्मकथेचा दुसरा भागही प्रकाशित झाल्याचं सुचवलं. जेव्हा 'सतरें और सतरें' वाचलं, तेव्हा अनीताजींच्या जीवनाच्या आणि स्वभावाच्या वेगळेपणाशी, त्यांचा समजूतदारपणा, कृतज्ञता आणि झुंजार वृत्तीशी ओळख झाली. प्रत्यक्ष भेटीमुळे या ओळखीचं स्नेहात रूपांतर झालं आणि 'मी अनीता राकेश सांगतेय....'या अनुवादाने सगुण साकार रूप घेतलं.

राकेशजींच्या साहित्यातले वेगळे विषय, पारंपरिकता आणि आधुनिकता, भावसमृद्धी, संवादकौशल्य, भाषेतली अर्थगर्भता आणि शैलीच्या विलक्षण प्रभावामुळे मनावर एक ठसा उमटलेला होताच; पण अनीताजींच्या आत्मकथेमुळे पतीपत्नींच्या संबंधातले गहिरे प्रेम, गोडी, त्याग, सहनशीलता यांच्याशी परिचय झाला. या दोघांशी संबंधित प्रकाशक, हिंदीतले ज्येष्ठ लेखक, चित्रपट व्यवसायातले दिग्दर्शक,

चित्रकलेतले निपुण लोक यांच्याशी ओळख झाल्याचा आनंद अनुभवायला मिळाला. त्यातून दिसण्याऱ्या भारतीय संस्कृतीची अनेकरूपी एकता आणि एकतेतली विविधरूपता प्रत्ययाला आली.

एका संवदेनशील, साहसी, लढाऊ पण एकनिष्ठ, प्रामाणिक आणि सडेतोड स्वभावाच्या लेखिकेशी परिचय झाल्याचा अभिमान तर वाटतोच. पण मराठी वाचकांनाही हे माहित व्हावे अशी तळमळ निर्माण झाली. हे सामर्थ्य अनीताजींच्या आत्मकथेत आहे. यात तिळमात्र शंका नाही.

या अनुवादासाठी मला सर्वात जास्त प्रोत्साहन लाभलं ते माझ्या प्रिय मैत्रीण, ज्येष्ठ साहित्यिक आणि समीक्षक कै. सौ. मधुमालती कोटीभास्कर यांचे. नावाप्रमाणेच गोड स्वभावाच्या मधुबेननी माझा आत्मविश्वास वाढविला आणि प्रकाशक गाठण्याची घाई लावली. त्या आज या जगात नाहीत, त्यामुळे पुस्तकरूपात अनुवाद पाहण्याची त्यांची इच्छा अपूर्णच राहिली. पण त्यांनी दिलेल्या शाबासकीचा स्पर्श विसरणं शक्य नाही.

आणखीही असे काहीजण आहेत, ज्यांच्यामुळे मिळालेली प्रेरणा अखंड आहे ते म्हणजे कै. प्राचार्य डॉ. आबासाहेब शिंदे, माझे ज्येष्ठ बंधू श्री. शरच्चंद्र भागवत, माझ्या ज्येष्ठ भगिनी श्रीमती शशिकला भागवत, डॉ. नलिनी भागवत, भाचे श्री. शेखर भागवत आणि वाचनप्रेमी मैत्रीण सौ. विनया गणपुले – या सर्वांच्या ऋणात राहायलाच मला आवडेल आणि प्रकाशकांचे पण अनेकानेक आभार.

या अनुवादाचं स्वागत मराठी वाचकांकडून होईल असा विश्वास वाटतो कारण सामान्य माणसाला वाटणारे असामान्यत्वाचे आकर्षण. वेदना-दुःखाचा अनुभव आणि माणुसकीचा साक्षात्कार यांच्यापुढे सुजाणता नतमस्तक होतेच. अनुवाद वाचून जर मूळ रचना वाचायची प्रेरणा मिळाली तर सोन्यालाही सुगंध लाभण्याचा आनंद मिळेल आणि एका वेगळ्याच जगात जाण्याचा अनुभव मिळाला तरी अनुवाद केल्याचं सार्थक झाल्याचं समाधान मिळेल, हे नक्की.

– प्रा. रजनी भागवत

प्रस्तावना

'सतरें और सतरें' ही अनीता राकेश म्हणजे मोहन राकेश यांच्या पत्नीची आत्मकथा आहे. या कथेत अनीता राकेश यांच्या जीवनाबरोबरच मोहन राकेश यांच्याशी - त्यांच्या असामान्य व्यक्तिमत्त्वाशी - वाचकांचा सविस्तर परिचय होतो. हिंदीतले सुप्रसिद्ध नाटककार श्री. मोहन राकेश यांचे व्यक्तिमत्त्व म्हणजे बहुविध पैलू असलेले, मूल्यांशी कधीही तडजोड न करणारे आणि 'परफेक्शन' साठी आयुष्यभर झगडणारे व्यक्तिमत्त्व म्हणावे लागेल. हिंदी भाषेतल्याच नव्हे तर अखिल भारतीय साहित्यिकांमध्ये त्यांच्या प्रतिभेविषयी विलक्षण आदर आढळून येतो. त्यांची 'आषाढ का एक दिन', 'आधे-अधूरे' आणि 'लहरों के राजहंस' ही नाटके आणि अगणित कथा साहित्यिक आणि सांस्कृतिक मूल्यांशी निगडित आहेत.

व्यक्तिगत जीवनात विवाहाच्या बाबतीत त्यांची दोन वेळा फसगत झाली होती. त्यांचे एकटेपणाचे दु:ख आणि त्यांची स्वत:च्या घरासाठी घेणारी तडफड त्यांच्यापेक्षा वयाने खूपच लहान असणाऱ्या अनीताने ओळखली आणि त्यांचे कायमचे नाते जुळले. वास्तविक पाहता वयाच्या बाबतीत त्या दोघांत खूपच अंतर होते; तरीही संवेदनशील मनाच्या अनीताने त्यांच्याबरोबर दु:खाच्या सीमा ओलांडून त्यांना हवे तसे घर उभे करायचा प्रयत्न केला. त्यामागचे तिचे अपार कष्ट, वेदना, सोशिकता आणि प्रेमाची तहान जगावेगळीच होती, हे कबूल करावे लागेल. सुखाचे कवडसे आयुष्यात डोकावत असतानाच, राकेश यांच्या अकाली मृत्यूने अनीताचे वैवाहिक जीवन विसकटून गेले.

लहानपणापासून घरात होणारी उपेक्षा, महत्त्वाकांक्षी आईच्या साहित्यिक वेडामुळे हिंदी साहित्य आणि साहित्यिकांशी झालेला परिचय, सख्ख्या आईचा दुजाभाव आणि छळवणूक यांमुळे मुळातल्या दु:खी अनीताची संवेदनशीलता आणखी वाढली. तिच्या भावनेचा कोंडमारा, राकेशजींशी ओळख झाल्यामुळे कसा हलका

झाला; त्या जीवनातून राकेशजींची साथ तिने कशी निवडली याची कथा 'सतरें और सतरें' च्या पहिल्या भागात सुरू होते आणि त्यांच्या मृत्यूपाशी थांबते.

आता स्वत:साठी व स्वत:च्या मुलांसाठी नवे घर मिळविण्याचे आव्हान अनीतासमोर होते. तिशीतली अनीता पदरात दोन लहान मुले घेऊन एकटी घर शोधण्याच्या सफरीवर निघाली खरी, पण दैवाची क्रूर थट्टा अजून थांबली नव्हती. तिच्या कोंदट घरात शिरलेल्या आगंतुक भावाला बाहेर काढण्यासाठी, तिने त्याच्याच एका डॉक्टर मित्राची मदत घेतली. त्याच्याच आधारावर विसंबून राहून अनीता पुन्हा विवाहबद्ध झाली, पण तिथेही दैव छद्मीपणे हसत होतेच. जीवाला जीव देणारा जोडीदार म्हणून एखाद्याला आयुष्यभराचा सोबती ठरवावे आणि त्यानेच आपल्या जीवघेण्या कृत्यांनी नकोसे करावे, ही आणखी एका प्रचंड दु:खाची सुरुवात होती; तरीही तिने जोडीदाराचे रूप घेऊन आलेल्या त्या दैत्याशी न डगमगता, खंबीरपणे दोन हात कसे केले ही हकिगत 'सतरें और सतरें' च्या दुसऱ्या भागात वाचायला मिळते.

बंदुकीत शेवटची गोळी असेपर्यंत लढण्याची जिद्द बाळगणाऱ्या अनीताने आपल्या घरात घुसलेल्या शत्रूला कसे नामोहरम केले आणि आपल्या मुलांच्या सुखाचा मार्ग कसा मोकळा केला, याची ही रोमांचक कथा जेव्हा वाचली, तेव्हा वाटले की मराठी वाचकांनी ही आत्मकथा वाचायला हवी. दु:खाशी सतत सामना करून अकालीच प्रौढ झालेल्या अनीता राकेश यांच्यात प्रचंड समजूतदारपणा होता. त्यामुळे त्यांच्यात जीवनाबद्दल कृतज्ञता आणि दु:खद गोष्टींबद्दल क्षमाशीलता होती. अनीता राकेश यांनी जेव्हा आत्मकथा लिहिली तेव्हा हिंदीत आत्मकथांचा जवळजवळ अभावच होता. त्यामुळे 'चंद सतरें और' हा पहिला भाग लिहिण्याचे परिणामही त्यांना भोगावे लागले. जीवन सुरळीत झाले असते, तर दुसरा भाग लिहिण्याची कदाचित वेळही आली नसती.

अनीताजींची लेखनशैली, त्यातली काव्यमयता आणि त्यांच्या ठिकाणी दिसून येणारी कृतज्ञता पाहिल्यावर त्यांच्या आत्मकथेच्या अनुवादाने मराठी साहित्यात एक मोलाची भर पडेल, असे वाटले म्हणून या कथेचा अनुवाद केला. त्यांच्या अन्य कथासुद्धा आपल्या लघुरूपात मोठा आशय मांडतात; पण आत्मकथेत त्यांनी एका अशक्यप्राय, महान लेखकाला समर्थ साथ कशी दिली, हेही लक्षात येते. याची कहाणी नक्कीच वेगळी आहे. या कहाणीचा सच्चेपणा हे तिचे सर्वांत मोठे सामर्थ्य आहे, म्हणून ती अंत:करणाला भिडल्याशिवाय राहत नाही, असे मला वाटते.

- प्रा. रजनी भागवत

'सतरें और सतरें' बद्दल थोडंसं

मला अनीताच्या 'चन्द सतरें और...' वर काही ओळी लिहिल्या पाहिजेत, असं अनीताचं गोड आग्रहाचं, अधिकारवाणीतलं पत्र मिळालं. त्यासाठी ' सारिका ' मासिकात नियमितपणे छापली गेलेली वीस प्रकरणं दुसऱ्यांदा वाचायला लागली. तिनं एका प्रकरणात सुचवलं आहे, की राकेश अंतर्बाह्य एकसारखे नव्हते; ते घरात एक आणि बाहेर काही वेगळेच होते. याच्याशी मी सहमत आहे. याचा माझ्याजवळ असलेला पुरावा असा, की राकेशच्या जालंधर सोडण्याचं खरं रहस्य अनीताला माहीतच नाही. एकदा एक लखोटा हातात घेऊन राकेश माझ्याकडं आला, पण नुसत्या लखोट्यावरून त्यातील मजकुराचा अंदाज करणं कसं काय शक्य होतं? तो स्वत:च म्हणाला, ''यात माझा राजीनामा आहे. मी हे शहर सोडण्याचा निर्णय घेतला आहे.'' त्याच्या चेहऱ्यावर त्याच्या प्रत्येक रचनेच्या नायकाच्या चेहऱ्यावर जशा तणावाच्या रेषा दिसतात तशाच रेषा स्पष्ट दिसत होत्या. नुकताच तो कुलू मनालीहून परतला होता आणि तिथून मला त्यानं दोन-तीन पत्रं लिहिली होती. त्यातही तणावाच्या अशाच रेषा दिसत होत्या. एका पत्रात लिहिलं होतं, ''हे पत्र आणखी एका कारणानं लिहीत आहे. एक म्हणजे त्यामुळं माझ्या मनावरचं ओझं थोडं हलकं होईल आणि दुसरं म्हणजे माझ्या मनातील अस्थिरतेचं कारण तुम्हाला स्पष्ट कळेल. मागच्या काही महिन्यांपासून मी जालंधरमधून पुन:पुन्हा बाहेर जायचं ठरवतो आणि पुन्हा ते बदलत राहतो. खूप दिवसांपासून माझ्यात आणि एका व्यक्तीत एक वेगळं नातं, वेगळी समजूत उत्पन्न झाली आहे. त्या व्यक्तीला तुम्ही ओळखता. त्या व्यक्तीची आई या गोष्टीच्या अगदी विरुद्ध आहे आणि ती व्यक्ती स्वतंत्रपणे निर्णय घेऊ शकत नाही. पुष्कळ दिवसांपासून तुमच्याशी बोलायचं होतं, पण सांगताना स्वत:चा अहंकार दुखावला जात होता. आजसुद्धा खूप विचार केला,

लिहू की नको? आणि लिहितानासुद्धा वाटतंय, की हे पत्र फाडू की पोस्टात टाकू? तुमच्याशी असलेली मैत्री लक्षात घेता, वेगवेगळ्या कारणांनी तुमच्यासमोर पुन:पुन्हा स्वत:च्या चंचलतेचं स्पष्टीकरण द्यावं, हे मला चुकीचं वाटतंय.''

ही गोष्ट त्याच्या पहिल्या पत्नीबरोबर घटस्फोट घेतल्यानंतरची आहे. त्या संध्याकाळी राकेश आपल्या पत्राचं उत्तर घ्यायला माझ्याकडं आला होता. यादरम्यान माझ्या असं लक्षात आलं होतं, की भारतीय समाजात एक वेळ विधुराचं लग्न जमू शकेल, पण एका घटस्फोटिताचं लग्न हे खूपच अवघड आहे. माझ्या मौनातच त्याला त्याच्या प्रश्नाचं उत्तर मिळालं. तो हळूहळू आवेशात आला आणि जोरात हसतच बोलायला लागला, ''डॉक्टर भाऊ, आता मी लग्नच करणार नाही.'' नंतर त्यानं एकदम ते शहर सोडलं आणि जिथं ती मुलगी राहात होती, तिथं गेला. मग बऱ्याच काळानंतर त्याचा एक समवयस्क भेटला, त्यानं बातमी सांगितली, की राकेशनं दुसरं लग्न केलंय आणि तो अगदी हवेत आहे. मला मात्र वाटलं, की तो आकाशातून पडला आहे आणि खजुराच्या झाडात फक्त अडकलेला नाही, तर खजुराच्या झाडाला लटकलेला आहे; म्हणजे आगीतून सुटून फुफाट्यात सापडला आहे.

त्यानंतर 'चंद सतरें...' च्या रूपात अनीताच्या काही ओळी सुरू होतात आणि त्यांच्यामधून राकेशच्या आधी, राकेशच्या बरोबर आणि राकेशच्या नंतरच्या आठवणींची एक लांबलचक साखळीच सुरू होते. कधी गोड चिमटे घेऊन, कधी उपहासाचे बाण सोडून, कधी अश्रू ढाळून तर कधी स्मितहास्य करून. या ओळींतून एक गोष्ट मात्र वारंवार उठून दिसते, ती म्हणजे दोघांचं नवीन घर उभं करण्याची गरज. राकेश आणि अनीता दोघांनाही त्याची नितांत गरज होती. राकेशचं घर अनेक वेळा मोडलं, ढासळलं याची साक्ष त्याच्या संपूर्ण साहित्यातून मिळते; मग ते नाटक असो, कादंबरी असो किंवा कथा असो. राकेशनं खरं तर एकच पूर्ण नाटक लिहिलं आहे, जे मुळातच अर्धवट आहे. त्याचा 'आषाढ़ का एक दिन' मधला कालिदास गुप्तकालीन नसून राकेशकालीन आहे; त्याचप्रमाणं 'लहरों के राजहंस' मधला नंददेखील बुद्धकालीन नसून राकेशकालीनच आहे. आणि 'आधे-अधूरे' मधला महेन्द्रनाथ तर सरळसरळ समकालीन आहे. या सगळ्यांची समस्या एकच आहे, ती म्हणजे घराच्या माध्यमातून व्यक्तिमत्त्वाचा शोध आणि व्यक्तिमत्त्वाच्या माध्यमातून घराचा शोध. कालिदास आणि नंद मोडलेल्या घरातून बाहेर पडून महेन्द्रनाथच्या रूपात त्याच घरात परतण्यासाठी शापित आहेत. हीच अवस्था 'अंधेरे बंद कमरे'तील हरबंस-नीलिमा या नायक-नायिकांची आहे.

अनीता आपल्या आत्मकथनाच्या पहिल्याच प्रकरणात, परखड शैलीत लेखक जातीची टर उडवण्यात आणि आपल्या आईला टोमणे मारण्यात मुळीच कसूर

करत नाही. ''त्यानंतर दिवसभरात आमची मम्मी एवढं हिंदी साहित्य गिळंकृत करायची, की रात्री झोपण्यापूर्वी जर तिनं त्या सगळ्याचं चर्वितचर्वण आमच्यापुढं केलं नाहीतर दुसऱ्या दिवशी त्यामुळं उत्पन्न होणाऱ्या अजीर्णाचा परिणाम आमच्या संपूर्ण कुटुंबाला भोगायला लागायचा!'' ही अवस्था सात वर्षांच्या अनीताची आहे. ही आई आणि मुलीतल्या तणावाची सुरुवात आहे. हाच तणाव नंतर त्यांच्यातल्या भांडणाचं रूप धारण करतो आणि कधीकधी त्या दोघींत सवतींच्या झुंजीचा आभास व्हायला लागतो. तिला आई आणि घर यांच्याबाबत परकेपणा वाटायला लागतो. तिचे डॅडी तर सर्वस्व गमावायच्या मार्गाला लागलेले आहेत. एका संवेदनशील मुलीवर एकटेपणाचं दडपण वाढायला लागतं. आठ वर्षांच्या वयातच तिची मोहन राकेशच्या नावाशी ओळख होते आणि ही ओळखदेखील व्यक्तिगत नसून दुसऱ्यांच्या तोंडून झालेली; ऐकीव आहे. आई-वडिलांच्यातील सततची भांडणंही अनीतानं काही आडपडदा न ठेवता उघडपणे मांडलेली आहेत. स्वत:बाबत सांगताना ती अलंकारिक भाषेचा वापर करते. ''भाऊ आणि धाकटी बहीण ममी-डॅडींचे चंद्र-तारका होते. या नक्षत्रांच्या तुलनेत माझा प्रकाश इतका मंद वाटायचा, की त्याचा परिणाम म्हणून मला कोणी ओळखूही शकलं नाही, की कुठलं नावही देऊ शकलं नाही.'' अनीताच्या वर्णनात कुठं काव्याची लय आहे तर कुठं नाट्यमय उपहास आहे. मुलीचा पाय घसरू नये म्हणून तिच्यावर आई-वडिलांच्या नजरेचा कडक धाक होता, पण नंतर मुलीचा पाय असा घसरला की ती घसरतच गेली आणि आई-वडील बघतच राहिले. या घसरण्याची ही एक लांबलचक आणि करुण कहाणी आहे.

मग आईचं रहस्य उघडकीला येऊ नये म्हणून राकेशला अनिताच्या नावाची पत्रं जायला लागतात. अनीतानं जर आईच्या पत्रांचा पुरावा विस्तारानं दिला असता, म्हणजेच तो द्यायचं धाडस केलं असतं तर चित्र अर्धवट राहिलं नसतं. आठव्या प्रकरणात अनीता लेखकांच्या जमातीवर टीका करण्यात आणि कोपरखळ्या मारण्यात मुळीच मागं राहत नाही. ती जेव्हा आपली मैत्रीण बीनाशी मनमोकळ्या गप्पा मारते; तेव्हा म्हणते ''अगं, लेखक काय बघायची गोष्ट आहे? अगदी गिळगिळीत गोष्ट .. वास मारणारं पोटीस कधी बघितलं आहेस?'' यादरम्यान आईच्या मते राकेशची दुसरी बायको पुष्पा खूप गोऽड आहे आणि आई राकेशसाठी स्वेटर विणायचा प्रयत्न करते आहे. या सुंदर लेखात फक्त टीकेचा स्वर उंचावला आहे. या लेखनाची सृजनात्मकताही वाखाणण्याजोगी आहे. आता, अनीता राकेशला आपलं पहिलं पत्र पाठवते आणि दोघांचा थेट संपर्क स्थापित व्हायला सुरुवात होते. राकेश त्यांच्या घरी येणार आहे, त्यासाठी सगळ्या प्रकारची तयारी व्हायला लागते – भौतिक, शारीरिक आणि मानसिक. त्याच्या येण्यानं चेहऱ्यावरचं तेज वाढायला

लागतं. राकेश आणि अनीतामधलं अंतर कमी व्हायला लागतं. दोघांचं दुःख एकमेकांना धरून ठेवायला लागतं. सगळ्या विश्वाला बांधायची गोष्ट फक्त कुणी महादेवी वर्माच करू जाणे ...... प्रेमाला सुरुवात होते आणि आता पुढं काय होतं, ते बघायचं उरलेलं आहे. लपून-छपून दृष्टादृष्ट होण्यात किशोर–किशोरींना जणू रोमँटिक अनुभवाची ओळख व्हायला लागते.

इकडं राकेश आणि अनीताचं एकमेकांजवळ येणं आणि तिकडं आईचं राकेशला असं लिहिणं, की अनीतासाठी मुलगा शोधायचा आहे. हे वाक्य उपरोधिक परिस्थितीवर प्रकाश टाकणारं आहे. रहस्य उघड झाल्यावर माय-लेकींचा वादविवाद आणि अनीताचं आईला असं सुनावणं, की ती आपल्या मुलीवर जळते आहे, याचा परिणाम फार भयंकर आहे. एका बाजूला आईच्या हातात मसाला कुटायच्या मुसळाचा दांडा आहे तर दुसऱ्या बाजूला अनीताचं कोवळं शरीर आहे. अशा प्रकारच्या मारहाणीच्या अनुभवातून लेकीला अनेकदा जायला लागलेलं आहे. राकेश - अनीताच्या भेटीचे प्रसंग आणि गप्पा मारण्यातील गुंतागुंतीचे अनुभव भारतीय वातावरणाला चांगले परिचित आहेत. यासाठी काही प्रकरणं खर्ची पडलेली आहेत, पण त्यामुळं आत्मकथनाचा दर्जा आपल्या स्तरावरून खाली उतरल्याचं लक्षात येतं. काही का असेना, यांच्या विवाहाची पद्धत आगळी–वेगळीच आहे. त्याला तिसऱ्या साक्षीदाराची गरज पडली नाही. फक्त फुलांचे दोन हार एकमेकांना घातले गेले आहेत. अजून राकेशला दुसऱ्या पत्नीकडून घटस्फोट मिळू शकला नव्हता. ज्याची आज गरजही उरलेली नाही. घटस्फोटाऐवजी त्याला एक चकाकणारा चाकू दाखवला गेला होता. त्यानं राकेशला दिल्लीतून पळवून लावलेलं आहे.

यानंतर, अनीतानं राकेशच्या जीवनाच्या आणि त्याच्या साहित्याच्या मूळ समस्येला म्हणजे मूलभूत प्रश्नाला हात घातला आहे. राकेशच्या संपूर्ण साहित्याविषयी माझ्या समजुतीला त्यामुळं दुजोराच मिळतो. अनीताचं सांगणं, की पळून गेल्यावर संपूर्ण रात्र राकेश एकच गोष्ट सारखी सांगत राहिले, "मला घर हवं आहे. मला जीवनात बाकी सगळं मिळालं, फक्त घरच मिळालं नाही. त्यासाठी मी कुठंकुठं भटकलो व कायकाय दिव्य केलं ते माझं मलाच माहीत!" अनीताला घर एक आव्हान वाटत होतं, कारण ते आसपास कुठंच दिसत नव्हतं. या घरात तिची जागा तिसऱ्या नंबरला का असेना! कारण पहिल्या क्रमांकावर राकेशचं लेखन होतं, दुसऱ्या क्रमांकावर राकेशचे मित्र होते. कधीकधी राकेशच्या बोलण्याला अज्ञेयांच्या शेखरचा (शेखर -'अज्ञेय' यांच्या 'शेखर : एक जीवनी ' या कादंबरीचा नायक) वास यायला लागतो - जो सर्व काही घ्यायचं तेवढं जाणतो, पण द्यायला मात्र काचकूच करतो. अनीताच्या जीवनातही एक क्षण असा आला, की घराच्या गरजेवरून नव्या जीवनाचा शेवटच झाला असता, पण राकेशच्या आईनं घायाळ

अनीताला मलमपट्टी करून या नियतीपासून वाचवलं. प्रत्येक दोनतीन वर्षांनंतर राकेशला अपरिहार्यपणे घर आणि बायको बदलायला लागायची. ही श्रीमंतांची जुन्या गाड्या बदलण्याची चैन नव्हती, तर राकेशचा नाइलाज होता. म्हणून त्याचा नवा पत्ता लिहून घ्यायला मी एक वेगळीच डायरी ठेवली होती. त्याच्या चंचल स्वभावाबद्दल अनीता म्हणते, "त्यांना एक असं घर हवं होतं, ज्यात एक नालायक मुलगा असला तरी त्याच्या घरातील लोकांना त्याच्या नालायकपणाचा अभिमानच वाटेल." म्हणून राकेशला म्हणावं लागलं, "आता तू माझं घर सोडून जाणार आहेस की नाही? तू माझं रेकॉर्ड खराब केलंयस! दोन वर्षांपेक्षा जास्त मी कुठल्याही बाईबरोबर राहिलो नाही. पहिल्यांदा मला वाटलं की २/३ वर्षांनंतर निघून जाशील; पण सहा-सात वर्षं झाली तरी तुझ्या जाण्याची कसलीही लक्षणं दिसत नाहीत!" अशा प्रकारे राकेशचं घर तयार होत होतं, पण पहिल्यांदा त्याची आई या घरातून निघून गेली आणि नंतर त्यांचा लाडका मुलगा घरदार सोडून आपल्या आईकडं निघून गेला, कारण त्याचं त्याच्या आईवर प्रेम होतं, बायकोवर नाही. बहुतेक, म्हणूनच तो या घरातून निघून गेला आणि अनीताजवळ - 'चंद सतरें'- या आठवणीच्या काही ओळी राहिल्या. जर कमलेश्वर राकेशचा मित्र नसता, तर या ओळी वाचण्याची संधी मिळाली नसती आणि ओमप्रकाश जर त्याचा मित्र नसता, तर त्या छापण्याची संधी मिळाली नसती आणि हिंदीतील आत्मकथन हा प्रकार 'चंद सतरें और ...' पासून वंचित राहिला असता.

- डॉ. इंद्रनाथ मदान

अनीताची कैफियत

'सतरें और सतरें' वर मी काही बोलावं हे फारसं योग्य नाही, पण जर जीवनानंच वाकडं वळण घेतलं असेल तर काय करणार?

काहीसं असंच अयोग्य काम राकेशने माझ्यासारख्या मित्रांसाठी करून ठेवलं आणि अनीता, पूर्वा आणि शैलीबरोबर तर तो इतका अयोग्य वागला की त्याला सीमा नाही. म्हणूनच अनीता आपल्या जीवनात त्याला सतत शोधत राहिली, हे उघड आहे. कारण अनीताने राकेशच्या व्यक्तिगत जीवनाचं रेकॉर्ड बिघडवलं होतं..... म्हणूनच राकेश आपल्या खास स्टाईलने म्हणायचा, "आता तू माझं घर सोडून जाणार आहेस की नाही? .... दोन वर्षांपेक्षा जास्त मी कुठल्याही बाईबरोबर राहिलो नाही. पहिल्यांदा मला वाटलं की दोन-तीन वर्षांनंतर तू निघून जाशील पण आता सहासात वर्षं झाली तरी तुझ्या जाण्याची काही लक्षणं दिसत नाहीत.... यार, तू माझं रेकॉर्ड खराब करून टाकलंस...."

'चंद सतरें और ...' लिहिल्यानंतर ३० वर्षांनी अनीताने पुन्हा 'सतरें और सतरें' लिहून राकेशचे रेकॉर्ड बिघडवून टाकण्याचा प्रयत्न केला आहे. राकेश म्हणजे एक असा अर्धामुर्धा माणूस आहे की जो स्वत: कधी कालिदासाला पुरा करण्यासाठी खपत राहिला तर कधी महेन्द्रनाथला पूर्ण करण्यात रंगून गेला. आणि आईच्या देहान्तानंतर त्याने अनीता, पूर्वा आणि शैलीच्याबरोबर स्वत:ला कसंतरी पूर्ण होताना पाहिलं, तेव्हा रेकॉर्ड खराब होऊ नये म्हणून आपला हट्ट पुरा करण्यासाठी हा स्वत:च पळून गेला. हा राकेशचा स्वभावच आहे. तो जणू सांगून गेला की कालिदास, नंद आणि महेन्द्रनाथ तसंच 'आर्द्रा'तल्या ('आर्द्रा' कथेची नायिका आहे.) आईला तर मी पूर्ण करून टाकलं, पण आता तुम्ही मला कसं पूर्ण करू शकता, ते बघू.

हे आव्हान पेलायचा अनिताने जाणीवपूर्वक निश्चय केला. ती म्हणते, ''दु:खांनी आता आणखी दु:खी व्हायचं नाही. कारण नशिबापुढे तोंड वेंगाडून काही फायदा नाही.'' मुलं समोर होती आणि त्यांचा आनंद, आणि त्यांचं हसू हिसकावून घेता येत नव्हतं. शिवाय अनेक वर्षांच्या विफल प्रयत्नांना पूर्ण करायचं होतं. अगदी ज्याप्रमाणे प्यायला पाणी नसावं आणि तोंड धुवायला सोडा मागायला लागावा, त्याप्रमाणे. कुठे जीवनाचे फटके आणि कुठे शतकांपासून झाकोळून आलेल्या स्वप्नांच्या सावल्या. फक्त हसण्याची एक इच्छा पण सुटकेचा निरंतर शोध आणि हे सगळं असूनही एक दृढनिश्चय असा की कुठलीही हार ही अंतिम नसते आणि पिस्तुलात एक जरी गोळी शिल्लक असली तरी युद्ध जिंकता येऊ शकतं! रात्रीचा वाढता गहिरेपणा आणि दिवसाची तडफड, तरीही प्रत्येक क्षणाने मागितलेला जीवनाचा हिशोब......

तर या 'सतरें और सतरें' मध्ये अनीताने राकेशला जवळजवळ पूर्ण करत आणलं आहे आणि पुन्हा एकदा त्याचं रेकॉर्ड मोडून टाकलं आहे. आठवणी कुठल्या लेखकाला संपवू शकत नाहीत आणि खरोखर महान असलेल्याच्या बाबतीत ही प्रक्रिया निरंतर चालूच राहते त्यातून मोहन राकेशसारखा लेखक जो घराचा पक्का पाया खोदून गेला पण त्यानं पुढचा प्लॅन घेऊन पलायन केलं त्याच्याबाबतीत तर या आठवणी फारच महत्त्वाच्या ठरतात.

बिनभिंतीच्या या घराला पूर्वा, शैली आणि सोनासाठी पूर्ण करणंही गरजेचं होतं. हे कामही अनीताने करून दाखवलं आहे. कारण जीवनाच्या कोर्टात अनीताने शपथपूर्वक मांडलेली कैफियत 'उग्र' यांच्या 'अपनी खबर' या आत्मकथनाप्रमाणेच आठवणीत राहील.

- कमलेश्वर

मला काही सांगायचंय....

'चंद सतरें ....'चा पहिला भाग म्हणजे स्वत:ला फक्त एक नवी सुरुवात करून देण्याचं माध्यम नव्हतं, तर राकेशजींना माझ्या पद्धतीनं वाहिलेली श्रद्धांजलीही होती. त्याशिवाय मुलांसाठी त्यांचा जन्म आणि वडिलांबरोबर घालविलेल्या काळाला पाहण्याचा एक झरोकाही होता.

खरं तर दुसरा भाग प्रकाशित करावा असं वाटत नव्हतं, कारण त्याचा अनुभव एवढा कडवट होता, की तो पुस्तकाच्या रूपात मागं ठेवण्याची जरासुद्धा इच्छा झाली नाही.

पण पुन्हा विचार केल्यावर हे प्रकाशित करणं अटळ आहे, असं वाटलं; कारण माझ्या या सगळ्या भ्रमणयात्रेत कधी, काय, कसं आणि का झालं, यांविषयी कधी मुलांसमवेत बसून चर्चा करू शकले नाही आणि आम्ही सगळे मुकाट्यानं त्यातून बाहेर पडत गेलो.

पण आज मला त्यांना जे काही सांगायचंय, ते जरी जास्त नसलं तरी थोडंफार आहेच. मम्मी तर जाताजाता मलासुद्धा पुष्कळ काही सांगून गेली. तिनं जरी सांगितलं नसतं, तरी मला सर्व काही समजत होतं, पण मला मम्मीप्रमाणं वेळ किंवा संधी मिळेल न मिळेल, म्हणून आज मला मुलांना काही सांगायचंय आणि एरवीसुद्धा नॉटीला विसरणं, मला कसं शक्य झालं असतं ?

- अनीता राकेश

भाग : एक

नुकतीच फाळणी झाली होती, पण फक्त एवढंच नव्हतं, तर त्या काळच्या गरजेनुसार मम्मीनं लगेच हिन्दी आणि इंग्रजी भाषासुद्धा शिकून घेतल्या होत्या. याबरोबरच, आणखीही काही छोट्या पण महत्त्वपूर्ण गोष्टी घडल्या होत्या. उदा. फाळणीचा परिणाम म्हणून स्त्रिया पडद्यातून बाहेर पडल्या होत्या, तर पुरुष पडद्याच्या आत म्हणजे जणू बुरख्यात शिरले होते. असं वाटत होतं, की जणू आत्तापर्यंत झोपेत असलेले जागे झाले होते तर जागे असलेले झोपल्याप्रमाणं निष्क्रिय होऊन गेले होते इ. आमचं कुटुंबही काहीसं असंच होतं. इतर कुटुंबांप्रमाणं आमच्याही कुटुंबात एक मम्मी, एक डॅडी, त्यांचा एक मुलगा आणि एक मुलगी होती. या कुटुंबातलं तिसरं मूल म्हणजे माझी धाकटी बहीण, ही फाळणीनंतरच्या स्त्री-पुरुष भूमिकांच्या अदलाबदलीचं एक उदाहरण होती.

आमचं कुटुंब फाळणीमुळं शरणार्थी झालं होतं. विरोधाभास म्हणजे देशाला मिळालेल्या स्वातंत्र्यामुळं आम्हाला शरणार्थी व्हावं लागलं होतं. फाळणीमुळं मिळालेल्या स्वातंत्र्याचा परिणाम, मम्मी आणि डॅडी या दोघांवर वेगवेगळा झालेला दिसून येत होता. उदा. डॅडी घरातून फक्त एकदाच बाहेर पडायचे तर मम्मी कमीतकमी तीन वेळा तरी घरातून बाहेर पडून चक्कर मारून यायची. कोट, बूट म्हणजे पेन्सिलीच्या टोकासारख्या निमुळत्या उंच टाचांचे सँडल्स, साडीचा लांबलचक पदर, लांब नखं आणि ओठाला भडक लिपस्टिक - अशी काहीशी ती दिसायची. घरात म्हणाल तर, खिडक्यांवर लेसचे पडदे, ब्रिटिशांच्या स्टाइलचं सेकंडहँड फर्निचर, गालिचे आणि टेबलाच्या मधोमध ठेवलेला झेंडूच्या फुलांचा पुष्पगुच्छ. किचनमध्ये हॉट-प्लेट, हीटर, किटली आणि वेलबुट्टी काढलेल्या चिनी मातीच्या प्लेट्स.

स्वातंत्र्याच्या नावाखाली सर्व काही असायचं आणि हो, बाहेर एक 'पॉन्टेक' गाडी थांबलेली असायची. घरापुढं एक छोटीशी फुलबाग होती. तिला पाणी घालायला सकाळ-संध्याकाळ एक पाणक्या यायचा. त्यानं बागेला नीट पाणी घातलं नाहीतरी तो सतरांदा 'सलाम मेमसाब, सलाम मेमसाब' म्हणायला मुळीच चुकायचा नाही.

कसा का असेना, मम्मीला लिहिण्या-वाचण्याचा नवाच छंद जडला होता आणि तो वाढतावाढता इतक्या टोकाला जाऊन पोहोचला होता की बस! तिनं हिन्दी साहित्यातील अतिशय प्रसिद्ध अशा, जैनेंद्र आणि अज्ञेय या लेखकांच्या साहित्याला आपल्या जीवनाचा आदर्श मानलं होतं, तेदेखील इतकं मनापासून की त्या आदर्शाचं तेज आमच्या संपूर्ण कुटुंबाच्या तोंडावर झळकायचं. उदा. शरदच्चंद्रांची 'शुभदा', जैनेंद्रांची 'त्यागपत्र' आणि अज्ञेयांची 'नदी के द्वीप' या कादंबऱ्या आम्हा मुलांच्या गृहपाठात समाविष्ट झाल्या होत्या.

आमच्या घरात एकही सकाळ अशी उगवली नाही, की ज्या दिवशी ब्रेडला लोणी लावताना मम्मीच्या तोंडून जैनेंद्रांचं नाव निघालं नाही आणि एकही संध्याकाळ अशी मावळली नाही, की चहात साखर घालताना अज्ञेयांचं नाव घेतलं गेलं नाही.

सांगण्याचं तात्पर्य काय, तर अशा प्रकारे वयाच्या सातव्या वर्षीच आमची ओळख हिंदी साहित्य आणि साहित्यिकांशी झाली होती. त्यांच्या पोशाखातले धोतर-कुडता, चप्पल आणि चष्मा आमच्या डोक्यात असे पक्के बसले होते की, जी कुणी व्यक्ती आम्हाला अशा वेषात दिसायची, तिच्याकडं बघून आम्ही भाऊ-बहीण एकमेकांच्या कानात कुजबुजायचो, 'बघा, बघा, लेखक चाललाय!' पण याशिवाय लेखकांच्या लांबलचक वाक्यांनी आमचा श्वास गुदमरून जायचा. जर कुणा व्यक्तीने लेखकाला प्रश्न विचारलाच, तर उत्तर द्यायची त्यांची तऱ्हा कशी होती, माहिती आहे?

प्रश्न विचारल्यावर पहिल्यांदा पाच मिनिटं थांबून एक लांबलचक सुस्कारा सोडायचा, "हं..." त्यानंतर पाच मिनिटांची गॅप, मग - "विचार तर काहीसा असाच आहे," असं म्हणून परत पाच मिनिटांचा लांबलचक पॉज. हे बोलत असताना स्वत: दूर कुठंतरी शून्यात हरवलेले. आणि मग - "पण मला वाटतं, असं करणं योग्य होणार नाही."

अरे बापरे! कितीही डोकं लढवलं तरी एवढे मोठमोठे पॉज घेऊन बोललेली वाक्य आम्हा बहीण-भावंडांच्या लक्षातसुद्धा राहायची नाहीत. मग ती एकमेकाला जोडून त्यांचा अर्थ कसा काय लावणार? अशी दमछाक करायला लावणारी वाक्यं आणि तसल्याच गुदमरवून टाकणाऱ्या संध्याकाळी जेव्हा क्रिकेटच्या बॅटवर बॉल आपटून उत्पन्न झालेला आवाज आम्हाला ऐकू यायचा तेव्हा तो आमच्या कानाला फार गोऽऽड वाटायचा. आमच्या मनात यायचं, की जर शेजारच्या प्रमोद आणि विनोदच्या घरीसुद्धा कोणी लेखक येऊ-जाऊ लागले तर त्यांचं क्रिकेटही नक्कीच प्राण सोडेल.

याशिवाय, दिवसभरात आमची मम्मी इतकं हिंदी साहित्य घशाखाली उतरवायची, की रात्री झोपण्यापूर्वी जर त्या सगळ्याचं चर्वितचर्वण तिनं केलं नाही, तर त्यामुळं

होणाऱ्या अपचनाचा परिणाम दुसऱ्या दिवशी आमच्या सगळ्या कुटुंबाला भोगायला लागायचा. म्हणून शेवटी असं ठरलं, की रात्री झोपण्यापूर्वी मम्मीनं दिवसभरात वाचलेल्या सर्व साहित्याचा पाढा डॅडींसकट आम्हा सर्वांसमोर वाचायचा.

मम्मीचं नशीब एवढं बलवत्तर होतं, की जितकं सहकार्य तिला साहित्य आणि साहित्यिकांकडून मिळालं नसेल, तितकं सहकार्य तिला घरातल्यांकडून मिळालं. एवढंच नाहीतर ज्याज्या वेळी मम्मीनं डॅडींना साहित्याच्या आस्वादात सहभागी केलं नाही, त्यात्या वेळी त्यांच्यात न्यूनगंड उत्पन्न झाला आणि मम्मी-डॅडींच्या अर्ध्या-मुर्ध्या साहित्यिक भागीदारीचा परिणाम असा झाला, की डॅडी आपल्या न्यूनगंडातून पूर्णपणे कधीच बाहेर पडू शकले नाहीत.

हळूहळू हिंदी साहित्याची आणखी प्रगती व्हायला लागली आणि मम्मीनंही स्वत:ला हिंदी साहित्याच्या सेवेला मनापासून वाहून घेतलं; पुन्हा एकदा आमच्या घरात फाळणी झाली. म्हणजे आमच्या वाट्याला घर सांभाळण्याचं काम आलं आणि मम्मीच्या वाट्याला साहित्य सांभाळण्याचं. मला वाटतं, आपापल्या योग्यतेप्रमाणं दोन्ही पक्षांनी आपापलं क्षेत्र बऱ्यापैकी सांभाळलं.

मग हळूहळू त्या साहित्यिकांच्या घरगुती आणि इतरही समस्या आमच्या घरात घोटाळायला लागल्या. उदा. त्या लेखकांचे विजोड विवाह - त्या विवाहातून उत्पन्न होणाऱ्या समस्या... त्या समस्यांची उत्तरं... जर मिळाली तर... जर शक्य झाली तर त्यांची नवनवी प्रेम-प्रकरणं... त्या प्रेमातून उद्भवलेल्या समस्या... जर सापडलीच तर त्यांची उत्तरं आणि या सगळ्यांत आमची मम्मी, तिचं कुटुंब... त्या कुटुंबाच्या समस्या... त्या समस्यांची सापडलीच तर उत्तरं...इ. इ.

या सगळ्यांमध्ये मी जिकिरीनं कित्येक कप चहा पुन:पुन्हा केला. चहाचे कप पुन:पुन्हा भरले आणि धुतले! फक्त एकाच आशेनं, की कदाचित नवीन केलेल्या चहाच्या कपामुळं तरी एखादं उत्तर सापडेल, पण प्रत्येक चहाच्या कपाच्या आधी आणि नंतरही चहा तसाच चालू राहिला, कप तसेच फुटत राहिले; पण उत्तर मात्र कुठं हरवलं होतं कोण जाणे? पार्टिशनच्या या बाजूला की त्या? पण त्या किचनमधून दरवळणारा चहाचा वास मात्र नाकात असा काही बसला, की त्यानंतर सुगंधी फुलांचा किंवा सुग्रास खाद्यपदार्थांचा वासही नकोसा वाटायला लागला. ज्या पाट्यावर चहाचा हीटर ठेवलेला असायचा त्याचं रूप माझ्या डोक्यात इतकं पक्कं बसलं होतं की, गरम हीटरमुळे त्याच्यावर उठलेल्या सोनेरी रेघांचे भिन्नभिन्न आकार मला आजही एखाद्या दु:स्वप्नासारखेच भयंकर वाटतात. फक्त रेघोट्याच रेघोट्या— निरर्थक आणि निरुत्तर.

घरातील इतर समस्यांमध्ये या लेखकांची आणखी एक विचित्र समस्या असायची. अज्ञेयजी नेहमी स्वत: जे काही अनुभवलं असेल तेच लिहायचे; अर्थात,

त्यांच्या प्रत्येक पुस्तकाचा नायक ते स्वत:लाच समजायचे. याबाबतीत जैनेंद्रजींचं म्हणणं असं होतं, की त्यांना आपल्या जीवनात जेजे करायची इच्छा होती परंतु करू शकले नाहीत, ते त्यांनी आपल्या साहित्यात मांडलं.

दोघांमध्ये एकाच गोष्टीचं साम्य होतं, ते म्हणजे दोघंही अगदी दु:खी होऊन लिहायचे. एक, त्यांना सगळं का जगावं लागलं म्हणून दु:खी होते तर दुसरे, त्यांना सगळं मनाप्रमाणं का जगता आलं नाही म्हणून दु:खी होते. बस! त्यांच्या समान दु:खामुळं ते एकमेकांच्या खूप जवळ आले, पण नंतर मात्र याच दु:खामुळं त्यांच्यामध्ये खूप मोठी दरी उत्पन्न झाली, कारण जैनेंद्रजींनी आपल्या जीवनातील या दु:खाशी समझोता केला, तर अज्ञेयजींनी त्या दु:खाविरुद्ध बंड पुकारलं— जे आजतागायत संपलेलं नाही; पण यांच्यापेक्षा जास्त दु:खी खरोखरच कुणी असेल तर ते म्हणजे आम्ही दोन्ही मुलं, कारण आमच्या एवढ्याशा डोक्यांत कणभरसुद्धा काही शिरत नव्हतं. याशिवाय, रोजच्या नव्यानव्या गोष्टी, समस्या आणि ती बोजड भाषा यांचा आमच्यावर ना कुठला प्रभाव पडत होता ना त्यापासून आम्हाला समाधान मिळत होतं.

एकदा जैनेंद्रांनी आपल्या लांबलचक, ओढलेल्या, हेल काढणाऱ्या खास शैलीत विचारलं, ''सांगा बघू! मोठं झाल्यावर कोण बनण्याचा विचार आहे तुमचा?''

मला इतका संताप आला होता ना की काय सांगू! पण मम्मीच्या आशेनं ओथंबलेल्या डोळ्यांनी घात केला. आम्ही काहीच उत्तर दिलं नाही, पण 'कमीत-कमी लेखक तरी नाहीच होणार' असं सांगू शकलो नाही, याचं मात्र दु:ख वाटत राहिलं.

या सगळ्या गोंधळात आमचं सगळं लक्ष ज्या ड्रॉवरमध्ये आम्हाला शाळेत दाखल करण्यासाठी आवश्यक असलेले फॉर्म आणून ठेवलेले होते, त्या ड्रॉवरकडं लागायचं, पण रोज या ना त्या निमित्तानं सगळा दिवस निघून जायचा. असं वाटायचं, की मम्मीला कधीतरी सवड होईल आणि आम्ही तिला फॉर्म भरून पाठवायची आठवण करून देऊ शकू, पण पहिल्यासारखाच दुसरा दिवस उगवायचा आणि मावळायचादेखील. उदा. एकदा मम्मीनं लेखक भगवतीचरण वर्मांना सांगितलं, की आमच्या मुलांनी त्यांचं पुस्तक 'सबसे बड़ा आदमी' वाचलंय म्हणून, तर भगवतीजींनी भावाला विचारलं, ''सांग, बाबा! मग सगळ्यांत मोठा आदमी कोण ठरला?'' तत्परतेनं उलट उत्तर आलं, ''तुम्ही!'' मग पुढं काय झालं असेल याचा अंदाज तर तुम्हीसुद्धा करू शकाल! त्या दिवसांची आठवण आली, की फक्त याच गोष्टी आठवतात, आणखी काही नाही. आम्ही रॉबिन्सन क्रूसो आणि अलेक्झांडर ड्यूमाचे अर्थ केवळ शब्दकोशात शोधत राहायचो.

त्या काळात आम्ही दिल्लीच्या सिव्हिल लाईन्समधल्या ग्रॅण्ड हॉटेलमध्ये राहत होतो. त्या हॉटेलमध्येही जागेची फाळणी झालेली होती. म्हणजे हॉटेलातील समोरच्या खोल्यांत भारतातले टूरिस्ट राहायचे आणि मागच्या खोल्यांत भारतातले शरणार्थी राहायचे. त्या मागच्या खोल्यांपैकी २५ नंबरच्या खोलीत आमचं कुटुंब होतं आणि २६ नंबरच्या खोलीत विनोद-प्रमोद आपल्या मम्मी-डॅडींबरोबर राहत होते. त्यांच्या मम्मीचं नाव 'पुष्पा' होतं म्हणून आम्ही मुलं त्यांना 'पुष्पा आंटी' म्हणायचो. याच 'पुष्पा आंटी' आमच्या मम्मीची जिवाभावाची मैत्रीण होत्या.

अनेक गोष्टींत त्या दोघींमध्ये साम्य होतं. उदा. दोघीही सुंदर होत्या; एवढंच नाही, तर दोघींना आपल्या सौंदर्याची जाणीव होती. दोघीही पंजाबी होत्या. सगळ्यांत महत्त्वाचं म्हणजे दोघी खूप श्रीमंत घराण्यातील होत्या आणि दोघी आता आपापल्या कुटुंबासमवेत निर्वासितही झाल्या होत्या. या सगळ्यांपेक्षा वेगळं म्हणजे दोघी 'शमा', 'सुषमा' या मासिकांच्या नियमित वाचकही होत्या. अगदी सुरुवातीला फाळणीत सर्व काही लुटलं गेल्यानंतरही, या दोघी खूप आनंदात होत्या, कारण पोट अर्ध रिकामं असलं तरी स्वातंत्र्य पुरेपूर होतं.

दोन्ही घरात शिजलेल्या पदार्थांची देवाणघेवाण व्हायची. त्याचप्रमाणं इकडची 'माया' तिकडं आणि तिकडचं 'मनोहर' ही मासिकं इकडं येत असायची. मुलं धोब्याच्या क्वार्टर्ससमोर पसरलेल्या बोराच्या झाडावर नेम धरत असायची, किंवा हॉटेलच्या गॅलरीत दंगा करत राहायची. मग हॉटेलसमोरच्या हिरवळीवर रात्रीच्या शांततेत हातात हात घालून फिरत असलेल्या अँग्लो-इंडियन जोडप्यांना लपून-छपून बघत राहायची.

पण हे दिवस फार काळ टिकले नाहीत, कारण विनोद-प्रमोदच्या डॅडींनी टोप्यांच्या व्यापारात खूप कमावलं होतं, तर आमच्या डॅडींनी शिलाई-मशीनच्या व्यापारात सगळं काही गमावून टाकलं होतं. घरात पैशासाठी चिडचिड सुरू झाली होती. आपापसांतला राग मुलांवर आणि मुलांवरचा राग आपापसांत काढणं सुरू झालं होतं, पण मम्मीच्या पाहुण्यांचं येणं-जाणं मात्र तसंच चालू होतं. फरक फक्त एवढाच झाला होता, तो म्हणजे पहिल्यांदा मम्मी त्यांच्या समस्यांत रस घ्यायची, आता उत्तरादाखल ते मम्मीच्या समस्यांमध्ये लक्ष घालायला लागले.

पैशांची चणचण हा तर मम्मीचा वेगळा प्रश्न होताच. शिवाय, आमच्या मम्मीच्या आमच्या डॅडींबद्दल बऱ्याच तक्रारीही होत्या की, डॅडींनी आपल्या सुंदर बायकोची कधी कदरच केली नाही, तिची प्रतिभा कधी ओळखली नाही, वगैरे, वगैरे. त्यामुळंच की काय, डॅडी घरातून दिवसेंदिवस बेपत्ता व्हायला लागले. ते बहुतेक एका 'झेक' जोडप्याबरोबर राहत असावेत, कारण त्यांच्या प्रयत्नांमुळंच डॅडींना 'इम्पोर्ट लायसन्स' मिळालं होतं. त्या 'झेक' जोडप्याची डॅडींवर इतकी

मेहेरबानी का होती कोण जाणे, पण खूप दिवसांनी जेव्हा डॅडी भेटले, तेव्हा ते अगदी झक्कपैकी 'इम्पोर्टेड' वाटत होते.

मम्मी-डॅडी दोघंही स्वतंत्र झाले होते, पण त्याबरोबर मम्मी दु:खीही झाली होती. म्हणून तिनं धडाधड लिहायला सुरुवात केली होती. आता ती 'प्रतीक' मासिकात लिहायला लागली.

लेखनाबरोबर तिच्या डोक्यात आणखी एक किडा घुसला होता. तो म्हणजे स्त्रियांचं आर्थिक स्वातंत्र्य. तिला असं वाटत होतं, की स्त्रीच्या स्वतंत्र होण्यातलं पहिलं पाऊल आर्थिक स्वातंत्र्याचंच असायला हवं. त्यामुळं स्त्रीला पतीकडून किंवा समाजाकडून सन्मान आणि विशेष स्थान मिळू शकेल. म्हणून मम्मीनं 'दिल्ली क्लॉथ मिल' मध्ये नोकरी धरली आणि 'दौराला चिल्ड्रेन्स लीग' मध्ये 'स्वीटी आंटी' नावानं नवीन प्रसिद्धी मिळवली.

डॅडींबद्दल आणखी असंही ऐकायला मिळायचं, की ते जे.पीं कडे (ज्वालाप्रसाद) राहात होते. 'जे.पी.' अंकल आपल्याजवळ असलेली प्रत्येक वस्तू जुगारात गमाविण्यासाठी प्रसिद्ध होते.

मम्मी तर म्हणायची, की जे.पी. अंकलने डॅडींनाही कधीच विकून खाल्लंय. आम्हाला फक्त एवढंच आठवतंय, की डॅडी अधूनमधून आम्हाला भेटण्यासाठी जे.पी. अंकलबरोबर थोडा वेळ घरी यायचे, पण रात्री मात्र एखाद्या पाहुण्याप्रमाणं त्यांच्याबरोबर परत जायचे.

मला आठवणारे जे.पी.अंकल गोरापान रंग, उंचीपुरी मूर्ती, पान खाल्ल्यामुळं रंगलेले लालभडक दात आणि ओठ असे होते. याशिवाय, एक आठवण त्या दोघांच्या येण्याशी जुळलेली आहे. ती म्हणजे केवड्याच्या अत्तराच्या सुवासानं घमघमलेली मोठ्ठी मिठाईची टोपली आणि मम्मीसाठी सुगंधानं दरवळत असलेला सुंदर फुलांचा एक भरगच्च गजरा. मिठाई खरोखरच स्वादिष्ट असायची. जेवढा मिठाईचा दरवळ असायचा, तेवढाच गजऱ्याचा सुवासही दरवळत असायचा. आठवडाभरातच मिठाई संपायची, पण टोपली मात्र केवड्याच्या अत्तराच्या सुवासानं पुढंही कितीतरी दिवस घमघमतच राहायची; पण मम्मीप्रमाणंच आम्हा मुलांनाही डॅडींचं अशा प्रकारे मिठाई आणि गजरा आणून देणं कधीही आवडलं नाही. याशिवाय, जे.पी.अंकलचा स्टार्च केलेला सफेद कुडता-पायजमा गरजेपेक्षा जरा जास्तच सफेद आणि कडक वाटायचा. ड्रॉईंग रूममधलं त्यांचं पाहुण्यांसारखं वागणं तर धड गिळताही येत नाही आणि थुंकताही येत नाही असं माशाच्या काट्यासारखं घशाला खुपायचं.

किती वेळा आम्हाला डॅडींना सांगावंस वाटायचं, की त्यांनी घरीच राहावं किंवा असं पाहुण्यासारखं ये-जा करणं सोडून द्यावं, पण डॅडी जे. पी. अंकलबरोबर

असल्यामुळं जास्तच परके वाटायचे. परिणामी, डॅडींबरोबर कधीही मनमोकळं बोलणं होऊ शकलं नाही. मम्मी जे काही मिळवून आणायची, त्यातच मी दोन वेळचा स्वयंपाक करायची.

मम्मीच्या येण्याला कसलाच नियम नव्हता. ती कधी वेळेवर घरी यायची तर कधी उशिरा. या मधल्या वेळात आम्ही दोघं बहीण–भाऊ दिवसातून कित्येक वेळा या कोपऱ्यापासून ते त्या कोपऱ्यापर्यंत हॉटेलची लांबी-रुंदी मोजत बसायचो, तर कधी बेवारशी मुलांप्रमाणं एकमेकांशी भांडत-तंडत बसायचो.

शेजारचे विनोद-प्रमोद तर मसुरीच्या हॉस्टेलमध्ये राहायला गेले होते. म्हणून आम्ही कधीकधी उगीचच पुष्पा आंटींकडं जायचो, पण नंतर आम्ही तेसुद्धा कमी करून टाकलं, कारण पुष्पा आंटी मम्मी-डॅडींविषयी अशा कित्येक गोष्टी विचारायच्या की आम्ही दोघंही निरुत्तर व्हायचो. तरीसुद्धा मासिकांची देवाण-घेवाण चालूच असायची. कुठल्या ना कुठल्या कथेवर कधीतरी दोघींचे वादविवाद झडायचे.

मम्मी आम्हा दोघा भावंडांच्या दिनचर्येबद्दल फार काळजीत असायची, कारण ना अभ्यास, ना शाळा. आम्हाला शाळेत घालायलाही ती घाबरायची, कारण आपल्या पगारातून स्वतःचा, घराचा आणि शाळेचा खर्च निभावणं तिला शक्य नव्हतं. बहुतेक, म्हणूनच तिनं काहीतरी करून आपल्या गाडीची 'टॅक्सी' केली होती, पण तीही फार दिवस चालू शकली नाही; कारण टॅक्सी ड्रायव्हरच सर्व पैसे खाऊन टाकायचा.

शेवटी, हार पत्करून तिनं आपल्या थोरल्या दिराच्या तरुण मुलाला टॅक्सी चालवायला दिली. त्याचं नाव 'जगदीश' होतं आणि तो आम्हा मुलांचा सख्खा चुलतभाऊ होता; पण तरीही टॅक्सीची भानगड परत एकदा अंगाशी आली, कारण एका रात्री जगदीश कॅनॉट प्लेसमध्ये टॅक्सीत दारू पिऊन बेशुद्धावस्थेत आढळला. त्यामुळे त्याला जेलची हवा चाखायला लागली. शेवटी, हार पत्करून मम्मीनं गाडीच विकून टाकली. एवढं झालं तरी आम्ही शाळेत जाऊ शकलो नाही, ते नाहीच.

आम्हा दोघांमुळं मम्मी फारच दुःखीकष्टी झाली होती कारण तिच्यापुढं फक्त आमच्या शिक्षणाचाच प्रश्न नव्हता, तर स्वतःच्या शिक्षणाचाही मोठाच प्रॉब्लेम होता. म्हणून पुढच्या शिक्षणासाठी ती स्वतः कर्झन रोडवरच्या 'वर्किंग वुमन्स हॉस्टेल' मध्ये जाऊन राहिली आणि तिनं आम्हाला स्वतःच्या माहेरी म्हणजे आमच्या आजोबांकडं पाठवून दिलं. त्यामुळं आमच्या आयुष्याला कुठलं वळण लागलं ते कसं सांगणार? याबाबत मम्मीचा नाइलाजच होता. कोणत्याही परिस्थितीत तिला हिंदीची 'प्रभाकर' परीक्षा द्यायचीच होती. म्हणून आम्ही तिची परीक्षा व्हायची वाट बघत बसलो. कदाचित, परीक्षा आटोपल्यावर काहीतरी घडू शकेल, अशी

आम्हाला आशा होती. मग तिची परीक्षा देऊन झाली. तिनं आम्हाला परत बोलावूनही घेतलं, पण का कोण जाणे, या वेळी आम्हाला ते घर आणि मम्मी फारच परकी वाटायला लागली. आमच्याकडं अज्ञेयजींचे सक्सेना नावाचे एक मित्र नव्यानंच येऊ-जाऊ लागले होते. बहुतेक, त्यांच्याबरोबरच्या बंगाली तरुणीबरोबर अज्ञेयांचं नवं प्रेमप्रकरण चालू झालं होतं. त्यांच्याबद्दल दिवसरात्र चाललेल्या चर्चेमुळं आमच्या घरातलं सगळं वातावरण पूर्णपणे बदलून गेलं होतं.

मम्मीचे आणखी एक नवीन मित्र ये-जा करायला लागले होते. त्यांचं नाव होतं महावीर अधिकारी. असं वाटायचं, की त्यांना जैनेंद्र आणि अज्ञेयांपेक्षा मम्मीच्या लेखनाबद्दल अधिक काळजी वाटायला लागली होती. आता मम्मी दिवसभर ऑफिसमध्ये राहायची आणि संध्याकाळच्या वेळी कोणत्या ना कोणत्या लेखाच्या मागं लागलेली असायची.

आजोळहून परत आल्यावर आमच्या लक्षात आलं की, यादरम्यान मम्मीनं ढीगभर लिखाण करून ठेवलं आहे. एक लेख पूर्ण झाला की दुसऱ्याची पाळी यायची. आम्ही मात्र जिथल्यातिथं राहायचो. आणखीही एक फरक पडला होता. तो म्हणजे डॅडी कधीकधी दोन-तीन दिवसांसाठी घरी राहायला यायचे.

ते दिवस एका वेगळ्याच प्रकारच्या तणावात जायचे. यामुळंच की काय, दोघांची वेगवेगळी क्षेत्रं जास्त प्रभावीपणे चालायला लागली; पण आम्हा दोघांची काही सुटका झाली नाही.

कित्येकदा जैनेंद्र, अज्ञेय, महावीर अधिकारी, दीनानाथ फक्त डॅडींना समजावण्यासाठी तासन्‌तास येऊन बसायचे, पण सर्व गोष्टी जशाच्या तशाच राहायच्या आणि आम्हीसुद्धा जसेच्या तसेच राहायचो.

हळूहळू घराची अवस्था आणखीनच बिघडत गेली. मम्मी दिवसेंदिवस अंथरुणावर पडून राहायला लागली. डोकेदुखी किंवा आणखी काही कारणामुळं आम्ही मम्मीला कित्येक दिवस भेटू शकायचो नाही. वातावरण अगदी विचित्र होऊन गेलं होतं. आम्ही दोघं भाऊ–बहीण काहीबाही शिजवून खायचो आणि झोपून जायचो.

मम्मी काहीही खायची नाही की काही प्यायची नाही. फक्त खोली बंद करून पडून राहायची. जे लोक तिला भेटायला यायचे फक्त तेच खोलीत जायचे. एक दिवस कसं कोण जाणे, तिनं आम्हाला आत बोलावलं. तो दिवस आम्ही आजही विसरू शकत नाही. खोलीत शिरल्याबरोबर बामचा उग्र वास आमच्या नाकातून सणसणत थेट डोक्यापर्यंत पोचला. कॉटजवळच्या स्टुलावर जगदीशपापा बसले होते.

मम्मीनं कपाळाला एक पट्टी करकचून आवळली होती. आम्ही खोलीत शिरल्यावर तिनं सावकाश मान वळवून आम्हा दोघांकडं पाहिलं आणि ती थोडीशी

हसली. मला चांगलं आठवतंय, की ज्या उत्साहानं आम्ही खोलीत शिरलो होतो, त्या सगळ्या उत्साहावर चांगलंच विरजण पडलं.

मम्मीचं ते जीव नसलेलं हसू आणि खोलीतलं ते गुदमरवणारं वातावरण यामुळं आम्ही आमचं अस्तित्वसुद्धा विसरून गेलो, ते वेगळंच. तिथं उभं राहूनराहून आम्ही इतकं घाबरलो होतो, असं वाटत होतं की कुठल्यातरी कोर्टातील साक्षीदाराच्या पिंजऱ्यातच आम्हाला उभं केलंय. थोडा वेळ आमच्याकडं बघून मम्मीनं डोळे मिटून घेतले. त्यानंतरही खूप वेळ आम्ही गुपचूप उभंच राहिलो. आम्हाला एकमेकांकडं बघायचंही धाडस झालं नाही. थोड्याच वेळात खोलीत ग्लुकोजचा वास दरवळला. बहुतेक, जगदीशपापा मम्मीला ग्लुकोज पाजत असावेत. मम्मीला त्यांनी उठवून बसवलं. तिनं पुन्हा एकदा आमच्याकडं बघितलं. असं वाटलं, की अजूनपर्यंत आम्हाला तिथं उभंच राहिलेले पाहून ती चकित झाली असावी.

संधी मिळाल्याबरोबर आम्ही खोलीतून हळूहळू बाहेर आलो. खरं तर आम्हाला तिथून पळ काढायचीच इच्छा होती, पण वातावरण एवढं नाजूक होतं, की पावलांचा आवाज करतानाही धास्ती वाटत होती. म्हणून अगदी मोजून-मापून पावलं टाकत आम्ही दोघं खोलीबाहेर आलो.

काय लिहू आणि काय नको, याचा विचार करकरून डोक्याचा अगदी भुगा होऊन जातो. कित्येक तास फक्त या विचारात निघून जातात, की कुठून सुरुवात करू आणि कुठं शेवट करू? कित्येक वेळा विचार करताकरता खराब रेकॉर्डवर सुई जशी एकाच ठिकाणी अडकून बसते आणि जीवघेणा आवाज करायला लागते, तशी बुद्धी एका बिंदूवर येऊन ठेपते. त्या वेळी फक्त एवढंच वाटतं, की तो आवाज एकदाचा थांबू दे. अगदी अशीच दशा मेंदूचीही होऊन बसते. मेंदूची सुई जेव्हा एकाच ठिकाणी अडकून बसते तेव्हा असं वाटतं, की डोक्याच्या ताणलेल्या शिरा आता कोणत्याही क्षणी तडकून फुटतील.

आजही त्या गतकाळातील बालपणाच्या आठवणींनी अंगावर काटा येतो. आमचं घर आम्हाला त्या वेळी एखाद्या धर्मशाळेसारखंच वाटायचं. बाहेरच्या लोकांच्या सुख-सोयी पाहणं, हा आमचा धर्म आणि हेच आमचं कर्म होऊन बसलं होतं. त्या घरातील वाटून टाकण्यासारखी कुठलीही वस्तू, फक्त बाहेरच्या लोकांसाठीच असायची. आम्हाला बाहेरच्या लोकांचा एक प्रकारचा विचित्र वास यायला लागला होता. क्लोरोफॉर्मसारखा एक विचित्र आणि उग्र वास. म्हणून ते लोक आले की आमच्या संवेदना इतक्या गोठून जायच्या की, आम्ही सुन्न झाल्यासारखंच व्हायचो. आणि ते लोक निघून गेले, की आम्ही भानावर यायचो; पण हळूहळू आमच्या

लक्षात आलं की, त्या विशिष्ट वासानं आमच्या घरात आता पक्कं बस्तान बसवलं आहे. ते लोक येवोत अगर न येवोत, त्यांच्याबरोबर येणारा तो उग्र वास मात्र आमच्या नशिबात कायमचा लिहिलेला आहे.

घरातील खुर्च्यांवर बसूनबसून त्या लोकांनी आपल्या सुखसोईंचे झोपाळे तयार केले होते. त्या खुर्च्यांत उत्पन्न झालेल्या खड्ड्यात फक्त त्या लोकांनाच चैन पडायचं. आम्हाला मात्र त्यात फक्त आमच्या जीवनात उत्पन्न झालेली पोकळीच दिसायची. त्या खुर्च्यांत बसतानाही त्या खुर्चीचा वारस कधी आणि कुठून दत्त म्हणून उभा राहील आणि आमच्यावर तिथून उठायची पाळी येईल, याची धास्ती वाटण्याइतका पोरकेपणा आम्हाला आपल्याच घरात वाटायला लागला होता.

किती आणि कायकाय होतं त्या खोलीत आठवण्यासारखं! एका कोपऱ्यात सारखा खाली पडत असलेला भिंतीचा चुना, दरवाज्यांच्या चौकटीवर पडलेले शाईचे डाग, लोखंडी पलंगाच्या ढिल्या झालेल्या, तुटक्या, खाली लोंबणाऱ्या स्प्रिंगा, पाण्याच्या थेंबांचं डिझाइन असलेला आरसा; इतकं कायकाय होतं, की ते बघूनबघून निघून गेलेल्या काळाची जाणीव व्हायची. वाटायचं, की या खोलीत राहून फक्त एक वर्षच नाहीतर कितीतरी वर्षं लोटली आहेत. कितीकिती जगलोय, आणि कितीकिती भोगलंय! त्या वयातसुद्धा जगण्याच्या उत्साहाऐवजी फक्त एक कुतूहल शिल्लक राहिलं होतं, की कोण जाणे! यापुढं आता आणखी कायकाय होणार आहे? आणखी कायकाय भोगायला लागणार आहे? आणि या प्रत्येक कुतूहलाबरोबर मनाला वाटणारी एक अनामिक धास्ती! त्या धास्तीशी जोडलेला भूतकाळ, वर्तमानकाळ आणि भविष्यकाळ.

माँ अर्थात मम्मी— बस! या शब्दाच्या पलीकडं आम्ही कधीच जाऊ शकलो नाही. उलट, तो शब्द म्हणताना कित्येक वेळा विचार करायला लागायचा, की मम्मी मूडमध्ये असेल की नसेल? आमच्या गोष्टी ऐकायला तिला वेळ असेल की नसेल? जर मम्मीची पर्स टेबलावर दिसली तर आम्हाला कळायचं, की ती घरी आहे; जर पर्स टेबलावर नसली तर समजायचं, की मम्मी घरी नाही आणि जरी पर्स घरी दिसली तरी वाटायचं, की मम्मी आमच्याचसाठी घरी राहिली असेल, असं नाही. असंही वाटायचं, की कोणीतरी बाहेरचं माणूस घरी येणार आहे आणि काही ना काही घडणार आहे. याच विचारात आम्ही हळूच घराबाहेर सटकायचो. मग प्रखर ऊन, हॉटेलपुढचं रिकामं मैदान, नोकरांची घरं, बोराचं झाड, हॉटेलच्या किचनमध्ये मारल्या जाणाऱ्या कोंबड्यांचा कलकलाट, गॅलरी, धूळ-भरलं आकाश आणि पायात अडखळणाऱ्या बेवारशी विटा....

स्वत:च्या जगातून सवड मिळाल्यावर आम्हाला नीटनेटकं ठेवण्यासाठी कधी मम्मीचं लक्ष आमच्याकडं गेलंच तर आमचा जीव घाबरा व्हायचा, कारण ज्या वेळी

आमचा अवतार बघण्यासारखा म्हणजे गुडघ्यापर्यंत धुळीनं माखलेले पाय, वाढलेली नखं आणि डोक्यावरचे गुंता झालेले कोरडे केस असा व्हायचा, त्याच वेळी आम्ही तिला दिसायचो. मग ती आम्हाला घरापर्यंत आणताना मारूनमारून अर्धमेलंच करायची. आपलं कर्तव्य फक्त घरापर्यंत आणण्याएवढंच आहे, असं तिला वाटायचं. मला हे आठवतंय, की मम्मीनं वेळोवेळी आम्हाला सांगितलं होतं, की आम्ही कायकाय करणं चुकीचं आहे; पण कायकाय करणं बरोबर आहे हे तिनं कधीच सांगितलं नाही, पण असं म्हणणंही बरोबर नाही; कारण बहुधा ती स्वत:च चूक काय आणि बरोबर काय या द्वंद्वात हरवून गेली होती.

आणि तिनं स्वत:ला का हरवून बसू नये? तिच्यापुढं सतत आमच्या कुटुंबाच्या, स्वत:च्या आणि दुसऱ्या लोकांच्या नव्यानव्या कटकटी वाढून ठेवलेल्या असायच्या. या सगळ्यांमध्ये आम्ही मम्मीला हे कधीच समजावून सांगू शकलो नाही, की हॉटेलसमोरच्या हलवायाच्या शोकेसमध्ये चमकणारे बेसनाचे लाडू आम्हाला किती आवडतात. कदाचित, तिला हे समजूही शकलं नसतं. म्हणून मम्मी आणि आमच्यात बेसनाच्या लाडूचा विषय कधी निघालाच नाही.

मग एक दिवस डॅडी आले होते आणि कशामुळं कोण जाणे, त्या दोघांच्यात इतक्या कडाक्याचं भांडण झालं, की घराची वीट न वीट खिळखिळी झाली.

पण या सगळ्यांमुळं एक मात्र झालं, की मम्मीनं आमच्याबद्दलचा निर्णय घेऊन टाकला. तिनं आम्हाला मसुरीच्या बोर्डिंगमध्ये भरती करून टाकलं. अशा तऱ्हेनं आम्हाला आयुष्यात नवे फ्रॉक्स, कमीज, हाफपँट्स आणि चड्ड्या इत्यादी कपडे पाहायला मिळायचे होते, त्याचबरोबर नवी कोरी पुस्तकं. ती आम्हाला अगदीच नवीन होती. ही पुस्तकं आमच्यासाठी आणली होती आणि फक्त आमचीच होती, यावर आमचा विश्वासच बसत नव्हता. आम्ही एकाच दिवसात कितीतरी वेळा ती बाहेर काढून बघितली होती, पण आम्हाला मम्मीचं अचानक इतक्या दूरवर आणून रातोरात हॉस्टेलमध्ये सोडून जाणं मात्र कुठंतरी खूप भयंकर वाटलं. लांबरुंद शाळा, कॉरिडॉर्स, पार्लर, चर्च आणि व्हिजिटिंग रूम्स यामुळं आम्ही खूपच भारून गेलो. लांबलांब गाऊन घातलेले फादर आणि मदर, खेळाचं एक विस्तीर्ण मैदान, मोठमोठे खुले वर्ग - एक नवीनच जग होतं ते. फक्त मुलांसाठी मुद्दाम तयार केलेलं जग. फादर आणि मदर तिथं सकाळपासून-संध्याकाळपर्यंतचा वेळ फक्त मुलांना सांभाळण्यासाठीच घालवायचे. सकाळ झाली की 'गुडमॉर्निंग चिल्ड्रेन', दुपार असली की 'गुड आफ्टरनून चिल्ड्रेन 'आणि रात्र झाली की 'गुडनाईट चिल्ड्रेन'. जणू सकाळ-संध्याकाळ फक्त मुलांसाठी उगवायची आणि रात्रदेखील फक्त मुलांसाठीच मावळायची.

तिथला कार्यक्रम इतका नियमित होता, की आम्ही मुलं दिवसभर इतकी

गुंतलेलो असायचो, याचं फार आश्चर्य वाटायचं. मम्मी-डॅडींच्याशिवाय इतर काही लोकही तुमच्या जीवनात एवढा रस कसा काय घेऊ शकतात? तुमचे एकेक छंद आणि प्रत्येक प्रकारच्या त्रासात इतके कसे सहभागी होऊ शकतात? याचं नवल वाटायचं; पण ही सर्व सुखं असूनही मनात कुठंतरी एक वेदना ठसठसत असायची, ती म्हणजे शरीरानं आम्ही तिथं असलो तरी आमचं मन अजून मागेच - आमच्या त्या घराच्या दारातून आत डोकावून बघत असल्यासारखं वाटायचं. का कोण जाणे, असं वाटायचं की त्या घरापासून खूप लांब जाऊनही त्या घरातलं वातावरण इथंही आपला पाठलाग करतंय. आम्ही स्वत:ला भूतकाळापासून मुक्त करून जगू शकू, असं क्षणभरही वाटायचं नाही. एखादा अपराधी कुठंही गेला तरी भुतानं त्याचा पाठलाग करावा, त्याप्रमाणं आमची अवस्था झाली होती. आमच्यात एक विचित्र अस्वस्थता, एक विचित्र उपरेपणा भरून राहिला होता. कधीकधी वाटायचं, आता आयुष्यात कधीही मम्मी-डॅडी दिसणार नाहीत, की त्यांची भेटही होणार नाही. ते दोघं कदाचित आम्हाला विसरूनही गेले असतील. का कोण जाणे, पण असं वाटत राहायचं त्याचबरोबर असंही वाटायचं, की डॅडींना तर आम्ही कुठं आहोत, हे माहीतही नसेल. कारण डॅडींनी विचारलं नसणार आणि मम्मीनंही सांगितलं नसणार. हा विचार करून-करून इतकं विचित्र वाटायचं, की सांगायची सोय नाही.

रविवारी सगळी मुलं वर्गात होमवर्क करायच्या आधी आपल्या मम्मी-डॅडींना पत्र लिहायची. आम्हालाही पत्र लिहायला लागायचं, पण काय लिहायचं हे कळायचंच नाही, कारण इथं कायकाय होतं आणि आम्ही कसे राहातो, याच्यात त्यांना कसला रस असणार? बाकीची मुलं निबंध-स्पर्धा, जादूचे खेळ, घोड्याची रपेट अशा तऱ्हे-तऱ्हेच्या गोष्टी लिहून पानामागून पानं भरून टाकायची. पण आम्हाला मात्र या बातम्या मम्मीला लिहून कळवणं, हे फारच निरर्थक वाटायचं. याशिवाय, मनात अशी शंका यायची की दोन-दोन मुलांची निरर्थक गोष्टींनी भरलेली पत्रं, निवांत बसून वाचायला मम्मी-डॅडींना वेळ तरी असेल का? कितीतरी वेळा आमच्या मदरने आम्हाला विचारलं, की आम्ही आमच्या मम्मीला मागच्या आठवड्यात झालेल्या कार्यक्रमांचं वर्णन सविस्तरपणे लिहून का कळवलं नाही? ''आमची स्मरणशक्ती आणि पत्रलेखन अगदीच कमकुवत आहे.'' असा शेराही त्यांनी मारला. शाळेत जरासं काही झालं, की आमचे मित्र म्हणायचे ''अरे देवा! मला न विसरता हे आई-बाबांना कळवायला हवं. त्यांना इतका आनंद होईल की बस!'' पण त्यांचा उत्साह बघून आम्हाला मात्र कसंतरीच व्हायचं.

मला सर्वांत जास्त आनंद चॅपेलमध्ये मिळायचा. काळाकुट्ट अंधार आणि त्या अंधारात चमचमणाऱ्या हजारो मेणबत्त्या! त्यांच्या प्रकाशात चमकणारा, क्रॉसवर

लटकणारा येशू ख्रिस्त! का कोण जाणे, पण सुळावर लटकणाऱ्या येशू ख्रिस्ताला बघून मला फार बरं वाटायचं. मला असं वाटायचं, की तिथं तासन्तास बसून राहावं असं मला कित्ती कित्ती वाटायचं! पण ते शक्यच नव्हतं. जेव्हाजेव्हा घरातील वादळाच्या आठवणींमुळे डोक्यात घणाचे घाव पडायला लागायचे, तेव्हातेव्हा क्रूसावरचा येशूच मला समजावायचा. कॉरिडॉर, पार्लर आणि झोपायच्या हॉलमध्ये - डॉरमेट्रीत - येशूला मांडीवर घेऊन बसलेल्या मेरीचं लटकणारं चित्र - त्यामध्ये तिच्याभोवती सगळे धनगर बसलेले असायचे - ते बघायला मला फारफार आवडायचं.

जिथं मेरीनं येशूला लहानाचं मोठं केलं होतं, त्या गोठ्यात जाऊन राहायची मला तीव्र इच्छा व्हायची. चित्र पाहूनच मी अशी हरखून जायची, की मी कल्पनेतल्या कल्पनेतच त्या कुरणात चक्कर मारून यायची. आमची मम्मी मरियम का होत नाही? आणि मीदेखील त्या तबेल्यातील मेंढ्यासोबत का राहात नाही? असं वाटायचं. तसं असतं तर आयुष्य किती वेगळं झालं असतं! पण तेवढ्यात 'टण्ण!' अशी चर्चची घंटा वाजायची आणि लक्षात यायचं, की चर्चमधून बाहेर पडायची वेळ झाली आहे.

कॉन्व्हेंटमधलं एक वर्ष संपत आलं होतं. दर वर्षाचा शेवट आणि नव्या वर्षाची सुरुवात - त्याची प्रतीक्षा ही एक वेगळीच गोष्ट असते, याचा आम्हाला पहिल्यांदाच अनुभव येत होता. वार्षिक क्रीडा-दिन, ऑलिम्पिक्स, फेट, ख्रिसमस आणि डान्स-नाईट : प्रत्येक गोष्टीचा अनुभव वेगवेगळा होता. या सर्वांबरोबर वार्षिक रिपोर्टची वेगळी उत्सुकता होतीच आणि सर्वांत शेवटी कॅम्प-फायर होता. त्यात वर्षभराचा कचरा जाळला जायचा आणि नव-वर्षाची प्रतीक्षा समाविष्ट असायची. गॅलरीत आणि जिन्यात बसून मुलं फक्त घरी जायचे दिवस मोजायची. एकमेकांना द्यायच्या निरोपाच्या भेटींची देवाण-घेवाण करायची, पण आमची अवस्था फार विचित्र असायची. काय चाललंय, याचा पत्ताच लागायचा नाही. अचानक झोपेतून जाग यावी आणि कळावं की आत्ता घरी जायचं आहे, पण का आणि कशासाठी? कारण ज्या अवस्थेत आम्ही घर सोडून आलो होतो, तेवढं तरी शिल्लक असेल का? याचा आम्हाला थोडाही भरोसा नव्हता. ते घर आम्हाला आणि आम्ही त्याला स्वीकारू शकू का? पण काहीही झालं तरी घरी जायला हवंच होतं आणि घरी जाणं म्हणजे डोक्यावर भला मोठा डोंगर असल्यासारखं वाटत होतं... बाप रे बाप!

ट्रंकांना कुलपं लागली होती आणि होल्डॉलचे पट्टे बांधून तयार होते. इथून

आता जावंच लागणार, ही गोष्ट आता अगदी गळ्यापर्यंत येऊन ठेपली होती. झोपायचा हॉल आता अगदी रिकामा आणि वैराण झाला होता. जणू खायला उठत होता, पण मनानं स्वत:शीच असहकार पुकारला होता. खिडकीचा पडदा बाजूला सारून पाहिलं तर खाली मदर आणि फादर मुलांना पोटाशी धरून हुंदके देत रडत होते. मनात आधीपासूनच इतकं भरून आलं होतं, की खालचं दृश्य बघून मी रड रड रडले. असं वाटत होतं, की काळीजच फुटून बाहेर येतंय. मी मदरना अशी बिलगले, की आता त्यांच्यापासून वेगळी होऊच शकणार नाही. मम्मीपासून अलग होतानाही असं वाटलं होतं की परत यायला मिळेल की नाही, कोण जाणे! आजही वाटत होतं की परत यायला मिळेल की नाही, कोण जाणे! किती असुरक्षिततेची भावना मनात दाटून आली होती! असं वाटायचं, की जर आज आमच्याजवळ कुठली गोष्ट किंवा वस्तू असली तरी ती उद्या आमच्याकडून हिरावून घेतली जाईल. उद्याच्या धास्तीत आम्ही आजचा आनंदही घालवून बसायचो. एखादी वस्तू खूप सुंदर आहे म्हणून आम्ही ती वस्तू घट्ट पकडून ठेवायचो असं नव्हतं, तर तिच्याशिवाय आमच्याजवळ दुसरं काहीही नसायचं म्हणून आम्हाला ती सोडावीशी वाटत नसायची. घरी परतताना रेल्वेतील ती रात्र आठवते. ती रात्र त्याआधीच्या रात्रींपेक्षा कित्ती वेगळी होती. कितीतरी रात्री जागून काढून मी स्वत:ला त्या हॉस्टेलमधल्या रात्रींशी जुळवून घेतलं होतं. डॉरमेट्रीच्या पत्र्याच्या छतावर पडणाऱ्या गारा आणि पाण्याच्या धारांच्या संगीताला, मी आपल्या जीवनाचा एक भागच मानलं होतं. कितीतरी रात्री जागून काढताना ते संगीत मी एकटीनं ऐकलं होतं, मी ते जगले होते आणि ते अनुभवलं होतं. कितीतरी वेळा त्या पत्र्याच्या छतावर चढून जाण्याची तीव्र इच्छा मी आपल्या मनातच दडपली होती. त्या दिवसांत असंच वाटायचं, की या अंगाई गीताशिवाय मी कधीतरी झोपू शकेन का? आणि परत तीच धास्ती वाटायला लागायची, की एक दिवस हेही हिसकावून घेतलं जाईल. रेल्वेतील ती रात्रही जणू गेलेल्या रात्रींना विसरून, येणाऱ्या रात्रींच्या सावधगिरीची सूचना देत होती. म्हणून संपूर्ण रात्र त्या गाडीच्या इंजिनाच्या आवाजाबरोबर संघर्ष करण्यात निघून गेली.

सकाळी चहा घशाखाली उतरत नव्हता. मम्मीला भेटायला आता काही क्षणच उरले होते. का कोण जाणे, असं वाटत होतं की आपण मम्मीच्या नजरेला नजर देऊ शकणार नाही, पण का ते समजत नव्हतं. गाडी आता हळूहळू गचके खायला लागली होती. कधी थांबणार कोण जाणे! मग....?

पण गाडी पूर्णपणे थांबली होती. प्लॅटफॉर्मवर चिकार गर्दी होती. भिरभिरणारे डोळे आणि पुष्पगुच्छ घेतलेले चेहरे. एवढंच आठवतंय. वर्दळ जरा जास्तच होती म्हणून गर्दी ओसरायला खूपच वेळ लागला होता. मम्मीचा चेहरा मला चांगलाच

आठवतोय. रात्रीच घातलेल्या अंबाड्याची केशरचना असूनही मम्मी खूप सुंदर दिसत होती. साडी आणि ब्लाऊज कोणत्या रंगाचा होता, एवढं काही नीटसं आठवत नाही. मात्र मी एवढं सांगू शकते, की मम्मीशी आमचं कुठलंही जवळकीचं नातं नसतं, तरी ती आम्हाला नेहमीच सुंदर आणि आकर्षक वाटली असती.

मम्मी, पुष्पा आंटी, विनोद-प्रमोद आणि आम्ही दोघं त्यांच्या कारमधून बरोबरच घरी आलो होतो. पहिला दिवस फार चांगला गेला. बहुतेक, आम्हाला तशी अपेक्षा नसल्यामुळं तो आम्हाला चांगला वाटला असेल. मम्मी आमच्याशी फारच चांगली वागली. तिनं आम्हाला जवळ घेऊन खूप लाड केले. नंतरही मम्मी तशीच वागत होती; पण का कोण जाणे, घरातलं सगळं वातावरण खूप घुसमटल्यासारखं वाटायचं. आम्ही गेल्यावर मम्मी कशी राहिली असेल? तिच्या बाबतीत कायकाय घडलं असेल? डॅडी कुठं आणि कसे असतील? याचा आम्ही जरादेखील अंदाज करू शकलो नाही. सगळंच गूढ वाटत होतं. शिवाय, मम्मीला डॅडींविषयी कधी काही विचारावं, अशी आमच्यात हिंमत नव्हती. मम्मीनं काही विचारायला मनाई केली होती, असं नाही, पण विचारू शकलो नाही. कदाचित, सगळं कळल्यावर बरं वाटण्याजोगं काही नसावं असं वाटल्यामुळं असेल किंवा मम्मीला किती वाईट वाटेल म्हणूनही असेल.

मम्मी आणि डॅडी एकमेकांपासून वेगळे का झाले, हे आम्हाला कधीच समजलं नाही. मम्मी वाईट होती म्हणून की डॅडी वाईट होते म्हणून? पण ते दोघंही आपापल्या परीनं आम्हाला फार चांगले वाटायचे. याबरोबरच हेही खरं, की आता त्या दोघांना एकमेकांबरोबर बसलेलं, खात असलेलं किंवा समरस होऊन जगत असलेलं बघणं आम्हाला खूप विचित्र वाटलं असतं; कारण आम्ही ज्याचे साक्षीदार होतो असा एकही क्षण किंवा प्रसंग आम्हाला आठवत नाही, की जेव्हा ते एकमेकांबरोबर असायचे आणि जर आमच्या घरात असं काही झालं असतं, तर त्याची सवय व्हायला आम्हाला खरोखरच नक्की थोडा वेळ लागला असता.

मम्मीच्या बोलण्यावरून आम्हाला हे कळलं होतं, की तिनं आमच्यासाठी ऑफिसमधून दोन महिन्यांची रजा काढली होती. या सुट्टीतही आम्ही मम्मीला जास्त वेळ लिहिण्या-वाचण्यातच गढलेलं पाहिलं. मम्मीच्या ओळखीच्या लोकांचं येणं-जाणं मात्र बरचंसं कमी झाल्यासारखं दिसलं.

एक दिवस मम्मीनं अचानक आम्हाला विचारलं, "डॅडींना भेटायचं आहे का?" या प्रश्नामुळं आम्ही अगदी अवाकच झालो. आम्ही ते चेहऱ्यावर दाखवलं नाही. तरीसुद्धा तोंडातून प्रश्न निघून गेलाच, "डॅडींना आम्हाला भेटावंसं वाटतंय का?" मम्मीसुद्धा या प्रश्नानं नक्की अवाक झाली असणार, पण तिनं आपल्या चेहऱ्यावर काहीही दाखवलं नाही. उलट, खूप वेळानं अगदी सहजपणे मंद

स्मितहास्य करीत तिनं म्हटलं, "हो, हो, का नाही?" पण का कोण जाणे, डॅडी भेटायला आलेच नाहीत. मात्र, त्या दिवसानंतर मम्मीशी बोलताना कधीही डॅडींचा विषय निघाला नाही.

मम्मी आमच्याशी मात्र खूपच चांगली वागली. ती आमच्या आवडीचं जेवण बनवायची, वेळोवेळी गोष्टी सांगायची, कधीकधी बाहेर फिरायला घेऊन जायची. इकडच्या–तिकडच्या गप्पादेखील मारायची, शाळेविषयी विचारायची. एके दिवशी अचानक तिनं आम्हाला विचारलं, की "आम्हाला घरी राहायला आवडतं की हॉस्टेलमध्ये?" याचं उत्तर काय द्यायचं ते आमच्या लक्षात येत नव्हतं. तरी ताबडतोब तोंडातून उत्तर गेलं, "जिथं तुम्हाला ठेवावंसं वाटतं तिथं!" या वेळीही मम्मीचं इतकं प्रेम आणि माया मिळूनही आमच्या मनातलं सांगायचं धाडस का झालं नाही, सांगता येत नाही. मात्र, आमच्यात एक परकेपणा कायमचा राहिला, तो राहिलाच.

मग पुन्हा एक दिवस आम्ही दोघं प्रमोद-विनोद आणि पुष्पा आंटींच्या घरी खेळायला जाणार होतो, तर मम्मीनं बोलावून सांगितलं की पुष्पा आंटींसाठी एक मासिक घेऊन जा. त्यातली जी गोष्ट मुद्दाम वाचायला सांगायची होती, तिचं नावही मम्मीनं सांगितलं. ते मी सर्व रस्ताभर पाठ करत गेले. मोहन राकेशांची, 'एक छोटीसी चीज', मोहन राकेशांची 'एक छोटीसी चीज' तोंडानं असं म्हणता–म्हणताच मी ते मासिक पुष्पा आंटींच्या मांडीवर टाकलं, पण हे वाक्य असं काही पाठ झालं की मी रात्री मम्मीला विचारलं, "त्या गोष्टीचं नाव, 'एक छोटीसी चीज' असं कसं ठेवलंय?" तिनं विचारलं, की "ती गोष्ट आम्हाला ऐकायला आवडेल का?" ही गोष्ट फक्त लहान मुलांनी ऐकण्यासारखीच आहे." आणि मग मोठ्या प्रेमानं आणि कौतुकानं मम्मीनं ती गोष्ट आम्हाला सांगितली. आम्हाला ती गोष्ट फारच आवडली, कारण ती आमचीच गोष्ट आहे, असं आम्हाला वाटलं. लागोपाठ दोन-तीन रात्री मम्मीकडून आम्ही तीच गोष्ट ऐकली. त्या गोष्टीच्या शेवटानं प्रत्येक वेळी हसू यायचं. त्यानंतर मम्मीनं त्याच लेखकाची 'एक पंखयुक्त ट्रॅजिडी' नावाची आणखी एक गोष्ट सांगितली. का कोण जाणे, पण ती आमच्या मनाला एकदम भिडली. गोष्टीचा शेवट आला, की मनातून अगदी उदास-उदास वाटायचं. त्या वयातही पहिल्यांदा आम्हाला असं वाटलं, की एका गोष्टीतून माणूस कितीतरी सांगू शकतो. आम्ही मग मम्मीजवळ नेहमीच अशा गोष्टी ऐकायचा हट्ट करायला लागलो. मम्मीसुद्धा दिलेलं वचन पाळायची. तिनं आम्हाला जैनेंद्रांची 'पाजेब' (पैंजण) ही गोष्ट सांगितली. तीही आम्हाला फारच आवडली. हळूहळू आम्ही 'बूढ़ी काकी', 'ताई', 'उसने कहा था...', 'पुरस्कार', 'रोज' अशा वेगवेगळ्या गोष्टी ऐकल्या.

अशा प्रकारे दर वर्षी सुट्टीत घरी आलो, की गोष्टींचा दर्जा वाढत जायचा. हळूहळू 'विप्रदास', 'अनुपमा का प्रेम', 'त्यागपत्र', 'इन्सान के खँडहर', 'आखिरी चट्टान' अशा कथा-कादंबऱ्याही आम्ही ऐकायला लागलो. कॉन्व्हेंटमुळं हिंदी भाषेचा दर्जा खालावला असला, तरी हिंदी साहित्य आणि साहित्यिकांशी थोडीबहुत ओळख पक्की होत गेली.

मला चांगलं आठवतंय, की आता मम्मी आणि पुष्पा आंटींच्या तोंडात सारखं 'मोहन राकेश' यांचं नाव घोळत असायचं. अशा प्रकारे, आठ वर्षांच्या वयातच श्री. 'मोहन राकेश' यांच्या नावाशी माझी ओळख झाली. ज्या व्यक्तीचं नाव ऐकताऐकता लहानाची मोठी झाले ती व्यक्ती माझ्या अगदी समोर उभी आहे, याचं कधीकधी नवल वाटतं.

याच संदर्भात आणखी एक गोष्ट आठवते आहे. आमची मम्मी आपल्या धाकट्या बहिणीसाठी म्हणजे आमच्या मावशीसाठी स्थळं शोधूनशोधून थकली होती. कितीतरी लोकांना तिनं त्याबद्दल सांगूनही ठेवलं होतं; पण जितकी मुलं पाहिली, त्यातली काही मावशीला पसंत पडली नाहीत, तर काहींनी मावशीला पसंत केलं नाही. त्या वेळी डॅडींनीही घरी राहायला सुरुवात केली होती. त्यांनीही या कामात आपल्याकडून जरासुद्धा कसूर केली नाही, पण मावशी आपली अविवाहितच राहिली होती. ती 'मिरांडा' कॉलेजमधून ग्रॅज्युएट झाली होती आणि हेच विसरणं तिला शक्य नव्हतं. कसं का असेना, घरावर संकटच कोसळलं होतं. आता काय होणार, याचा विचार करताकरता मावशी आता पूर्ण चोवीस वर्षांची झाली होती, पण राहिली होती कुमारिका ती कुमारिकाच.

एक दिवस संध्याकाळी सर्व जण घरीच होते. जगदीशपापा, आमची कमला मावशी, मम्मी-डॅडी आणि आम्ही दोघं. आम्ही आता बारा-तेरा वर्षांचे झालो होतो. इथं हेही सांगायला हवं, की भाऊ माझ्यापेक्षा फक्त एका वर्षानं मोठा होता. तर सगळे संध्याकाळी एकत्र बसून चहा पीत होतो. एवढ्यात मम्मी म्हणाली, "जर कमलासाठी कोणी मुलगा मिळाला नाही, तर मी तिचं लग्न सरळ मोहन राकेशांबरोबर करून टाकीन." आम्ही सगळे अवाक होऊन तिच्याकडं पाहतच राहिलो. थोड्या वेळानं डॅडी म्हणाले "तू तर असं बोलते आहेस, की जणू तू त्याला चांगलं ओळखतेस, आणि त्यानंच तुझ्याकडं बहिणीला मागणी घातली आहे. तो दिसतो कसा? त्याचं लग्न झालंय की नाही? त्याला मुलं किती आहेत, हे तरी तुला माहिती आहे का? की त्याच्या कथा वाचल्या म्हणजे त्याचं सर्व काही तुला समजलं? बस!" डॅडींचं म्हणणं बरोबरच होतं. ज्या लेखकांना मम्मी प्रत्यक्ष भेटली नव्हती, त्यांच्यापैकीच एक मोहन राकेश होते. त्या दिवसांत मोहन राकेश बहुतेकदा जालंधर, सिमला आणि परत जालंधर असा मुक्काम करून राहायचे.

त्याच वेळी त्यांचे 'मंदी', 'मलबे का मालिक', 'फटा हुआ जूता', 'आखिरी सामान' या लघुकथा म्हणजेच 'नये बादल' हा कथासंग्रह प्रकाशित झाला होता. आम्हाला आठवतंय, की एकदा मम्मीनं जेव्हा कुणाला तरी विचारलं होतं की 'मोहन राकेश' कसे दिसतात? तेव्हा उत्तर मिळालं होतं, ''गोरा रंग, लहान चण, कुरळे केस, डोळ्यांवर चष्मा, वय वर्षं पंचवीस. थोडक्यात एक देखणा तरुण!'' त्या वेळी कोणीतरी केलेलं राकेशांचं हे वर्णन मी आजपर्यंत विसरू शकलेली नाही. नंतर मी त्यांना कितीतरी जवळून पाहिलं नि ओळखलंही; त्यांची माझ्याशी झालेली ही पहिली ओळख अप्रत्यक्ष नि तोंडी होती, हेही कबूल; पण तरी ती 'पहिलीच ओळख' होती म्हणून तिचं माझ्यासाठी असलेलं महत्व काही निराळंच आहे.

माफ करा, मी लिहितालिहिता भरकटत जाते. लिहायचं असतं एक आणि लिहिते दुसरंच काहीतरी. आमच्या घरानं आणखी कसेकसे रंग बदलले, हे मी तुम्हाला सांगायला विसरलेच. घरातील ताणतणावामुळं माझ्या मनात एक असुरक्षितता उत्पन्न झाली होती. या वयातही मी फार पुढचा विचार करायला सुरुवात केली होती. परिणाम असा झाला, की मुलांच्यात मिसळूनदेखील मी मूल होऊ शकले नाही, उलट मोठ्यांच्यात बसून मी अकाली प्रौढ झाले. याशिवाय, आमची मम्मी मुलगा आणि मुलगी या दोघांत खूप भेदभाव करायची. मम्मीला माझा भाऊ प्रत्येक बाबतीत माझ्यापेक्षा जास्त श्रेष्ठ वाटायचा आणि काही नसलं तरी त्याचं मुलगा असणं हीच एक मोठी योग्यता आहे, असं तिला वाटायचं. तो हे काम करू शकतो, कारण तो मुलगा आहे; तो हसू शकतो, कारण तो मुलगा आहे; तो खेळू शकतो, कारण तो मुलगा आहे; अर्थात तो सर्व काही करू शकतो, कारण तो मुलगा आहे आणि मी काहीच करू शकत नाही, कारण मी मुलगी आहे. मम्मीच्या या दृष्टिकोनामुळं मी इतकी हट्टी आणि कुढी मुलगी झाले की मम्मीसुद्धा मला म्हणायची, की मी कुढून-कुढून मरून जाईन. माय-लेकरांच्या प्रेमाच्या आड यायला नको म्हणून मी नेहमी काळजी घ्यायची, पण यामुळं प्रश्न काही सुटला नाही. जसजशी मी मोठी होत गेले, तसतशी मी मम्मीपुढची एक समस्याच होऊन बसले आणि हे माझ्या डोक्यात इतकं पक्कं बसलं होतं, की मी स्वत:लाही एक ओझं समजायला लागले.

मला लहानपणी आईकडून प्रेम मिळालं नाहीच आणि आता मोठेपणी माझ्या भविष्याबद्दल विचार करूनकरून मी मनोमन दु:खी व्हायचे. त्यापेक्षाही मम्मीचं दु:ख बघून मला जे दु:ख व्हायचं, ते मात्र अगदी असह्य होतं. माझी घरातील

उपस्थितीही तिला एखाद्या सावटाप्रमाणं वाटायची. मी अगदी प्रयत्नपूर्वक स्वत:ला दडवू शकत होते, पण माझ्या सावटाला कसं दडवणार? शिवाय, मी म्हणजे मम्मीला एक बंधनच झाले होते. ती स्वत: कुठं मोकळेपणानं येऊ-जाऊ शकत नव्हती आणि मलाही स्वत:बरोबर नेऊ शकत नव्हती. म्हणून ती कुठंही गेली, तरी भावाला माझ्यावर पहारेकरी म्हणून नेमून जायची. परिणामी, मला भावाकडूनही खूपच सोसावं लागलं. त्याच्याबद्दल मी मम्मीकडं कुठलीही तक्रार करू शकत नव्हते, कारण तो मुलगा होता, काहीही करायला मोकळा. मम्मीचा त्याच्या बुद्धीवर फारच भरवसा होता. मम्मीला माझं मैत्रिणींबरोबर येणं-जाणं पसंत नव्हतं, त्यांच्याबरोबर माझं हसणं-खिदळणंही तिला आवडायचं नाही म्हणून मला कोणी मैत्रीणच नव्हती. स्टुलावर बसूनच खिडकीतून बाहेर डोकावायचं. एखादी मैत्रीण आलीच, तर खिडकीखाली लपून राहायचं म्हणजे 'मी घरात नाही', असं भाऊ सांगू शकायचा. तिनंच मला कॉन्व्हेंटमध्ये शिकायला घातलं होतं, तरी तिची तक्रार असायची की मी अशी इंग्रजाळलेली कशी? आम्हाला हिंदू संस्कृतीविषयी काहीच कसं माहीत नाही? तिचं असं म्हणणं होतं, की आम्ही इंग्रजी कादंबऱ्या म्हणजे 'डर्टी लिटरेचर' सोडून हिंदी साहित्य म्हणजे 'फाईन लिटरेचर' वाचलं पाहिजे. दुसऱ्यांच्या मुलांचा आदर्श आमच्यापुढं ठेवला जायचा. विशेष म्हणजे असं सांगितलं जायचं, की त्या अमक्या-तमक्यांची मुलं बघा किती चांगली आहेत. एकदा मी त्याच्यावर म्हटलं, की अमक्या-तमक्यांचे आई-वडील बघा किती चांगले आहेत, तर मम्मीनं मला जबरदस्त शिक्षा केली. मी कुणाच्या घरी जास्त वेळ थांबले, तर ती माझा पाठलाग करत तिथं यायची. तिथं ती माझी इज्जत काढायचीच, पण रस्ताभर आरडाओरडा करत घरी घेऊन यायची आणि घरी आल्यावर तर विचारूच नका. मी कुठल्याही गोष्टीचं स्पष्टीकरण द्यायला लागले, तर त्याला 'तोंड वर करून बोलणं' समजलं जायचं. ती स्वत:च्या आयुष्यातील निराशा माझ्यावरच काढायची; पण त्यामुळं तिची समस्या काही सुटली नाही, याचंच दु:ख आम्हा दोघींनाही व्हायचं.

जेव्हा आमची शाळा संपली, तेव्हा थोडीशी संधी सापडली. डॅडींचा नवा व्यापार आता छान चालला होता. डॅडी-मम्मी आता एकत्र राहायला लागले होते. याबरोबरच, घरात एक नवीन बाळही आलं होतं. ते म्हणजे माझी धाकटी बहीण. लांब असणारे नातेवाईकही या गोष्टीवर विश्वास ठेवायला तयार नव्हते, की १४ वर्षांच्या दीर्घ अंतरानंतर आज त्या घरात एक मूल जन्माला आलं आहे; पण एक गोष्ट खरी होती, ती म्हणजे मम्मी-डॅडींचा १४ वर्षांचा वनवास संपला होता.

नव्या बाळाच्या आगमनामुळं, आमच्या घरातील प्रत्येक गोष्टीनं नवं रूप धारण केलं होतं. डॅडी 'डॅडी' वाटत होते, मम्मी 'आई' वाटत होती. खासकरून

बाळाला दूध पाजताना तर ती 'आई' वाटायचीच. आम्ही एक नवीन, मोठं घर घेतलं होतं. एक नोकरही ठेवला होता. मम्मीनं नोकरीचा राजीनामा दिला होता आणि पूर्ण वेळ गृहिणी होण्याचा तिचा अर्ज मंजूरही झाला होता. सगळ्यांना विशेषत: मला धाकटी बहीण म्हणजे एक वेगळा विषय, एक आकर्षक-हवीहवीशी करमणूक झाली होती. एरव्हीही, एका छोट्या बाळाचं घरातलं आगमन म्हणजे आम्हा सगळ्यांनाच एक नवा आणि गोड अनुभव होता. अशा तऱ्हेनं भाऊ आणि धाकटी बहीण आमच्या मम्मी-डॅडींचे चंद्र आणि तारे होते. या दोन्ही नक्षत्रांच्या तुलनेत माझा प्रकाश इतका तोकडा असायचा, की त्याचा परिणाम म्हणून या नक्षत्राला कोणी ओळखू शकलं नाही, की त्याला कुठलं नावही दिलं गेलं नाही आणि हेही उघडच होतं की, मी जन्मल्याबरोब्बर कायकाय नाही झालं? फाळणी झाली. घरात गरिबी आली आणि घर विसकटलं! याउलट, धाकटी बहीण आली तशी फाळणी संपली, घरात श्रीमंती आली आणि घर सुधारलं; पण हे सगळं जेवढं खरं होतं, तेवढंच किंवा त्याहीपेक्षा जास्त खरं हे होतं, की धाकटी बहीण खूप सुंदर, लाडकी, बाळसेदार आणि गुबगुबीत होती. तिच्याशी खेळताना, तिला अंघोळ घालताना, तिला दूध पाजताना खूप मजा यायची. जीवनात जर कुठल्या गोष्टीनं फरक पडला असेल, तर तो या धाकट्या बहिणीमुळं.

शाळा पुरी केल्यावर माझ्या पुढच्या शिक्षणाची समस्या निर्माण झाली. भाऊ मुलगा होता. त्याला 'किरोडीमल कॉलेज' मध्ये प्रवेश मिळाला, पण मी मुलगी असल्यामुळं माझ्यासाठी मम्मीला पंजाब युनिव्हर्सिटीपेक्षा दुसरी कुठलीही युनिव्हर्सिटी जास्त सुरक्षित वाटली नाही. (ज्या पंजाब युनिव्हर्सिटीनं माझा उद्धार केला, तिचं भलं होवो!) मम्मीनं मला बरोबर नेऊन सभ्य लोकांप्रमाणं एका खाजगी शिक्षण संस्थेत दाखल केलं. त्याचबरोबर संध्याकाळचा वेळ घालवण्यासाठी, तिनं मला कथ्थक नृत्य शिकायला एका नृत्याच्या क्लासलाही घालून टाकलं. (गुरुजींना तिनं चांगलं पारखून घेतलं होतं.) मुलींनी सारखं कशाततरी गुंतलेलं असायला हवं, नाहीतर त्यांचं डोकं कुठंतरी दुसरीकडंच भरकटतं, असं तिचं म्हणणं होतं. जर मी क्रिकेट-कॉमेंट्री ऐकत असले, तर ती माझ्या हातात भरतकाम आणून द्यायची; जर मी पलंगावर पडून आढ्याकडं टक लावून बघत बसलेली असले, तर ती माझ्या हातात एखादं गाजलेलं प्रसिद्ध पुस्तक आणून द्यायची. जीवनात पाय घसरेल, अशी एकही संधी तिनं मला आपल्याकडून मिळू दिली नाही. क्रिकेट-कॉमेंट्री असो, नाहीतर आढ्याकडं टक लावून बघणं असो, तिनं कशातलाच धोका पत्करला नाही. तिचं म्हणणं असं होतं, की माझ्यासाठी तिनं स्वत:चं आयुष्यसुद्धा खर्ची घातलं. डॅडींची तऱ्हा तर वेगळीच होती. त्यांना मला कुठलीही गोष्ट करण्यापासून परावृत्त करायचं असेल, तर ते ती स्वत: न करता जाऊन मम्मीचे कान भरत असत. मग

मम्मी आपलं समाधान करून घ्यायला यायची. जर डॅडींनी सांगितलं, की ही सारखी खिडकीबाहेर बघत असते; तर लगेच मम्मी बाहेर डोकावायला यायची. जर तिला कळलं, की मी अभ्यासाचं पुस्तक न वाचता कादंबरी वाचते आहे तर ती हे तपासायला यायची, की त्या कादंबरीतील नायिका नायकाबरोबर पळून तर जाणार नाहीये ना?

हे सगळं असूनदेखील, सतरा वर्षांच्या वयात माझं पहिलं प्रेम-प्रकरण होऊन गेलं, हे वाचून तुम्हाला आश्चर्य वाटेल. या मागची कहाणीही खूप मोठ्ठी आहे. माझ्या एका मामीचा माझ्यावर खूप जीव होता. अजूनही मी तिची लाडकी आहे. तिला फार वाटायचं, की माझं लग्न तिच्या एकुलत्या-एक सख्ख्या भावाबरोबर व्हावं. काही दिवसांनंतर खरं काय ते कळलं, की त्या मुलानंच स्वत: आपल्या बहिणीला म्हणजे माझ्या मामीला असं सांगितलं होतं. मामीनं खूप खबरदारी घेऊन हळूहळू पहिल्यांदा माझ्या आणि नंतर माझ्या मम्मीच्या कानावर ही गोष्ट घातली. त्यामुळं मम्मी खूप सावध झाली की नाही, हे मला कळलं नाही; पण कसं का असेना, मम्मीनं मला त्या मुलाबरोबर एकटीनं बोलत असताना पाहिलं. दुसऱ्याच दिवशी तिनं मला त्याबाबत विचारलं आणि जेव्हा तिला हे कळलं, की मला त्या मुलाशी लग्न करण्याची जरासुद्धा इच्छा नाही, तेव्हा ती चकितच झाली. नंतर जेव्हा त्या मुलाला हे कळलं, तेव्हा त्याचा विश्वासच बसला नाही. एक दिवस, रात्री खूप उशिरा तो मला माझा निर्णय पक्का आहे ना, हे विचारायला आला होता. मी त्याला माझा निर्णय पक्का असल्याचं सांगितलं. त्यानंतर दोनच दिवसांत त्यानं कुठल्यातरी दुसऱ्या मुलीशी फारसा विचार न करता लग्न करून टाकलं होतं. हे लग्न त्यानं मुद्दाम घाईघाईनं केलं होतं; कारण त्याला हे सिद्ध करायचं होतं, की जरी माझ्याशी लग्न झालं नाही, तरी तो काही बिनलग्नाचा राहणार नाही. पुढं पुष्कळ दिवसांनी मी याच विषयावर आधारित 'न जाने क्यों?' नावाची एक कथा लिहिली. तिची प्रस्तावना राकेशजींनी लिहिली होती आणि 'नयी कहानियाँ' चे संपादक श्री. कमलेश्वरजी यांनी ती छापलीही होती.

काही का असेना, मी परत भरकटले. सांगण्याचं तात्पर्य असं, की हे सर्व रामायण घडल्यामुळं माझ्यावर अगदी कडक पहारा ठेवणं सुरू झालं. मम्मीच्या कनवाळूपणाचा परिणाम भावावर असा झाला, की त्याला प्रिप्रेटरी क्लासमध्ये चांगले मार्क्स मिळाले नाहीत. म्हणून त्यानं माझ्याबरोबर पंजाब युनिव्हर्सिटीतून एफ.वाय. सायन्सची परीक्षा द्यावी, असा निर्णय झाला. जर त्याला या वर्षी चांगले मार्क मिळाले, तर इंजिनियरिंग कॉलेजमध्ये दाखल करावं, अशी अपेक्षा त्या पाठीमागं होती.

इकडं घरातील परिस्थिती खूपच हलाखीची झाली होती. व्यापारात पुन्हा मंदी

आल्यानं डॅडींनी घरात नको इतकी चिडचिड सुरू केली. आमचं शिक्षण पूर्ण करण्यासाठी त्यांनी मम्मीबरोबर आम्हा मुलांना जालंधरला पाठवून दिलं आणि स्वत: ग्वाल्हेरला जाऊन एका व्यक्तीबरोबर भागीदारीत व्यापार सुरू केला.

अठ्ठावन सालच्या नोव्हेंबरमध्ये आम्ही जालंधरला गेलो आणि तिथं चार-पाच महिने राहिलो होतो. त्या वेळी मोहन राकेश बहुतेक जालंधरच्या डी.ए.व्ही. कॉलेजमध्ये हिंदी विभागाचे प्रमुख आहेत, असं आमच्या मम्मीला आठवत होतं; म्हणून जालंधरला पोहोचल्याबरोबर या गोष्टीची खात्री करून घ्यायचं तिनं ठरवलं, पण कॉलेजचे प्रिन्सिपॉल मि. सूरजभान यांच्याकडून कळलं, की काही आठवड्यांपूर्वीच ते राजीनामा देऊन दिल्लीला गेले आहेत. या गोष्टीचा मम्मीला खूपच त्रास झाला. आता मोहन राकेशना भेटणं कधीच शक्य होणार नाही, याची तिची खात्रीच पटली; कारण ती जेव्हा जालंधरला आली तेव्हा तिला कळलं, की राकेश दिल्लीला गेले आहेत आणि जेव्हा ती दिल्लीत होती तेव्हा समजलं होतं, की ते जालंधरला राहात आहेत. त्यामुळं तिनं जालंधरमधले दिवस अगदी विचित्र अस्वस्थेत कसेबसे ढकलले.

अशातच आम्ही कशीबशी परीक्षा दिली आणि त्यानंतर दिल्लीला न जाता सरळ डॅडींकडं ग्वाल्हेरला गेलो. म्हणून मम्मीचं मोहन राकेश यांना भेटणं आणखी काही काळासाठी लांबलं. त्याच दिवसांत त्यांच्या 'आषाढ़ का एक दिन' या नाटकाला संगीत नाटक अकादमीचं पारितोषिक मिळालं होतं आणि ते खूपच गाजलं होतं. राकेशांचा फोटो पहिल्यांदा पाहायची सुसंधी मम्मीला वर्तमानपत्रामुळं मिळाली. राकेशजींना कोणत्याही कारणानं पुरस्कार मिळाला असला तरी मम्मीला वाटत होतं, की त्यामागं तिच्या पाठिंब्यांचा मोठा हात आहे.

ग्वाल्हेरमध्ये गेलेले दिवस, हा त्यातल्या दु:खांना वगळता माझ्यासाठी खूप संस्मरणीय आणि काळजीपूर्वक जतन करण्यायोग्य काळ होता. मी एफ. वाय. आर्टसचं वर्ष पुरं केलं होतं आणि जरा बदल म्हणून मम्मीनं माझं नाव 'कमला राजा कॉलेज'मध्ये घातलं होतं. आयुष्यात पहिल्यांदाच मला अशा तऱ्हेचं नियमित कॉलेज जीवन बघायला मिळत होतं. भाऊ तिथल्या 'जिवाजी इंजिनियरिंग कॉलेज'मध्ये जायला लागला होता, पण आपल्या स्वच्छंदी जीवनाचा तो असा काही गुलाम होऊन बसला होता, की त्यामुळं घरच्या सगळ्यांच्या नाकीनऊ आले होते. मुलींच्यात स्वच्छंदपणे इतकं मिसळायचं की रात्ररात्रभर घरीसुद्धा यायचं नाही, हे त्याच्या जीवनाचं अत्यावश्यक अंग झालं होतं. ग्वाल्हेरला येऊनच तो असा झाला नव्हता तर फार पूर्वीपासून-दिल्लीत 'किरोडीमल कॉलेज'ला असल्यापासूनच

त्याच्यात बदल व्हायला सुरुवात झाली होती, पण तेव्हा त्या बदलाला मुलगा असण्याच्या त्या पात्रतेबरोबरची आणखी एक पात्रता मानलं गेलं होतं. नंतर जेव्हा गोष्टी वाढतवाढत या थराला पोहोचल्या, तेव्हा मम्मीनं सगळा दोष डॅडींच्या माथ्यावर मारणं सुरू केलं. ती म्हणायची, की मुलांवर बापाचा धाक नसल्यामुळं ती अशी बिघडली आहेत. मग परत ती जुनी-पुराणी भांडणं चालू व्हायची. उदा. "बाप म्हणून त्यांच्याकडून कोणकोणती सुरक्षितता आणि निवारा मिळाला होता?" नाहीतर मग एकदम बाहेर पडून टूरवर निघून जायचं, फक्त एवढाच त्यांचा कार्यक्रम उरायचा. घरात परत एकदा अशुभ वातावरण पसरलं होतं. वाटायचं, भाऊ घरातून बेपत्ता होतो ते एका प्रकारे चांगलंच आहे, पण हळूहळू त्याच्या अशा प्रकारे बेपत्ता व्हायचे परिणाम दिसायला लागले. त्याची चौकशी करायला बरेच लोक घरी यायला लागले. त्या लोकांचं दिसणं आणि वागणं मला किंवा मम्मीला कोणालाच पसंत नव्हतं. ही माणसं त्याची वाट बघत तासन्तास बाहेर उभी राहायची. मम्मीला हे आवडायचं नाही. म्हणून ती मला आतल्या खोलीत बसायला सांगायची. भाऊ जेव्हा संपूर्ण दिवस घरी यायचा नाही, तेव्हा रागानं मम्मीची अवस्था फार वाईट व्हायची. मग ती आपला राग कधी माझ्यावर तर कधी डॅडींवर काढायची आणि तसं पाहिलं, तर डॅडींचासुद्धा यात कमी दोष नव्हता. त्यांच्या स्वत:च्या काही विचित्र सवयी होत्या. ते मुलाच्या मागे त्याच्याबाबत कायकाय बडबड करायचे कोण जाणे, पण मुलगा समोर आला की तोंड फुगवून आत जाऊन पडून तरी राहायचे; नाहीतर कुठलंतरी पुस्तक घेऊन वाचत बसायचे. भावावर डॅडींच्या या तटस्थपणाचा काहीही परिणाम झाला नाही. उलट, त्यानं डॅडींना थोडंसुद्धा घाबरायचं सोडून दिलं होतं. मम्मी त्याच्यावर जितकं रागवायची किंवा शिक्षा द्यायची, तीही फुकटच जायची. तो आता कोणाच्याच ताब्यात राहिला नव्हता. मी कित्येक रात्री उशिरापर्यंत त्याच्यासाठी जेवण बनवून बसून राहायची. कधी तो यायचा, कधी नाही. जेव्हाजेव्हा तो यायचा, तेव्हा त्याच्या येण्याचा पत्ता कसा लागायचा माहीत आहे? तो सायकलीचं पुढचं चाक सरळ घराच्या मागच्या दरवाज्यावर जोरात धडकवायचा. मी दार उघडलं, की त्याच्या तोंडाचा घाण वास माझ्या डोक्यात भरायचा. मला वाटलं, तरी मी त्याला काही विचारू शकायची नाही. मी गुपचूप जेवण गरम करून त्याला वाढायची. बहुतेक वेळा तोही चुपचाप जेवायचा आणि झोपून जायचा. कधीतरी एखाद्या दिवशी विचारायचा, की दिवसभरात त्याची चौकशी करायला कोणी आलं होतं का? मी जर 'हो' म्हणाले आणि आलेल्या व्यक्तीच्या रंगरूपाचं वर्णन करायला लागले, तर पूर्ण ऐकून घ्यायच्या आधीच तो "माहिती आहे", "माहिती आहे" असं इतक्या सहजपणे म्हणायचा की जणू हे काहीच विशेष नाही, हे त्यानं ओळखलं आहे.

कित्येक वेळा मला अशी शंका यायची, की हा कुठल्या टोळीत तर सापडला नाही ना? पण मी असं त्याला विचारायचं धाडस मात्र कधी केलं नाही, पण त्याचे मळके कपडे, धुळीनं माखलेले पाय बघून मला फार त्रास व्हायचा. मी अगदी प्रयत्नपूर्वक त्याला सांगायची, की कमीत-कमी त्यानं स्वत:च्या स्वच्छतेकडं तरी लक्ष द्यावं, पण तो 'हां' 'हूं' करून माझ्या सांगण्याकडं दुर्लक्ष करायचा. सकाळी परत जणूकाही नेहमीप्रमाणं कॉलेजलाच जात असावा, अशा पद्धतीनं आपली पुस्तकं हातात घेऊन सायकलीवरून पळ काढायचा. त्या वेळी त्याला काही म्हणायचा प्रयत्न करायचं किंवा अडवायचं धाडस मला व्हायचं नाही आणि मम्मी त्याच्या तोंडावर काहीच न बोलता तो बाहेर गेल्यावर काहीतरी कारण काढून आल्यावर माझ्यावर मात्र चिडायची. जर मी माझं तोंड उघडलं, तर समोर जी कुठली वस्तू दिसेल ती माझ्या अंगावर फेकून मारायची. त्या घरात कोणीही, कोणत्याही प्रकारे नॉर्मल वाटत नव्हतं. मला असं वाटायला लागलं होतं, की जर अजून थोडे दिवस त्या घरात राहायला लागलं तर मला वेड लागेल, पण मी जाऊनजाऊन जाणार तरी कुठं? कित्येक वेळा डॅडी रात्र-रात्रभर मुलाची वाट पाहत असूनही, त्याची चाहूल लागल्याबरोबर झटकन दिवा मालवून टाकायचे. मुलाबरोबर बोलण्याचा प्रसंग आला तरी ते त्याला टाळायचे. त्यांनी बायकोबरोबर बोलायची वेळ तर कधीचीच टाळली होती आणि माझ्याबरोबर कशाही प्रकारे बोलणं, कधीही, कोणाच्याही खिजगणतीतच नसायचं; पण हो, बरसायची संधी आली, तर मम्मी-डॅडी दोघांसाठी नेहमी मी एक योग्य 'भोज्या' असायचीच.

त्यातला एक दिवस तर माझ्या चांगलाच आठवणीत आहे. मिस्टर गोयल आमच्या डॅडींचे नवे पार्टनर होते. त्यांना माझ्याबद्दल खूप काही वाटायचं. ते डॅडींबरोबर इकडच्या–तिकडच्या गप्पागोष्टी करत असताना त्यांनी सांगितलं, की मला त्यांचा (गोयल अंकलचा) धाकटा भाऊ पसंत आहे आणि त्याच्याशी लग्न करायचंय. बस! मग काय? हा डॅडींच्या इज्जतीचा सवाल होता, की मी गोयल अंकलना उघडपणे असं सांगितलंच कसं? माझ्याविषयी आणि पर्यायानं डॅडींविषयी गोयल अंकल काय समज करून घेतील, या विचारानं त्यांनी ओळीनं सात रात्री मला निर्दयपणे मारहाण केली; पण मलासुद्धा कधीतरी, कुठल्यातरी विषयावर काहीतरी सांगायचं असेल, असं माझ्या मम्मी-डॅडींच्या डोक्यात कधीही आलं नाही. माझ्या आयुष्याबद्दल माझ्याही काही कल्पना, अपेक्षा असतील, पण त्याबद्दल माझ्याकडून काही जाणून घ्यायची त्यांना कधीही आवश्यकता वाटली नाही.

माझी अवस्था तर वाईट होतीच, तरीदेखील मला आपल्या भावाचं आयुष्य बघून कसंतरीच वाटायचं. आता तर त्यानं माझ्याकडं वेळोवेळी पैसे मागायलाही सुरुवात केली. माझ्याजवळ तरी पैसे कुठून येणार? पण एका गोष्टीचं मला अगदी

आश्चर्य वाटायचं, की माझ्याकडं १० पैसे जरी असले तरी तो ते मागून घ्यायचा. एकदा मी त्याला विचारलं, की तो दहा पैशांचं करतो तरी काय? तर त्यानं उत्तर दिलं, की त्याला सायकलचं पंक्चर काढायला ते उपयोगी पडतात. या विषयावरच मी 'पंचर' नावाची कथा लिहिली आणि माझी 'दिन से दिन' ही शेवटची कथाही थोडीफार यावरच आधारित होती.

मी परत भरकटले. सांगण्याचं तात्पर्य एवढंच, की जेव्हा वर्षाच्या शेवटी भावाच्या कॉलेजमधून सूचना आली, की हजेरी कमी पडत असल्यामुळं तो परीक्षा देऊ शकणार नाही, तेव्हा त्याचं घरातल्यांना काहीही आश्चर्य वाटलं नाही. फक्त एवढंच नाही, तर शेजाऱ्यांच्या तरुण मुलीची चप्पल लपवून तिची चेष्टा करणं, ही गोष्टही सगळ्या कॉलनीभर झाली होती. त्या वेळी मम्मीनं खोली बंद करून त्याला खूप म्हणजे खूपच मारलं होतं. ती रात्र मला चांगली आठवते. तोपर्यंत मी कधीही आपल्या भावाला मार खाताना आणि अशा तऱ्हेनं ओरडताना ऐकलं नसल्यामुळं, मला ती रात्र फारच दु:खद आणि भयंकर वाटली. आईनं त्या रात्री भावाला निर्दयपणे मारल्यावर संपूर्ण रात्र दोरीनं पलंगाला बांधून ठेवलं होतं. एवढं सगळं केल्यावरही ती स्वत: खोलीत जाऊन झोपून कशी गेली, याचं मला त्या वेळेइतकंच आजही फार आश्चर्य वाटतं. हे सगळं बघून माझ्या अंगावर काटाच आला होता. मला जावंसं वाटत असूनही २/३ तास मी भावाच्या खोलीत जाऊ शकले नाही आणि जेव्हा गेले, तेव्हा त्याच्या नजरेला नजर देऊ शकले नाही. भावानं माझ्याकडं पाणी मागितलं. त्याला तशा बांधलेल्या अवस्थेत मी बघूच शकत नव्हते. त्याला पाणी देताना माझे हात थरथर कापत होते. मी कितीतरी पाणी पाजूनही त्याची तहान भागली नव्हती. त्याला बाथरूमला जायचं होतं आणि मला आठवतंय, की मी अगदी घाबरत-घाबरत त्याला सावकाश बाथरूममध्ये नेलं आणि परत येऊन त्याला पुन्हा तसंच बांधून ठेवलं, पण हे काम मी किती मुश्किलीनं केलं, हे माझं मलाच माहीत. त्यानंतर त्याला कितीतरी जणांनी खूप समजावलं. अनेकांनी तो मार्गावर यावा म्हणून प्रयत्न केले आणि तो थोडा-फार सुधारलाही. सगळ्यांच्या सल्ल्यामुळं इंजिनियरिंग कॉलेज सोडून तो बी.एस्सी. करायला लागला; पण का कोण जाणे, लहानपणी तो जितका हुशार होता, तितकाच आता अभ्यासाला घाबरून त्याच्यापासून लांब पळायला लागला. काही दिवस बरा असायचा. परत थोडे दिवस पूर्वीसारखा व्हायचा. माझी अवस्था तर आणखीनच वाईट झाली होती. मी स्वत:त आणि धाकट्या बहिणीतच व्यग्र राहायचा प्रयत्न करायची. सकाळी कॉलेजला जायच्या आधी तिला तयार करायची आणि शाळेत सोडून मग मी कॉलेजला जायची. पुन्हा कॉलेजमधून घरी येऊन तिचा डबा घेऊन शाळेत जायची आणि तिला खाऊ घालून परत यायची. या कार्यक्रमात

जर कोणी माझ्याबद्दल शंका घेतली, तर मी अगदी संतप्त वाघीण तरी व्हायची किंवा अडेलतट्टू बनून समोरच्याच्या डोळ्याला डोळे भिडवून रोखून बघत राहायची. मात्र तोंडातून अवाक्षर काढायची नाही. जर कोणी रोजच माझ्याकडं स्पष्टीकरण मागायला लागलं तर मी कॉलेजलाच जाणार नाही, हा माझा निर्धार होता. फक्त या कारणासाठी मला कॉलेज सोडावं लागलं, पण यामुळं मम्मी माझ्यावर जास्तच राग काढायला लागली. मी म्हणजे तिला मोठं संकटच बनले होते, कारण माझं लग्न आणि त्यासाठी लागणारा पैसा तिला डोंगराएवढा वाटायला लागला होता. एकूण काय? मी पहिल्यापासून शेवटपर्यंत तिच्या आयुष्यासाठी कुठली ना कुठली डोकेदुखीच होते. फक्त कारणं बदलत होती.

या सगळ्यांमुळं त्रासून जाऊन जेव्हा मी तिला म्हटलं, की आता तिनं माझ्या शिक्षणाची किंवा लग्नाची कोणतीच काळजी करू नये. त्यावर तिनं उत्तर दिलं, "हो, हो, तू अगदी मोठी सुंदरीच लागून गेलीस की नाही. जणूकाही कुणी राजकुमार घरी येऊन तुला आपल्या डोळ्यांच्या पापण्यांवर बसवून घेऊन जाईल?"

माझं कॉलेज बंदच झालं होतं. तरीसुद्धा माझ्यावर कडक पहारा होता. माझा एवढा संशय घ्यायला मम्मीला काय झालं होतं, कोण जाणे! लहानपणापासूनच ती माझा संशय घ्यायची, पण माझ्याबद्दलची तिची ही नवी काळजी म्हणजे मला एक नवीनच संकट वाटायला लागलं.

या संबंधातली आणखी एक गोष्ट मला आठवते. माझ्या घरातील दुर्दशेमुळं मी एवढी दुःखी झाले होते, की त्या घरात खायचं, प्यायचं, राहायचं आणि जगायचं हे फार अवघड झालं होतं. मी आता मनातल्या मनात ठरवलं, की या घरात यापुढं मला मुळीच राहायचं नाही. म्हणून मी मम्मीचा ड्रॉवर उघडला. त्यातले ५००रु. घेतले आणि एक छोटीशी सूटकेस भरून दुपारी सरळ स्टेशनवर रवाना झाले. डॅडी गोयल अंकलबरोबर फॅक्टरीत गेले होते. थंडीचे दिवस असल्यामुळं आई गच्चीवर गूळ खात होती आणि बबू-माझी धाकटी बहीण शाळेत गेली होती. भाऊ नेहमीप्रमाणं कुठंतरी धक्के खात पडला असावा. मी स्टेशनवर पोहोचल्याबरोबर पहिल्या गाडीचं तिकीट मागितलं. तिथं कळलं, की पंधरा मिनिटांत 'पठाणकोट एक्स्प्रेस' येणार आहे. ती स्टेशनवर पाच मिनिटं थांबेल. मी तिकीट घेऊन तीन नंबरच्या प्लॅटफॉर्मवर जाऊन उभी राहिले. छाती जोरजोरात धडधडत होती. तिकीट काढलं होतं, पण पठाणकोटला जाऊन काय करायचं, याचा विचारच केला नव्हता. एवढ्यात, मम्मी मला शोधतशोधत स्टेशनवर येऊन थडकली. तिच्याबरोबर गोयल अंकल होते. पैशाची चोरी झाल्याचं मम्मीला ताबडतोब समजलं असणार; पण मी रेल्वे स्टेशनवरच गेले असणार, हे डोकं तिने कसं चालवलं, हे मला आजपर्यंत समजलेलं नाही. परिस्थिती अगदी चित्रपटातल्यासारखीच होती. मम्मी

प्लॅटफॉर्मवर पोहोचेपर्यंत गाडीही स्टेशनात येऊन दाखल झाली होती. तिनं मला गाडीत चढता–चढता खाली ओढून काढलं आणि घरापर्यंत फरफटत घेऊन आली. पुढचं वर्णन तुमच्या कल्पनेवरच सोडलेलं बरं! आणि तरीसुद्धा तुम्ही जो काही अंदाज केला असेल, तो अपुराच पडेल. मी एवढं जरूर म्हणेन, की जर मी मम्मीच्या हाती लागले नसते, तर मला नक्की गाडी मिळाली असती; आणि जर गाडी मिळाली असती, तर पुढची गोष्ट जशी मी आता सांगते आहे, तशी घडली नसती. मग कशी घडली असती, याचा अंदाज मी आजही करू शकत नाही; त्याची आज गरजही नाही, पण नंतर जी घडली ती मात्र जशीच्या तशी तुमच्यासमोर पेश करेन, असं मी तुम्हाला वचन देते.

यापूर्वी मी सांगितलंच आहे की, मी ग्वाल्हेरचं कॉलेज सोडलं होतं; पण त्याबरोबर एक गोष्ट सांगायला विसरले, की मी जेव्हा कॉलेजमध्ये होते, तेव्हा कॉलेजच्या प्रत्येक कार्यक्रमात अगदी हिरिरीने भाग घ्यायचे. एन.सी. सी. पासून ते कॉलेज इलेक्शनपर्यंत सगळीकडं दादागिरी करायचे. एवढंच नाही, तर स्टुडंट युनियनमध्येही मी खूपच धमाल उडवून दिली होती. ज्याज्या कामात मला दंगा करता येईल किंवा मजा, उत्साह वाटेल आणि आसपासच्या लोकांना त्रास होऊन केवळ कटकट वाटेल, अशा प्रत्येक गोष्टीत मला भाग घ्यायला आवडायचा. मी आपल्या पद्धतीनं कॉलेज गाजवायला सुरुवात केली होती. याचबरोबर, मी माझ्या आसपास बरेचसे 'चमचे' गोळा केले होते; पण एक लक्षात ठेवलं पाहिजे, की हे सगळं कॉलेजपुरतंच मर्यादित होतं. हे सगळं करूनसुद्धा मी शिक्षकांची खूपच लाडकी होते, कारण वक्तृत्वात, विशेषत: कोणत्याही विषयावर उत्स्फूर्त बोलण्यात मी नेहमीच नंबर पटकावायचे. याचा सराव मी कॉन्व्हेंटच्या अभ्यासक्रमापासूनच करून ठेवला होता. याशिवाय एन.सी.सी., प्रजासत्ताक दिनाचे सांस्कृतिक कार्यक्रम आणि देखावे म्हणजे माझ्याच करामती असायच्या. मी हे फक्त अशासाठी सांगितलं, की तुम्हाला कळायला हवं की घरात कायकाय व्हायचं ते मी सांगितलं, पण कॉलेजमध्ये मी कायकाय करायचे ते मात्र सांगायला विसरले. या कारणांमुळंच मला जेव्हाजेव्हा कॉलेजमधून घरी यायला उशीर व्हायचा, तेव्हा मम्मीला माझा संशय यायचा. तिला हे काहीच माहीत नव्हतं, कारण एक तर तिला या सर्व गोष्टी म्हणजे वेळेचा अपव्यय वाटायचा. या कार्यक्रमांच्या निमित्तानं मला माझ्या मनातली मळमळ बाहेर काढून टाकता यायची; पण आईला विचारून काही करायचं ठरवलं असतं, तर त्यावर बंधन आलं असतं.

शिवाय, ग्वाल्हेर म्हणजे तानसेनची भूमी होती. गाणं हे या प्रदेशाचं सर्वांत

मोठं वैशिष्ट्य होतं. 'ग्वाल्हेरचं तान्हं मूलसुद्धा सुरात रडतं', असं म्हटलं जायचं. इथं इतके सांस्कृतिक कार्यक्रम असायचे, की काय सांगावं? गाणं-बजावणं आणि नृत्य तर ग्वाल्हेरच्या लोकांच्या नसानसांत भिनलेलं होतं. कुणाच्या ना कुणाच्या गच्चीवर, कुठल्या ना कुठल्या सणाच्या निमित्तानं किंवा दुसऱ्या कसल्या निमित्तानं रात्र-रात्रभर गाण्याचा कार्यक्रम चालायचा. तिथं राहून अशी समजूत झाली, की ग्वाल्हेरच्या लोकांचं जीवन म्हणजे फक्त नाच-गाणं आहे. बाकीची कामं ते फक्त वेळ घालवायला करतात. नृत्य–गायनाबरोबरच तिथं नाटकाचे प्रयोग करण्याचीही प्रथा होती.

मला भारत-चीन युद्धाचे दिवस चांगले आठवतात. त्या काळात प्रत्येक संस्था कोणते ना कोणते सांस्कृतिक कार्यक्रम करून युद्धासाठी धडाक्यानं फंड गोळा करून पाठवायची. यात आमचं कॉलेजसुद्धा मागं नव्हतं. ते स्वत:ला इंजिनियरिंग किंवा मेडिकल कॉलेजपेक्षा कोणत्याही दृष्टीनं कमी लेखायला तयार नव्हतं. सांस्कृतिक कार्यक्रमात तर नेहमीच या कॉलेजांशी सामना करायचं, पण आमची युद्ध फंडाच्या बाबतीतसुद्धा पहिला नंबर काढायची इच्छा होती. म्हणून आम्ही खूप कष्टानं, प्रयत्नपूर्वक 'आषाढ का एक दिन' हे नाटक बसवलं होतं आणि त्याचे खेळ एक आठवडाभर करून दाखवले होते. त्याच्या तिकिटांचा दर आम्ही मुद्दामच खूप जास्त ठेवला होता आणि हॉलच्या प्रशस्तपणाच्या जोरावर आमच्या कॉलेजनं आठवड्याभरात दहा हजार रुपये गोळा केले होते. ग्वाल्हेरमध्ये केलेल्या नाटकांत आमच्या नाटकाचं हे रेकॉर्ड आजतागायत कायम आहे. आता त्याची निर्मिती आठवून मनाला जरा त्रासच होतो, ही गोष्ट वेगळी; पण त्याच्याचबरोबर हेही खरंच, की कॉलेजच्या एका हौशी ग्रुपचं नाटक असल्यामुळं, तसं ते स्वाभाविकच होतं आणि त्या वयात कुठली निर्मिती चांगली नि कुठली वाईट, याची जाण कुणाला असते?

पण आमच्या नाटकाची आठवण मला आली, कारण नंतरच्या काळात मम्मीच्या तोंडून नव्या उत्साहानं मोहन राकेशांचं नाव सारखं ऐकायला यायला लागलं. माझ्या आठवणीप्रमाणं त्या काळात राकेशजी, भैरवप्रसाद गुप्तांच्या संपादनाखाली निघणाऱ्या 'नई कहानियाँ' मासिकात नियमितपणे एक सदर लिहीत होते. सदराचं नाव होतं, 'बकलम खुद'. मम्मी 'नई कहानियाँ' ची वर्गणीदार होती किंवा नंतर झाली असावी आणि हे मासिक आम्हाला बाथरूम, स्वयंपाकघर, झोपायची खोली अशा सगळ्या ठिकाणी दिसायला लागलं. मम्मीला तर 'नई कहानियाँ' मध्ये राकेश यांनी लिहिलेली मालिका वाचायला तर मिळायचीच, एवढंच नाहीतर, त्यांचा पत्ताही त्यात लिहिलेला असायचा. हे तिला मोठंच बक्षीस मिळालं होतं. म्हणून प्रथम वाचणं, वाचून दाखविणं तर बाजूलाच राहिलं, मम्मीनं

सर्वांत पहिल्यांदा राकेशांच्या पत्त्यावर झडप घातली.

राकेशजींना मम्मी काय लिहायची, हे मला माहीत नव्हतं; पण जर अंदाज करायचाच झाला, तर सगळ्यात पहिल्यांदा मम्मीनं राकेश यांच्या साहित्याची खूपच प्रशंसा केली असणार. मग बराच काळ 'बकलम खुद'वर प्रश्न विचारले असणार. त्यावर लेखी चर्चा झाल्या असणार आणि शेवटी तुम्हाला कल्पना असेलच, की तिनं स्वत:च्या साहित्याचीही चर्चा सुरू केली असणार, कारण कोणत्याही व्यक्तीबरोबर तुम्ही अचानक इतका लांबलचक पत्रव्यवहार करू शकत नाही. कसं का असेना, त्या काळात मम्मी खूप खूश असायची. कमीत–कमी त्या निमित्तानं आमच्या आयुष्यातही बहार आली. आता मम्मी त्या पत्रांच्या जोरावर आपल्याला राकेशजींची सर्व माहिती असल्याचं ठामपणे सांगायला लागली; पण जर तुम्हाला खरं सांगायचं झालं, तर फक्त मीच नाही तर घरातले बाकी सर्व जणही या चर्चेने कंटाळले होते. अर्थात, सहन करण्याखेरीज दुसरं काय करणार? एका गोष्टीचा तर मला आजतागायत पत्ता लागला नाही, की मम्मी राकेशजींना माझ्या नावानं का पत्रं लिहायची? पण त्या काळात तरी मला मम्मीला काहीही विचारायची हिम्मत होत नव्हती, कारण आम्ही घरातली शांतता भंग व्हावी अशी कोणतीही गोष्ट करायला तयार नसायचो. बाकीच्या गोष्टींबरोबर हेही सहन करणं फार अवघड नव्हतं.

हं! तर मी सांगत होते, की ग्वाल्हेर कॉलेज मी सोडलं होतं आणि आता पंजाब युनिव्हर्सिटीतून खाजगी बी.ए. करायची तयारी करत होते. परीक्षेच्या तीन महिने आधी गुडगावला जाऊन फॉर्म्स भरायचे होते. मला फॉर्म्स भरायचे दिवस जवळ आले म्हणून भीती वाटत होती; तर मम्मीला हा काळ फारच मोठा वाटत होता. याचं सर्वांत मोठं कारण म्हणजे तिला दिल्लीला जाऊन राकेशजींना भेटण्याची उत्कंठा लागली होती. याउलट मला दिल्लीला ना जाऊन राकेशजींना भेटण्याची उत्सुकता होती ना परीक्षेला बसण्याचीही उत्सुकता होती. दोन्ही गोष्टींत मला कसलाही रस नव्हता. पण मम्मीच्या प्रत्येक सुखापुढं आम्ही आत्मसमर्पण केलं असल्यामुळं आत्ताही मागे हटण्याचा प्रश्नच नव्हता. म्हणून आम्हा सगळ्यांचं आता एकच कर्तव्य शिल्लक होतं, की मम्मीबरोबर दिल्लीला जायला किती दिवस उरलेत ते मोजत बसायचं आणि जितक्या लवकर शक्य असेल तितक्या लवकर ते दिवस कसेबसे काढायचे. पण काही झालं तरी ते दिवस आपल्या गतीनेच निघून जात होते. कधीतरी ती मला अभ्यास करण्याबद्दल रागावताना म्हणायची की आता दिवस किती उरलेत अजून? तेव्हा मला बरं वाटायचं, की चला, आता मम्मीलाही वाटायला लागलंय की दिल्लीला जाण्याचे दिवस जवळजवळ येत चाललेत.

मम्मीनं कार्यक्रम असा ठरवला होता, की दिल्लीला जाऊन गुडगावला जायचं

आणि गुडगावहून परत दिल्लीला जाऊन कमीत-कमी आठवडाभर तरी तिथं राहायचं. मम्मीनं बहुतेक हा कार्यक्रम राकेशजींना पत्र लिहून कळवला असावा, कारण त्याच्यावर त्याचं उत्तर आलं, की तेव्हा ते दिल्लीतच असणार आहेत आणि ते आणि त्यांच्या पत्नी अशा दोघांनाही मम्मीला भेटायला नक्की आवडेल. त्या वेळी राकेशजी आपल्या पत्नीबरोबर कीर्तिनगरात राहात होते, कारण त्या पत्रात त्यांनी आपला पत्ता सविस्तर दिला होता. ते पत्र मम्मीनं अगदी सांभाळून ठेवलं होतं. (तसं पाहिलं तर मम्मीनं राकेशजींची सगळीच पत्रं सांभाळून ठेवली होती.)

दरम्यानच्या काळात, मम्मीला राकेशजींच्या व्यक्तिगत जीवनाबद्दल बरचसं माहीत झालं होतं. त्यांचा पहिल्या पत्नीशी घटस्फोट झाला आहे. ते लोक पहिल्या–पहिल्यांदा दयाळ बागेत राहत असत. शिवाय, त्यांना पहिल्या पत्नीपासून एक मुलगा असून घटस्फोटानंतर तो आपल्या आईबरोबर डेहराडूनलाच असतो. राकेशजींची पहिली बायको डेहराडूनच्या कुठल्यातरी कॉलेजची प्रिन्सिपॉल आहे. घटस्फोटानंतर राकेशजींनी दुसरा विवाह केला असून नवराबायको दिल्लीतच राहत आहेत. इतक्या सगळ्या बातम्या मम्मीनं कुठूनकुठून आणि कशा मिळवल्या, ही माझ्या तर्कापलीकडची गोष्ट आहे; पण एवढं मात्र नक्की, की राकेशजींना भेटण्यापूर्वीच मम्मीला त्यांच्याविषयी आणि त्यांच्या साहित्याविषयीची माहिती मिळाली होती. आता फक्त काही नवं व्हायचं असलं तर तिनं त्यांना भेटणं, म्हणजे फक्त भेटण्याची नवलाई अनुभवणं शिल्लक राहिलं होतं आणि तुम्हा सर्वांना हिंदीतील प्रसिद्ध म्हण माहीतच आहे की 'खुदा के घर में देर है, अंधेर नहीं.' त्याप्रमाणं कसेतरी का होईनात, शेवटी ते दिवसही एकदाचे आलेच.

आम्हाला ग्वाल्हेर ते दिल्ली आणि दिल्लीहून गुडगावला जायचं होतं. म्हणून पहिल्यांदा मम्मीनं गुडगावचं काम संपवलं आणि दिल्लीला आल्यावरच तिनं उसंत घेतली. दिल्लीत आम्ही डॅडींचे पार्टनर, गोयल अंकल यांच्याकडं उतरलो होतो. गोयल अंकलच्या एका मुलीचं लग्न झालं होतं. दुसरी मुलगी बीना माझ्या वयाची (२०वर्षे) होती. तिसरी मुलगी माझ्या बहिणीच्या-बबूच्या वयाची होती. म्हणून आम्ही दोघी बहिणी दिल्लीला आल्याबरोबर आमच्या समवयस्क मैत्रिणींबरोबर अगदी रमून गेलो होतो. पहिल्या दिवसाचा आमचा कार्यक्रम असा होता, की एका दिवसाच्या तिन्ही खेळांचे सिनेमे पाहायचे आणि आम्ही तसंच केलं. म्हणजे एका थिएटरमधून बाहेर पडलो, ते दुसऱ्यात शिरलो आणि दुसऱ्यातून बाहेर पडलो ते तिसऱ्या थिएटरमध्ये घुसलो. शेवटचा खेळ रात्री साडेनऊला सुटला. तिथून आम्ही सरळ 'स्टँडर्ड एक्स्प्रेस बार' मध्ये गेलो आणि रात्री ११ वा. घरी पोहोचलो. आम्ही

हे सगळं मम्मीला न विचारता केलं, पण आता दिवसभराची सगळी मस्ती जिरलेली होती आणि डोळ्यांसमोर जीवनाचं वास्तव फिरायला लागलं होतं. दिवसभर दंगा करणं, त्यामध्ये तरुण जोडप्यांचा पाठलाग करणं, रस्त्यावर शिट्ट्या मारणं, कोकाकोलाच्या चुळा भरणं, सिनेमात शेजाऱ्याला पॉपकॉर्न वाटणं हे सगळं आमच्या दंग्यात समाविष्ट होतं, पण आता या सगळ्यावर पाणी पडलं होतं.

खरोखरच, मला ही एक विचित्र सवय जडली होती, ती म्हणजे जेव्हा स्वातंत्र्य मिळेल तेव्हा त्याचा नको तेवढा फायदा उठवायचा; पण मम्मीपासून शंभर फुटांच्या अंतरावर आलं, की ते सर्व उडून जायचं. आता आम्ही अगदी फाटकाजवळ आलो होतो आणि मम्मी दिवाणखान्यात होती. हातपाय थरथर कापायला लागले होते; पण खिडकीतून मम्मीचा जो चेहरा दिसत होता, तो आमच्या अपेक्षेच्या अगदी विरुद्ध होता. मम्मी आरामात बसून मनमुराद, खदखदून हसत होती आणि तिच्या त्या खदखदण्यातून आसपास ताज्या चमेलीच्या फुलांचा वर्षाव होत होता. मी बीनाला म्हटलं, "वा! आज मजाच मजा दिसतीय!"

आम्ही सगळ्या अगदी निर्ढावल्याप्रमाणं सरळ दिवाणखान्यात शिरलो. मम्मीनं पहिल्यांदाच मोठा दिलदारपणा दाखवला.

"सांगा गं! आज मनापासून मजा केलीत की नाही?"

मी अवाक होऊन तिच्याकडं बघतच राहिले. मग मात्र राहावलं नाही. म्हटलं, "मम्मी, तू खूश असलीस तरच आम्हाला खूप आनंद होतो."

खोलीत बसलेले सगळेच जण खदखदून हसले; पण जर का मी हे असं दुसऱ्या कुठल्या वेळी म्हटलं असतं, तर माझी काही खैर नव्हती. आज मात्र त्या सर्व लोकांच्यामध्ये मम्मीलाही हा मोठा विनोदच वाटला, कारण हसण्यात सर्वांपेक्षा तिचाच आवाज मोठा होता. खोलीत त्या वेळी बीनाचे डॅडी-मम्मी म्हणजे मिस्टर आणि मिसेस गोयल, त्यांची धाकटी मुलगी मधू, बबू, गोयल अंकलचे दोघे धाकटे भाऊ, असे सगळे जण बसले होते आणि जेवण झाल्यावर सर्वांचं गरमागरम जिलब्यांवर ताव मारणं चाललं होतं.

मी हळूच बीनाला कोपरानं डिवचून तिच्या खोलीत जाऊ या, असं खुणावलं; पण बीना आणि मी उठून उभ्या राहिल्याबरोबर गोयल अंकल म्हणाले, की आत्ता तर आल्या आहात आणि लगेच उठून आपल्या खोलीत निघाल्यासुद्धा. मला गोयल अंकल खूप आवडायचे. ते स्वत:च्या मुलांत एवढा उत्साह आणि जोश भरायचे, की खूप मजा यायची. त्यांच्यामुळं मुलांना खात्री वाटायची, की आई–वडिलांच्या जीवनात मुलांचं एक खास स्थान आहे; त्यांना मुलांची एक वेगळीच गरज आहे. त्यामुळं जवळ बसायचा एवढा प्रेमळ आग्रह झाल्यावर नकार द्यायचा मूर्खपणा कोण करणार? पण आई-वडिलांना आपली गरज आहे, असं मला

आयुष्यात कधीही वाटलं नाही. आम्हाला नेहमी असंच वाटत राहिलं, की आमची कोणतीही चूक नसूनही आम्ही आपल्या आई–वडिलांवर लादले गेले आहोत.

कसं का असेना, आम्ही दोघी तिथल्या-तिथंच बसलो. मला तर कधीही गोयल अंकलजवळ बसायचा त्रास झाला नाही, कारण अंकल प्रत्येक तरुण मुलाला आपला मित्रच मानायचे, लहान समजायचे नाहीत. त्याच्याशी प्रत्येक विषयावर बोलायचे आणि समोरच्या माणसात असा विश्वास निर्माण करायचे, की तो आपल्या मनात खोल दडलेली गुपितंही त्यांच्यापुढं नि:संकोचपणे उघडी करायचा.

तर गोयल अंकलनी विचारलं, की आम्ही कुठंकुठं गेलो आणि कायकाय केलं? ते आम्हा मुलांच्या प्रत्येक फालतू गोष्टीवर लहान मुलासारखं हसायचे. परत त्यांनी विचारलं, की आमचा उद्याचा प्रोग्रॅम काय आहे? तेव्हा बीना म्हणाली, की आम्ही इंदूताईच्या (बीनाच्या मोठ्या बहिणीच्या) घरी जाणार आणि सगळा दिवस तिथंच घालवणार. मम्मीनं मध्येच अडवून विचारलं, की तुला माझ्याबरोबर यायला आवडेल का? मी विचारलं, "कुठं?" तर कळलं, की ती त्या दिवशी मोहन राकेशांच्या घरी गेली होती आणि बहुतेक उद्यासुद्धा जाईल! अर्थात, दुसऱ्या दिवशीचा बेत अजून पक्का ठरलेला नाही. उद्या सकाळी फोन करून ती नक्की बेत ठरवेल. एका चुटकीसरशी मला मम्मीच्या आजच्या दिलदारपणाचं आणि बेहद्द आनंदाच्या रहस्याचं कोडं उलगडलं. बोलताबोलता कळलं, की ती राकेश पतिपत्नींना भेटून आली आणि ते अगदी वरच्या दर्जाचे, सुसंस्कृत लोक आहेत आणि त्यातल्या-त्यात 'श्रीं' पेक्षा श्रीमती जास्त चांगल्या आहेत.

मी बीनाला परत कोपरानं ढोसलं. आम्ही जांभया देतदेत खोलीच्या बाहेर पडलो. बिछान्यात पडल्या-पडल्या मी बीनाला मम्मीच्या प्रसन्नतेचं कारण सांगून टाकलं. बीना माझ्यावर तोफगोळा डागत म्हणाली, "हो? अगं पण हे 'आषाढ का एक दिन' वाले 'मोहन राकेश' तर नाहीत?" या वेळी मी उडी मारून म्हटलं, "हो! पण तूही त्यांना ओळखतेस?"

"चेहऱ्यानं नाही, पण त्यांचे विचार, साहित्य यावरून ओळखते. त्यांच्यापुढं तर आम्ही गुडघेच टेकलेत."

मला तिच्या बोलण्याचा अर्थ कळला नाही; पण तीही या लेखकाच्या भोवऱ्यात सापडली आहे, की काय या विचारानं मला तिची कीव आली. मला आता पश्चात्ताप व्हायला लागला, की मी इतक्या भोळेपणानं तिच्याबरोबर पूर्ण दिवस कसा घालवला? आधीच तिच्याबद्दल सर्व काही जाणून का घेतलं नाही? मला राहवलं नाही. मी विचारलं, "बीना, तू जे म्हणालीस ते मला काही समजलं नाही." त्यावर तिनं समजावलं, "अगं आम्हाला हायर सेकंडरीला त्यांचं 'आषाढ का एक दिन' अभ्यासाला होतं." ही गोष्ट तिनं इतक्या सहजपणे सांगितली, पण

मी मात्र बेशुद्ध होताहोता वाचले. लगेचच बीनानं उलटा प्रश्न विचारला, "पण तू एवढी का घाबरलीस? प्रकार तरी काय आहे? तू त्यांना ओळखतेस का?" मी त्याला प्रत्युत्तर दिलं, "अगं, तू काय मला मूर्ख समजतेस का? मी आणि मम्मी यांच्यात तुला काही फरक दिसतो की नाही? आता मात्र हद्द झाली हं, यार!" आणि मी उठून बसले. बीना बसल्याबसल्याच मला म्हणाली, "चल यार! उद्या चल ना, उद्याच त्या लेखकाला बघून येऊ. मी आजपर्यंत कुठल्याही लेखकाला बघितलं नाही." मी म्हटलं, "अगं, लेखक ही काही प्रेक्षणीय वस्तू नाही. फारच गिळगिळीत प्रकार असतो तो! तू वास मारणारं पोटीस बघितलंयस कधी?" आता बीना सावध झाली होती. म्हणाली, "तू कधी याआधी लेखकाला बघितलं आहेस का?" आता ती चांगलीच तापली होती. मी तिला ताबडतोब म्हणाले, "अगं, तू काय म्हणतेस, लेखकाला कधी पाहिलंय का? अगं, मी तर लेखकांना बघतबघतच मोठी झालेय."

"लेखकांना बघत?" आता बीनाचे दोन्ही डोळे जणू बाहेर आले होते. "पण तू तर मला अशी घाबरवते आहेस, की जणू तू लेखक न बघता भुतं पाहिली आहेस!"

"भूत? अगं, तू दैत्य म्हणाली असतीस तरी मी मान्य केलं असतं!" आता मी भिंतीचा आधार घेतला होता. "अगं, पहिल्यांदा हे सांग, की तू 'आषाढ का एक दिन' वाचलं आहेस का?" बीनानं हुशारी दाखवायचा प्रयत्न केला. "अगं! वाचलं काय? पाठ केलंय!" "पण त्यानं काय होतंय? लेखक जे काही लिहितात, त्याच्या बरोब्बर उलटे असतात, हे माहीत आहे का तुला?"

"बरं, तू जर एवढे लेखक पाहिले असशील, तर मला पण एक बघू दे ना!" बीनानं विनंती केली.

"सोड, सोड! किती बोअर करतेस तू? तुला जायचं तर जा ना, मला याआधी पाहिलेल्या लेखकांमुळं अपचन झालंय!"

"हो? मग सांग बरं, लेखक कसे असतात?"

आता मला हसू आलं, म्हटलं, "कसे म्हणजे? त्यांच्यात आणि दुसऱ्यांच्यात बाकी गोष्टी सारख्याच दिसल्या. जर कुठं फरक दिसलाच, तर त्यांच्या बोलण्या-चालण्यात आणि पोशाखातच असतो आणि या गोष्टीमुळंच मला त्यांची ॲलर्जी आहे. म्हणून म्हणते, तुला लेखक जेवढा त्याच्या एका लेखनावरून कळलाय, तेवढाच पुरे! कमीत-कमी तो पाहिला नसला, की त्याच्याबद्दलचं मत तरी बदलायला नको, हो की नाही?"

बीनाला मनापासून ते पटलं नसलं, तरी कसं का होईना, ती माझ्याबरोबर तिच्या विवाहित बहिणीच्या घरी पूर्ण दिवस घालवण्यासाठी आली होती.

सगळा दिवस आम्ही इतकी मस्ती केली की बस! इंदूताईकडं तिची छोटीशी

गोड मुलगी होती. तिला आंघोळ घातली, दूध पाजलं, तिच्याशी मनापासून खेळलो. संध्याकाळी हबशांप्रमाणं 'जाझ' संगीतावर जोरात नाचलो. दंगा-धुडगूस घातला. मम्मीचा दिवसाच फोन आला होता, की संध्याकाळी ती आम्हाला घरी न्यायला येईल; पण तिला यायला रात्र झाली होती.

आम्ही सगळ्या अगदी खूप दंगा करत होतो, एवढ्यात मधू (बीनाची धाकटी बहीण) खोलीत शिरली आणि तिनं आम्हाला गप्प बसवत म्हटलं, "श् ऽ ऽ ऽ! लेखक येतोय लेखक!" आम्ही संगीत बंद केलं. लेखकाला नाही, मम्मीला घाबरून! तेव्हा मी बीनाला म्हटलं, "आज आपण मज्जा करायची!"

सर्वांत आधी मम्मी आत शिरली - लेखकाच्या पत्नीला बरोबर घेऊन आणि मग स्वत: लेखक आले. वातावरण इतकं गंभीर झालं होतं, जणू एखादं ऑपरेशन होणार असावं.

मी आणि लेखक समोरासमोर बसलो. एका बाजूच्या सोफ्यावर लेखकाची पत्नी आणि मम्मी. दुसऱ्या बाजूला इंदू, बीना, मधू आणि बबू बसल्या होत्या. अत्यंत रीतसरपणे चहा आत आणला गेला आणि टेबलाच्या मधोमध अगदी शांतपणे ठेवलाही गेला. आता चहा बनवायला कोणीच पुढं येत नव्हतं, कारण शांततेचा भंग केल्याशिवाय चहा करता येईल, यावर कोणाचाच विश्वास नव्हता. मी कधी लेखकाच्या पत्नीकडं पाहायची, कधी मम्मीकडं तर कधी बीनाकडं, पण मम्मी फक्त लेखकाच्या पत्नीबरोबर गप्पा मारण्यात गुंतली होती. बीना तर फक्त लेखकाकडं बघत होती आणि लेखक फक्त चहाच्या ट्रेकडं नजर लावून बसले होते. मला पूर्ण खात्री होती, की त्यांची चहाच्या ट्रेवर संपूर्ण कथा किंवा तिची योजना जवळजवळ पूर्ण होत आली असणार! फक्त छापायचीच खोटी आहे! मी लेखकाची समाधी भंग करायला मम्मीला म्हणाले, "मम्मी, चहा तयार करू?" आणि मी उभी राहिले. मी उठल्याबरोबर लेखकाच्या पापण्यादेखील उचलल्या गेल्या. मम्मीनं सांगायला जरासुद्धा वेळ घेतला नाही, "तुम्ही विचारत होता ना, माझी मोठी मुलगी कोणती म्हणून? हीच ती." लेखकाच्या पत्नीकडं पाहून ती म्हणाली. मग ती मला म्हणाली, "हेच ते मोहन राकेश. यांचंच बरंचसं साहित्य तू वाचून काढलं आहेस." मम्मीच्या ज्यादा बडबडण्याच्या सवयीशी माझा जुना परिचय होता, म्हणून तिच्याकडं लक्ष न देता मी नव्या ओळखीकडं नजर टाकली आणि छानपैकी हसत एक नमस्कार ठोकून म्हटलं, "माझं नाव अनीता."

ते हसून म्हणाले, "तुझ्या नावाशी माझी ओळख फार जुनी आहे." माझं डोकं गरगरायलाच लागलं, कारण पुष्कळ लोकांचं मधुर बोलणं मी ऐकलं होतं; पण आवाजातलं इतकं जबरदस्त कंपन मला याआधी कधीच अनुभवायला मिळालं नव्हतं.

काही का असेना, गप्पांचा ओघ असा काही वाढत गेला, की कुणालाही रात्रीचे बारा कधी वाजले, याचं भानच राहिलं नाही. हं, गप्पा कायकाय झाल्या? याचं वर्णन इथं अनावश्यक आहे. हो, लिटरेचर इन जनरल -म्हणजे सर्वसाधारण साहित्यावर फारच जास्त चर्चा झाली. लेखकाच्या डोक्यात एक गोष्ट चांगली शिरली होती, की ही अठरा वर्षांची इंग्रजाळलेली मुलगी इंग्रजी तर सोडाच पण हिंदी साहित्याचीही एक चांगली वाचक आहे आणि या सर्वांपेक्षा माझं भोळेपणानं बडबडणं लेखकाला खूप आवडलं. अर्थातच, हे मला खूप उशिरा समजलं. मधल्या काळात मम्मीनं लेखकाच्या पत्नीला अगदी जवळ बसवून घेतलं होतं आणि प्रत्येक पाचव्या मिनिटाला तिच्या तोंडून एकच वाक्य पुन:पुन्हा ऐकू येत होतं. ते म्हणजे "तुमची पत्नी खूपच गोड आहे, राकेशजी." "तुमची पत्नी खूपच 'स्वीट' आहे, राकेशजी," "...तुमची पत्नी..."

रात्रीचे बारा वाजले होते. सगळ्यांनाच घरी जायची खूप घाई झाली होती. गाडी एकच होती आणि प्रवासी खूप होते. पुढच्या सीटवर मी, बीना, मधू आणि ड्रायव्हर बसलो होतो आणि मागच्या सीटवर राकेशजी, त्यांची पत्नी, मम्मी आणि बबू बसले होते. संपूर्ण रस्त्यात कोणी काहीही बोललं नाही. रस्ते इतके सामसूम होते, की एकदाही हॉर्न वाजला नाही. मम्मीनं पहिल्यांदा बीना, मधू, बबू आणि मला घरी सोडलं आणि मग ती राकेशजी आणि त्यांच्या पत्नीला सोडायला गेली.

दुसऱ्या दिवशी मी मम्मीला विचारलं, की तू काल त्यांना का घेऊन आली होतीस. तेव्हा तिनं सांगितलं, की पुष्पाजींनी (आत्ता त्यांचं नाव कळलं) चौकशी केली होती, की मी दिल्लीला कशाच्या संदर्भात आले होते? आणि मम्मीकडून जेव्हा कळलं, की मुलीच्या बी.ए. चा अर्ज भरण्यासाठी, तेव्हा या गोष्टीबद्दल त्यांना खूपच आश्चर्य वाटलं होतं. त्या म्हणाल्या, "तुमची मुलगी बी.ए.ला आहे?" मम्मी म्हणाली, "हो, का?" पण पुष्पाजींनी प्रत्युत्तर न देता राकेशजींकडं वळून आश्चर्यानं म्हटलं, "तुम्ही ऐकलंत यांची मुलगी..." बोलणं अजून पुरंदेखील झालं नव्हतं, एवढ्यात आपल्या बायकोच्या बोलण्यानं वाटणाऱ्या संकोचाला बाजूला सारून राकेशजी म्हणाले, "हो, हो, मी ऐकलं आहे की यांची मुलगी बी.ए. करतेय." मम्मीनं दोघांनी काढलेल्या उद्‌गारांची सहीसही नक्कल करून दाखविल्यावर आम्हाला खूपच हसू आलं. मग दिवसभर मी आणि बीना फक्त तेचतेच बोलून मम्मीला चिडवत बसलो. पुष्पाजींच्या उत्सुकतेमुळं मम्मी कसंही करून त्यांना मला भेटवायला घेऊन आली होती. त्याचं काय झालं? पुष्पाजींना मी पसंत पडले की नाही, कोण जाणे! पण एक मात्र नक्की, की मम्मीला पुष्पाजी खूप आवडल्या होत्या, इतक्या

आवडल्या होत्या, की त्या दोघी एकमेंकींच्या अगदी पक्क्या मैत्रिणी बनून गेल्या आहेत, असं वाटायचं.

आम्ही सर्व जेव्हा ग्वाल्हेरच्या लष्करात परत आलो, तेव्हा लगेच मम्मीनं राकेशजी आणि पुष्पांजींना पत्र लिहून अनेकानेक धन्यवाद कळवले. आम्ही परतल्यावर राकेशजींनी सगळ्यांत प्रथम लिहिलेलं पत्र तर मलाही चांगलं आठवतंय! त्यांनी लिहिलं होतं, 'चंद्राजी, तुम्हाला भेटून खूप आनंद झाला आणि जिच्या नावानं तुम्ही पत्र लिहित होतात, तिलाही भेटून.' मम्मीनं पत्र वाचून दाखवलं तेव्हा मी मम्मीला लगेच विचारलं, की तिनं राकेशजींना का नाही सांगितलं, की तिचं नाव 'अनीता' नसून 'चंद्रा' आहे म्हणून? तर मम्मीनं उत्तर दिलं, की याबाबत राकेशजींना ओमप्रकाशांकडून खूप आधीच कळलेलं होतं; कारण 'नई कहानियाँ' या मासिकासाठी मम्मीनं कित्येक वेळा लघुकथा पाठवल्या होत्या. तरी मम्मीला मी विचारलं की "राकेशजींनी खूप आधीच पत्र पाठवून का नाही विचारलं, की जर मम्मीचं नाव 'चंद्रा' आहे तर मग 'अनीता' कोण आहे?" त्यावर मम्मी म्हणाली, की राकेशजींनाच हा प्रश्न जेव्हा तिनं विचारला, तेव्हा ते हसून म्हणाले, "या गोष्टीचा उलगडा व्हायला फार वेळ कुठं लागला?"

अशा प्रकारे, मम्मी दोघांनाही पत्रं लिहीत राहिली आणि तिला त्या दोघांची नियमितपणे उत्तरंदेखील येत राहिली. एवढंच नाही, तर पुष्पाजींची आणि तिची स्वेटरच्या नमुन्यांची देवघेवही जोरात होत राहिली.

माझ्या परीक्षेचे दिवस जवळ आले होते. मागच्या वेळेसारखंच आम्ही फक्त एकच दिवस दिल्लीत राहिलो आणि मग गुडगावला आलो. त्या एका दिवसात मम्मीनं राकेशजींशी फोनवर बोलून बहुतेक गुडगावचा पत्तासुद्धा दिला असावा. (कारण नंतर मला राकेशजींनी सांगितलं, की ते श्री. व सौ. शिवदानसिंह चौहान यांना भेटण्यासाठी गुडगावला गेले होते; पण राकेशजी आणि पुष्पाजींमध्ये काही भांडण झाल्यामुळं आम्हाला भेटायला येऊ शकले नाहीत, ते सरळ दिल्लीला परतले.) नंतर परीक्षा झाल्यावरही आम्ही दिल्लीला फक्त एक दिवसच थांबू शकलो. तेव्हा मम्मी त्यांच्याशी फोनवरच बोलू शकली. त्यानंतर कित्येक महिने पत्रव्यवहार सुरू राहिला. मग मात्र अचानक तो बंद झाला. मम्मीला वाटलं, कदाचित ते लोक दिल्लीच्या बाहेर गेले असावेत. त्यांच्या प्रतीक्षेत दोन-तीन महिने असेच निघून गेले. मग अचानक 'पत्ता मिळत नाही' या शेऱ्यासकट मम्मीचं पत्र दिल्लीहून परत आलं. म्हणून मम्मीनं दिल्लीला पत्र लिहिणं बंद केलं; तथापि, तिला आश्चर्य मात्र वाटत राहिलं.

दरम्यान, 'ज्ञानोदय' मासिकाच्या त्या वेळच्या संपादकांनी म्हणजे श्री. शरद देवडा यांनी 'नवोदित लेखिका' अंक काढण्याची घोषणा केली. त्यापासून प्रेरणा

घेऊन मी माझी पहिली लघुकथा ''कि मै कैसी हूँ'' लिहिली होती आणि ती शरद देवडांनी छापलीही होती. (नंतर जेव्हा माझ्या आणखी काही लघुकथा प्रसिद्ध झाल्या, तेव्हा शरदजींनी राकेशजींसमोर माझी पहिली लघुकथा तर त्यांनीच प्रसिद्ध केली होती, हे सांगायची संधी सोडली नाही. आता जरी आणखी कथा प्रसिद्ध होत असल्या, तरी त्याचं काय एवढं?)

मधल्या काळात मम्मीनं श्री. ओमप्रकाश यांना (त्या वेळी ते 'राजकमल' चे डायरेक्टर होते) पत्र लिहून विचारलं होतं, की राकेशजी सध्या कुठं असतात? ओमप्रकाशांनी लिहिलं होतं, की ''राकेशजी सध्या 'सारिका' साप्ताहिकाचे संपादक आहेत. त्यांचा पत्ता आहे, श्री. मोहन राकेश, संपादक 'सारिका', दि टाइम्स ऑफ इंडिया, मुंबई.'' हे छोटं पत्र मला आजही आठवतं, कारण मम्मीसाठी तो एक अत्यंत मौल्यवान दस्तऐवज होता.

पण यामुळं समस्या काही त्वरित सुटली नाही. मम्मीनं मुंबईला सातत्यानं पुष्कळ पत्रं लिहिली, पण काहीही उत्तर आलं नाही.

मग अचानक एक छोटंसं पत्र आलं, 'प्रिय चंद्राजी, तुमची सगळी पत्रं मिळाली होती; पण माझी मन:स्थिती सध्या अशी आहे, की तुम्हाला परत कधीतरी सविस्तर पत्र लिहावं, असं वाटतंय. अनीता कशी आहे? तिला माझा स्नेह सांगा- राकेश.' परत एक छोटीशी टीप: 'मी तीन महिने आधीच सारिका' चा राजीनामा दिला आहे, पण तो आत्ता मंजूर झाला आहे. म्हणून तीन-चार महिन्यांनंतर मी या संपादन-कार्याच्या जबाबदारीतून मोकळा होऊ शकेन.'

परत एक लांबलचक पत्र आलं, ज्याचा मथितार्थ असा - 'तुमच्या पत्रांचं उत्तर मी देऊ शकलो नाही, कारण ज्या 'स्वीट' मुलीला तुम्ही माझ्या पत्नीच्या रूपात पाहिलं होतं, तिच्या संदर्भात सध्या कोर्टात केस चालू आहे. तुम्हाला आजपर्यंतच्या माझ्या वैवाहिक जीवनाचा सारांश माझ्या -'एक और जिन्दगी'- या लघुकथेत वाचायला मिळेल. अनीता कशी आहे? तिला माझा स्नेह सांगा.' पत्र खूपच मोठं होतं. तरीसुद्धा मी आणि मम्मीनं त्याची कित्येक पारायणं केली आणि मन कित्येक वेळा उदास झालं. दुसऱ्या लग्नातही राकेशजींच्या वाट्याला अपयश आलं, यावर विश्वासच बसत नव्हता.

तरीही मम्मीनं त्यांच्याकडून वचन घेतलं, की त्यांच्या सध्याच्या मन:स्थितीवर उतारा म्हणून त्यांनी मुंबईहून दिल्लीला जाताना, आमच्याकडं काही दिवस नक्की यावं. त्यामुळं त्यांचं मन थोडंसं हलकं होईल आणि राकेशजींनी ते आमंत्रण स्वीकारलंही होतं.

या दरम्यान राकेशजींचं मत जाणून घेण्यासाठी, मम्मीनं त्यांना माझी 'न जाने क्यों' ही कथा पाठवून दिली होती आणि कथेबरोबरच्या पत्रात लिहिलं होतं, की जर

त्यांना ती 'सारिका'त छापावीशी वाटली, तर छापावी. तिनं त्यांना माझ्या पहिल्या कथेचा 'कि मैं कैसी हूँ'चा संदर्भही दिला होता.

राकेशजींचं आश्चर्यानं भरलेलं पत्र आलं. त्यात त्यांनी लिहिलं होतं, की अनीतानं लिहायला सुरुवात केली, हे कळल्यावर त्यांना खूप आनंद झाला. त्याबरोबरच त्यांनी हेही लिहिलं होतं, की जोपर्यंत अनीता त्यांना स्वत: पत्र पाठवून कथेविषयीचं मत विचारत नाही, तोपर्यंत ते आपलं मत सांगणार नाहीत.

आता काय? इच्छेनं किंवा अनिच्छेनं मी राकेशजींना पहिलं पत्र लिहिलं. याचा अर्थ असा नाही, की मला त्यांना पत्र लिहायचं नव्हतं. विशेषत:, जेव्हा त्यांच्या दुसऱ्या वैवाहिक जीवनाची अखेर झाली, तेव्हा तर त्यांना पत्र लिहावं, असं मला खूप वाटत होतं; पण लिहिताना खूप भीती वाटत होती, कारण मनात एक फार मोठा गंड होता, की इतक्या मोठ्या लेखकाला मी काही लिहू शकेन का? पण आता इतका आग्रह केल्यावर पत्र न लिहिणं, हे शक्यच नव्हतं. म्हणून मी बिचकत–बिचकत त्यांना पहिलं पत्र लिहिलं आणि त्याचं उत्तर मला कल्पनेपेक्षाही लवकर मिळालं. त्यांनी लिहिलं होतं, 'प्लॉट छानच आहे, पण कथेवर आणखी मेहनत करायला हवी आहे आणि छापण्याच्या बाबतीत मी घाई करू नये. नाहीतर स्वत:चं नाव जिकडंतिकडं छापलेलं बघून मला कंटाळा येईल.' त्यांनी असंही लिहिलं होतं, की मुंबई सोडून ते जेव्हा काही दिवसांसाठी लष्करात येतील, तेव्हा माझ्याजवळ बसून कथा सुधारून देतील. इ.इ. पत्र खरोखर खूपच छान आणि आपुलकीनं भरलेलं होतं. तसं बघितलं, तर त्यांनी लिहिलेली सर्वच पत्रं मला आवडायची; पण या पत्राचा एक आगळाच आनंद होता. हे पत्र फक्त माझ्याच नावचं होतं आणि फक्त माझ्यासाठीच होतं.

या एका पत्रानंतर एकही पत्र माझ्याकडून गेलं नाही, की तिकडूनही इकडं आलं नाही; पण आईला पाठवलेल्या प्रत्येक पत्रात मला स्नेह पाठवलेला असायचा आणि मम्मी तो प्रामाणिकपणे माझ्यापर्यंत पोहोचवायची. अशा तऱ्हेनं दिवस जात राहिले आणि राकेशजींचे संपादन कार्यातून मुक्त व्हायचे दिवस जवळ यायला लागले. राकेशजींच्या आगमनाची लक्षणं आमच्या घरात प्रत्येक ठिकाणी दिसत होती. मम्मीनं अनेक प्रकारचे मुरंबे आणि अनेक लोणची घातली. लहानमोठ्या खाऱ्या, गोड्या पुऱ्या तळून झाल्या. बाकी सगळं सोडा; पण त्या वेळच्या भर उन्हाळ्यांतही घराला रंग दिला गेला. शेजाऱ्यांनादेखील या अवेळी रंग देण्याचं आश्चर्य वाटलं; कारण मला आठवतंय, की शेजाऱ्यांची मुलगी (माझ्या धाकट्या बहिणीची - बबूची मैत्रीण) तिला म्हणाली, "अगं, तुम्ही सर्वांनी आत्ता का घर

रंगवलं? सगळा रंग पावसाच्या पाण्यानं निघून जाईल ना?'' तर बबूनं ताबडतोब उत्तर दिलं, ''अगं, तुला माहितीय का, आमच्या घरी लेखक मोहन राकेश येणार आहेत.'' मला हे ऐकून खूपच हसू आलं, पण हे एक अगदी छोटं उदाहरण आहे. तुम्हाला सांगायचं कारण हे, की यावरून तुमच्या लक्षात येईल, की बबू तर भारून गेली होतीच; पण आम्ही सगळेच, मोहन राकेश यांच्या नावानं खूप उत्साहित झालो होतो. त्यांनी आमच्या घरी यायचं कबूल केलं, याचं आम्हांला खूपच अप्रूप वाटत होतं. हे त्यांच्यापेक्षा आम्हा सगळ्यांनाच एक आव्हान होतं आणि हे आव्हान फक्त लोणची, मुरंबे करून आणि घराला रंग लावून पूर्ण झाल्यासारखं वाटत नव्हतं. आम्ही सर्व स्वत:ला मानसिक दृष्टीनं खूप भक्कम, दृढ बनवत होतो. त्यांच्या स्वागतासाठी, पाहुणचारासाठी स्वत:ला योग्य बनवत होतो. इकडं मम्मीनं आम्हाला सांगितलं होतं, की सध्या राकेशजी मानसिक दृष्टीनं खूपच दु:खी आहेत, म्हणून त्यांची मन:स्थिती चांगली ठेवण्यासाठी आपल्याला खूपच प्रयत्न केले पाहिजेत. हे एक फारच मोठं काम आमच्यावर सोपवलं गेलं होतं. कमीत–कमी मला तरी असं वाटत होतं; कारण जर ते आमच्या घरात राहूनही दु:खी झाले, तर याचा सर्व राग मम्मी माझ्यावर काढणार. म्हणून देवाचं नाव घेऊन एक-एक दिवस मोठ्या काळजीत जायला लागला.

मी कितीतरी वेळा शांत बसून पहिल्या भेटीच्या वेळचा राकेशजींचा चेहरा आठवायचा प्रयत्न करायची; पण आठवायचाच नाही, कारण ते फक्त एकदाच भेटले होते आणि त्यालादेखील आता दोन -अडीच वर्षं झाली होती. मग कसं आठवणार? तेवढ्यात अचानक 'नई कहानियाँ' मासिक हाताशी आलं. त्यात 'मेरा हमदम : मेरा दोस्त' ही मालिका सुरू झाली होती. कमलेश्वरजींचा 'हमदम राकेश' लेख वाचला आणि त्यात आलेला राकेशजींचा फोटोही पाहिला. फोटो फारच छान आला होता. कितीतरी वेळा तो पुन:पुन्हा बाहेर काढून पाहिलाही; पण लेखातलं, ''राकेश हॉटेल आणि डाक बंगल्यात राहण्यालाच आयुष्य मानतो.'' हे वाचून कुठंतरी मोठ्ठं आश्चर्य वाटलं होतं. या प्रश्नाचं उत्तर मिळावं म्हणून खूप उत्सुकता वाटत होती; पण हेच अगदी अशक्य आणि असंभवही वाटत होतं; कारण इतक्या दीर्घकाळानंतर होणाऱ्या फक्त दुसऱ्या भेटीत एक अनोळखी व्यक्ती इतका मोठा प्रश्न कुणाला विचारू शकते का? विशेषत:, तो माणूस दुसरा -तिसरा कोणी नसून 'मोहन राकेश' असला तर? त्यांचं नाव आणि फोटो पाहून मी विनाकारणच ढिली पडायचे, म्हणून मी मम्मीला विचारून हिंदीतील अगदी महत्त्वाचे शब्द पाठ करून ठेवले होते. उदा. आश्चर्य, असंभव, मन:स्थिती, प्रत्येक, विचार, आवश्यकता, मोहभंग, सांत्वना वगैरे, वगैरे. आता या शब्दांचा प्रयोग करणं, ही एक वेगळीच गोष्ट होती; पण हे शब्द तेव्हा बोलायला येतच नव्हते ही गोष्ट वेगळी. (आणि

आजही येत नाहीत) पण जर राकेशजींनी या शब्दांचा प्रयोग केला, तर आम्ही त्यांच्या बोलण्यावर कमीत–कमी मान तरी डोलावू शकू, असं वाटत होतं. मी किती‌किती प्रकारांनी स्वत:ला समर्थ बनवायचा प्रयत्न करत होते; पण हे सगळं करूनही मी त्यांच्यासमोर टिकू शकेन, असा भरवसा वाटत नव्हता. पहिली भेट आठवायला लागले, की वाटायचं ती किती पोरकट होती! आणि आता? आता तर मम्मीनं मी कथासुद्धा लिहायला सुरुवात केली आहे, हे सांगून मला फारच संकटात टाकलं होतं. कितीतरी वेळा वाटायचं, की राकेश माझ्या नवीन छंदाला किती हसले असतील, कोण जाणे! आणि आतासुद्धा इथं येऊन किती चेष्टा करतील आणि असंही समजावून सांगतील, की हे काम माझ्याच्यानं होणार नाही, मला सोडून द्यावं लागणार इ.इ. दुसऱ्या बाजूला असं वाटायचं, की मी किती मूर्खासारखा विचार करत बसले आहे! त्यांच्याकडं विचार करायला फक्त एवढंच आहे का? मग मम्मीला लिहिलेली राकेशजींची एक ओळ आठवायची, 'असं वाटतंय, की अनीता आता मोठी झाली आहे. तिच्या कथेवरून तरी असंच वाटतंय.' मी अगदी संकटात सापडले होते, की मी धड लहानसुद्धा नव्हते की धड मोठीसुद्धा झाले नव्हते. मग? आता काय होणार? स्वत:चा रागच यायचा, की कथा लिहायचा हा रोग मला कुठून जडला? आणि जर तो जडलाच आहे तर राकेशजींना कशाला सांगितला? आणि त्यातूनही सांगितलाच, तर हे म्हणायची काय गरज होती की मी मोठी झाले आहे. मला आयुष्यात पहिल्यांदा 'मोठी' हा शब्द म्हणजे एक मोठी समस्याच वाटायला लागला. या शब्दाचा स्वीकार करू की नको?

राकेशजी त्या दिवशी रात्री दहा वाजता फ्रॉंटियर मेलनं ग्वाल्हेरला पोहचत आहेत, हे आम्ही सगळे एकमेकांच्या चेहऱ्यावर वाचू शकत होतो. माझा भाऊ सर्वांत जास्त उत्साहित झाला होता, कारण तोच त्यांना स्टेशनवर आणायला जाणार होता. यात अडचण अशी, की त्यानं राकेशजींना एकदासुद्धा पाहिलेलं नव्हतं. त्यामुळं त्याला राकेशजींचा फोटो पुन:पुन्हा दाखवला गेला. म्हणून त्याला खूप वाईट वाटलं. तो म्हणाला, "फोटो अशा प्रकारे दाखवताय, की जणू कुणाला अटकच करायला निघालोय! मी लांबूनच ओळखेन त्यांना." मम्मीनं विचारलं, "सांग बरं, कसं ओळखशील?" तेव्हा भाऊ म्हणाला, "हातात पुस्तकंच-पुस्तकं असणार. आणि खिशाला पेनंचपेनं असणार आणि नजर"... त्याचं बोलणं पूर्ण व्हायच्या आत डॅडी म्हणाले, "तू तर एका चांगल्या लेखकाला क्लार्क बनवून टाकलंस की!" आणखीनही खूप चेष्टा झाली. आम्ही मम्मीला विचारलं, की राकेशजींच्या पलंगाजवळ भिंतीवर कागद चिकटवले की नाहीत? कारण आम्ही मम्मीकडून ऐकलं होतं, की लेखकांना रात्री झोपेतसुद्धा आयडिया सुचत असतात.

आमच्या चेष्टा करण्यामुळं मम्मीला खूप वाईट वाटलं, पण ती कायम अगदी हसत राहायची. त्याच वेळी ती असंही म्हणायची, की राकेशजी आले की ती त्यांना आम्ही केलेले सर्व विनोद सांगणार आहे. तेव्हा आम्ही मम्मीची माफी मागायचो आणि शपथ घ्यायचो, "आता पुन्हा आणखी चेष्टा करणार नाही, पण त्यांना सांगू नको."

पण हे खरंच आहे, की आम्ही लहानपणी कथा वाचून इतकं भारावून जात होतो, की त्या कथा-कहाण्या आम्हाला खऱ्याखुऱ्याच वाटायच्या. एवढंच नाहीतर त्या लेखकानं सर्व काही लपून ऐकलं आहे आणि पाहिलं आहे, याची आम्हाला गोष्टी वाचून खात्रीच वाटायची; पण आश्चर्याची गोष्ट अशी, की कथा पूर्ण व्हायची आणि तो लपलेला लेखक काही सापडायचा नाही. नाहीतर तोदेखील कथेत आला असता आणि जर लाजून त्यानं हेसुद्धा लिहिलं नसतं, तर तो कमीत-कमी कथा तरी पूर्ण करू शकला नसता...आणि जर कथा पुरी झाली तर तो पकडलाच गेला नाही, हे नक्की. कित्येक वेळा तर लेखकाची दया यायची, की इतक्या वाऱ्या-वादळातसुद्धा तो आपल्या पात्राचा पाठलाग करतोय; तर कधीकधी कथेतील पात्राची दया यायची, की जरी लेखक त्याच्यावरचे अत्याचार लपूनछपून पाहत असला; तरीही त्याला मदत करू शकत नाही. इ.इ.

रस्त्याच्या वळणावर जेव्हा हॉर्न वाजला, तेव्हा खात्री झाली की राकेशजी आले आहेत. घड्याळाकडं पाहिलं तर ११ वाजून गेले होते. गाडी घरापुढं थांबली तेव्हा डॅडी-मम्मी त्यांचं स्वागत करायला बाहेर गेले आणि मी दिवाणखान्यातून बेडरूममध्ये गेले. मग हळूहळू आवाज आत यायला लागले. बहुधा सगळ्यांनी बसून घेतलं होतं. नेहमीप्रमाणं मम्मीनं मला हाक मारली. आता माझ्यावर संकट! असं वाटत होतं, की माझं काळीजच बाहेर पडून माझ्या डोळ्यांसमोर धडधडतंय! मला कळत नव्हतं, की अचानक हे काय व्हायला लागलंय? माझं सगळं बळ संपून गेलंय, असं वाटायला लागलं; असंही वाटत होतं, की आता कधीही सोसावा न लागलेला वार सोसायला लागणार आहे. मात्र यावर उपाय काय? हेच समजत नव्हतं. परत दुसऱ्यांदा हाक ऐकू आली. मी काहीही विचार न करता सरळ दिवाणखान्यात गेले आणि एक नमस्कार ठोकून जवळच्या स्टुलावर जाऊन बसले. राकेशजींनीही एक नमस्कार केला आणि पुन्हा शांतता पसरली. मग हळूहळू गप्पा सुरू झाल्या, पण माझ्या कानात काहीच शिरत नव्हतं. राकेशजी आणि भावानं एकमेकांना कसं ओळखलं, याबद्दल बोलणं सुरू झालं, पण माझं लक्ष कुठंतरी दुसरीकडंच होतं. बहुधा, माझ्या डोक्यात कोणत्या निमित्तानं तिथून बाहेर सटकावं, याचा विचार चालला होता; कारण का कोण जाणे, मी फारच नर्व्हस झाले होते. मी मम्मीला विचारलं, "कॉफी करू?" मम्मीनं उत्तर दिलं, "ज्यांच्यासाठी करायची

आहे, त्यांनाच विचार.'' झालं, आणखी एक झेंगट उभं राहिलं, पण काही इलाज नव्हता. राकेशजींशी पहिल्यांदा नजरानजर झाली तेव्हा वाटलं, की बहुधा त्यांना माझ्या नर्व्हसनेसचा अंदाज आला असावा. ते म्हणाले, ''जर मी रात्रभर झोपू नये असं वाटत असलं, तर जरूर कर.'' आता दुसरं संकट! मला काहीही उत्तर सुचत नव्हतं. मग मी उठून निघून जायचा प्रयत्न केला. दरवाज्यांपर्यंत पोहचले न पोहचले, तोपर्यंत राकेशजी म्हणाले, ''मी अनीताची कथा घेऊन आलो आहे...'' पुढं काय म्हणाले कोण जाणे, फक्त त्यांच्या तोंडून 'अनीता' हे नाव ऐकूनच असं वाटलं, की कोणीतरी पायांना खिळे ठोकून एका जागी पक्कं केलं आहे. दरवाजा ओलांडल्यावर मी स्वयंपाकघरात पळाले, पण तिथं जाऊन तरी काय? राकेशजींचा तो कंपयुक्त आवाज तिथंसुद्धा माझा पाठलाग करत आला. हा आवाज... आहाहा! सकाळ - संध्याकाळ ज्यांना हा आवाज ऐकायला मिळत असेल, ते किती भाग्यवान! आणि मला कॉफी कशी तयार झाली, याचा पत्ताच लागला नाही.

''म्हणजे मी झोपू नये, असा तू निर्णय घेतलास तर!'' मी चकितच झाले. पाहिलं, तर आमच्या दोघांमध्ये फक्त एक कप कॉफी आणि एक फार मोठा प्रश्न!

उन्हाळ्यांचे दिवस होते. मम्मीनं राकेशजींना विचारलं, की त्यांना बाहेर झोपायला आवडेल की आत खोलीत? राकेशजींनी आतच झोपणं पसंत केलं, कारण बाहेर झोपलं की सकाळी लवकरच जाग येते आणि त्यांना तर सकाळी उशिरापर्यंत झोपायची सवय होती.

त्या रात्री राकेशजी झोपू शकले की नाही हे मला सांगता येणार नाही, पण त्यांना कॉफी पाजली म्हणून मी मात्र रात्रभर झोपू शकले नाही. मी आणि भाऊ वर गच्चीवर झोपलो होतो. डॅडी-मम्मी आणि बबू खाली बाहेरच्या खोलीत झोपले होते. का कोण जाणे, सारखं असं वाटत होतं की खाली जाऊन राकेशजी कसे झोपतात, ते फक्त जरा डोकावून बघून यावं, पण मम्मीचा चेहरा आठवला की घाम फुटायला लागायचा. परत डोक्यात यायचं, की राकेशजींबद्दल मी इतकी काळजी आणि उत्सुकता का दाखवतेय? शेवटी असं आहे तरी काय? आजपर्यंत घरात इतके लोक आले आणि गेले; पण अशा तऱ्हेनं कुणाला खाता-पिताना, झोपता-उठताना, बोलताना पाहत राहावं, असं वाटलं नाही; पण या सगळ्या द्वंद्वात त्या रात्री पहिल्यांदा मला स्वत:ला अगदी मुक्त, स्वतंत्र झाल्यासारखं वाटलं. पहिल्यांदा माझ्या मनात असा आत्मविश्वास निर्माण झाला, की मी संपूर्ण आकाशात भरारी घेऊ शकते आणि कितीतरी हरवलेल्या दिशांना आपल्या आत सामावूनही घेऊ शकते.

कितीतरी वेळा मनात आलं, की खाली पळत जाऊन राकेशजींना म्हणावं, मी ऐकलं आहे आणि वाचलं आहे की तुम्ही फार दु:खी व्यक्ती आहात. तुम्ही

माझ्याबरोबर आपली दु:खं वाटून घेऊ शकत नाही का? मग मी सांगेन की मीही एक दु:खी मुलगी आहे, म्हणून तुमचं दु:ख मी जास्त चांगल्या रितीनं समजू शकेन. तुम्ही एक सुप्रसिद्ध लेखक आहात आणि तुमचं दु:ख सर्वांना ठाऊक आहे, पण माझं दु:ख कोणीही जाणून घेऊ शकत नाही; कारण हिंदुस्थानच्या मोठ्या लोकसंख्येत हरवलेली मी एक सामान्य मुलगी आहे. हे सगळे विचार करताकरता उशी अश्रूंनी ओली होत राहिली. मग कधी डोळा लागला, ते कळलंच नाही.

सकाळीसकाळी सगळं घर जागं झालं होतं; तरीही घरात फारच शांतता पसरली होती, कारण राकेशजी झोपले होते आणि सर्व जण एकमेकांशी बोलायच्याऐवजी एकमेकांच्या कानात कुजबूजत होते. बबू जर चुकून मोठ्या आवाजात बोलली तर तिच्यावर लांबूनच डोळे वटारून दाखवले जायचे; पण सगळे आता राकेशजींच्या उठण्याची वाट पाहत होते, हेही खरंच. तरीसुद्धा ते उठले नाहीत, तेव्हा मी मम्मीला म्हणाले, की आता बेड-टी करून त्यांना उठवू या. पहिल्यांदा मम्मीनं थोडा वेळ टाळाटाळ केली आणि आणखी थोडा वेळ गेल्यावर ती स्वत:च कबूल झाली. मी ट्रे तयार केला आणि पडदा बाजूला सारून सरळ त्यांच्या खोलीत गेले. थोडा वेळ त्यांचं झोपलेलं रूप पाहत उभी राहिले; पण घाबरून त्यांना काय म्हणून उठवावं, हेच मला सुचलं नाही. म्हणून ट्रे ठेवून सरळ बाहेर गेले. मला वाटलं मम्मीला विचारून घ्यावं, की त्यांना कोणत्या नावानं उठवायचं. माझं बोलणं ऐकून मम्मीला हसूच आलं. म्हणाली, "तुझी उगीचच घाई चालली होती. चल, मी येते." आत आलो तर राकेशजी उठले होते. मला म्हणाले, "अगं, ट्रे ठेवून बाहेर का पळालीस? मला चहा पाजणार आहेस की नाही?" मला इतकं लाजल्यासारखं झालं! कारण मी उभं राहून त्यांच्याकडं बघताना त्यांनी मला पाहिलं की काय, याची आता भीतीही वाटायला लागली.

मी चहा तयार करायला लागले, तर मम्मी स्वयंपाकघरात बिस्किटं आणायला गेली. तेवढ्यात मी राकेशजींना विचारलं, की "माझी कथा कधी सुधारून देणार?" तर म्हणाले, "फक्त त्याचीच प्रतीक्षा आहे वाटतं!" माझ्याशी मग आणखी काही बोलणं झालं नाही. प्रत्येक वेळी खूप धाडस करून, कायकाय बोलायचं हे ठरवून मी त्यांच्यासमोर जायची; पण त्यांचा 'तो' आवाज, त्याशिवाय अगदी नेमकी उत्तरं. या सगळ्यापुढं माझं तर बोलणंच बंद व्हायचं. मम्मी जेव्हा खोलीत आली, तेव्हा तिच्याबरोबर सगळं घरही आलं. फक्त डॅडी फॅक्टरीत गेले होते. चहाचा प्रोग्रॅम अपेक्षेपेक्षा जास्तच लांबला होता. कितीतरी चहाचे पेले रिकामे झाले आणि हास्याचे मजल्यावर मजले चढले. त्यांचं ते मान मागं फेकून जोरात, मुक्त हसणं - त्यामुळं मी अगदी प्रभावित झाले. मला फारच नवल वाटायचं, की इतका दु:खी माणूस इतकं मुक्त होऊन हसूच कसा शकतो? मला मात्र दु:खात आनंद मानता येत नाही

म्हणून मी स्वत:लाच दूषणं दिली.

चहाचा राउंड संपला, तेव्हा ते 'ऑटोमॅटिक शेव्हर' नं दाढी करायला लागले. आम्ही आपापल्या खोल्यांत गेलो आणि मम्मी नाश्त्याची तयारी करायला लागली. बबूला त्यांची दाढी करायची पद्धत खूप आवडली. ती त्यांच्याकडं बघत राहिली. मग दोघांचं बोलणं सुरू झालं. राकेशजींनी तिला विचारलं, "तुझं नाव काय?"

"सुनीता"

"किती वर्षांची आहेस?"

"सहा"

"कोणत्या वर्गात आहेस?"

"पहिलीच्या."

"तुला कायकाय येतं?"

"पाढे. बे एक बे, बे दुनी चार... "

"बरं. तुला कलकत्त्याचा पाढा येतो?"

"नाही." तिनं आश्चर्यानं म्हटलं.

"मला येतो - बे एके बे, बे दुनी पन्नास... "

"आणि मला मुंबईचा पाढादेखील येतो." बोलणं अजून पुरंसुद्धा झालं नाही, तोपर्यंत बबू पळतपळत आली. "ताई, राकेश अंकलना (ती आत्ता-आत्तापर्यंत राकेशना 'राकेश-अंकल' च म्हणायची.) मुंबईचा, कलकत्त्याचा पाढा येतो.

मी दुसऱ्या खोलीत त्यांचं बोलणं ऐकत होते. मला हसू आलं. मी म्हटलं, "बबू, तुझ्या राकेश अंकलना सर्व काही येतं, खरंच!" नाश्ता टेबलावर मांडून ठेवला होता. आम्ही सगळे टेबलाभोवती बसलो. मम्मी कटलेट्स करत होती आणि मी नर्व्हसनेस कमी करण्यासाठी स्वयंपाकघरात मम्मीच्या मदतीला गेले होते. थोड्याच वेळात बाहेरून आवाज आला "हे तुम्ही बनवताय की अनीता?"

मम्मीनंसुद्धा आतूनच म्हटलं, "ही कुठं शिकतेय! लग्न झाल्यावर काय करेल, कोण जाणे!"

"लग्न झाल्यावर पाहता येईल पण आत्ता तर मदत होत नाहीये ना? कमीत-कमी बाहेर येऊन आमच्याबरोबर नुसती बसू तरी शकेल. लग्न झाल्यावर तर एवढंसुद्धा मिळणार नाही." परत तेच जोरात हसणं.

मी बाहेर आल्यावर आणखीनच नर्व्हस झाले होते. माझी आता खात्री पटली होती, की मला काहीच बरोबर करता येणार नाही. मी काहीही केलं, तरी ते कोणत्या ना कोणत्या तऱ्हेनं चूकच होणार. राकेशजींनी दोनदा "चहा, चहा" म्हटलं, तेव्हा तिसऱ्यांदा मला ऐकू आलं. चहाचा कप देताना मी आणखी एकदा त्यांच्या डोळ्यांत अगदी विश्वासानं पाहिलं; पण नाही, मुळातच श्रेष्ठ आणि

कोणत्याही प्रकारचा गंड नसलेलं व्यक्तिमत्त्व पाहून मी भारावून गेले होते. मला सिंह आणि उंदराची गोष्ट आठवली. मला मनातून फार वाटत होतं, की ती त्यांना ऐकवावी; पण परत तोच प्रश्न, की बोलणार कोण? बोललं की ते माझ्याच अंगावर उलटायचं!

नाश्ता करताकरता त्यांना अचानक काय सुचलं की ते म्हणाले, "चंद्राजी, ही कथा अनीतानं कुठून चोरली? तुम्ही खरंखरं सांगाल, अशी मला खात्री आहे." मम्मी हसायला लागली. म्हणाली, "हिलाच विचारा." "बरं, मग तूच सांग." त्यांनी जोरात हसून माझ्याकडं पाहत विचारलं. मला असं वाटत होतं की त्यांना विचारावं, 'कथा चांगली आहे म्हणूनच विचारता आहात ना?' पण मनात मात्र असं आलं, की आज काही आपल्या नशिबात नाश्ता दिसत नाही.

नाश्ता संपल्यावर मम्मी आपल्या कागदांचे गठ्ठे घेऊन आली. आता वैताग यायला सुरुवात झाली. राकेशजी पूर्ण लक्ष देऊन ऐकत होते की नाही, कोण जाणे! पण एवढं नक्की की जेव्हाजेव्हा मी त्यांच्याकडं नजर टाकायची, तेव्हातेव्हा ते माझ्याकडंच बघत असायचे. कितीतरी वेळ नजरा गुंतलेल्याच राहायच्या. किती प्रश्न विचारले गेले आणि किती उत्तरं मिळाली, हे शब्दांत सांगता येणार नाही.

शब्द! पण शब्दांपर्यंत बोलणं येऊच शकलं नाही. शांततेतच ते उत्पन्न व्हायचं आणि त्याच शांततेत ते वाहूनही जायचं. ती शांतता स्वत:च इतकी पूर्ण होती, की तिच्यापुढं शब्द अगदी निरर्थक वाटत होते. असं वाटत होतं, की कुणी दुसरं काहीही केलं तरी ती तिथंच भंग पावेल.

संध्याकाळी असं ठरलं, की सिनेमा बघायला जायचं. मला सिनेमाचं नावही आठवतंय- 'दिल एक मंदिर', मम्मीनं खूपच समजूतदारपणा दाखवला आणि मला राकेशजींच्याजवळ बसायची संधी दिली. सिनेमा चालू असताना कितीदातरी खुर्चीच्या एकाच हातावर नकळत हात ठेवताना दोघांचे हात एकमेकांना स्पर्शून गेले. मनात कितीतरी लहरी उठल्या. माझा रुमाल खाली पडला होता. तो उचलायला वाकले तर अजाणता राकेशजींच्या पायाला हात लागले. स्थिती फारच विचित्र झाली होती; पण मी गप्प राहिले आणि त्या शांततेचं उत्तर तसंच मौनानंच दिलं गेलं.

रात्री जेव्हा ठरलं, की जेवण झाल्याबरोबर राकेश माझ्याबरोबर बसून कथा सुधारून देतील, तेव्हा परिणाम व्हायचा तोच झाला. रात्रीचं जेवण काही घशाखाली उतरलं नाही. बैठक खूप वेळ चालूनही फक्त कामासंबंधी बोलणंच व्यवस्थित झालं; ते सोडून काही बोलायची पाळी आली, की आम्हा दोघांत एक दीर्घ मौन पसरायचं. मधून–मधून मम्मी कॉफी-चहा विचारून जायची तेव्हा आम्ही दोघं एक स्वाभाविक दीर्घ श्वास घ्यायचो. त्यानंतर परत तीच मूक भाषा. कथेची रूपरेषा कशी असली पाहिजे, हे त्यांनी मला फार चांगलं समजावून सांगितलं आणि हेसुद्धा की

जोपर्यंत स्वत: लिहिलेली गोष्ट मी स्वत: सुधारणार नाही, तोपर्यंत मी कधी शिकू शकणार नाही. पण हे तर मी स्वत: विचारलेल्या प्रश्नाचं उत्तर होतं. उरलेल्या प्रश्नांचं उत्तर मिळालंच नाही; कारण ते प्रश्न मी विचारलेच नव्हते. म्हणून आम्हा दोघांमध्ये अजूनही एक फार मोठा प्रश्न होता आणि त्याला स्पर्श करण्याचं धाडस आम्हा दोघांपैकी कोणीही करत नव्हतं. परिणामी, एका विचित्र मौनात आम्ही दोघं कैद झालो होतो. असं वाटत होतं, की बोलल्यामुळं त्या मौनाचं पावित्र्य नष्ट होऊन जाईल. कमीतकमी त्या मौनाचा स्वत:चा एक अर्थ होताच.

दुसऱ्याच दिवशी राकेशजींना निघायचं होतं. काही दिवस दिल्लीला राहून ते सिमल्याला जाणार होते, असं त्यांनी सांगितलं होतं. सिमल्याला जाऊन ते आपलं दुसरं नाटक 'लहरों के राजहंस' पूर्ण करणार होते आणि त्यानंतर ते परदेशात जाऊन तिथंच स्थायिक होणार होते.

"परदेशात? परदेशात काय आहे?" मी त्यांना विचारलं होतं. "तू, तू अजून खूप लहान आहेस. तुला हे उत्तर पुरेसं होईल कदाचित, की तिथं म्हणजे परदेशात काहीच नाही. म्हणूनच मी तिथं जायचं म्हणतोय, कळलं?" असं म्हणून त्यांनी माझा हात हलकेच दाबला. त्याबरोबर मी त्यांचा हात डोक्यावर ठेवून म्हणाले, "आता शपथ घेऊन हीच गोष्ट परत सांगा." परत तेच मौन आणि त्या मौनातच ते त्या वेळी दिल्लीला परत गेले.

मम्मीनं आयुष्यात पहिल्यांदा मला शाबासकी दिली होती. त्या वेळी ती मी आतून स्वीकारू शकले नव्हते. मम्मीला वाटलं होतं, की राकेशजी इथून खूप खूश होऊन गेले होते; पण हे फक्त मला आणि मलाच माहीत होतं, की ते कुठल्या डळमळीत मन:स्थितीत परतले होते. ते फार दु:खी होऊन परतले होते, असं मला म्हणायचं नाही. अर्थ एवढाच होता, की जे बीज ते मागं ठेवून गेले होते, त्यावर खुद्द त्यांचाच विश्वास बसला नव्हता. म्हणूनच जेव्हा मम्मी मला म्हणाली, की राकेशजी बरेचसे शांत होऊन गेले आहेत; तेव्हा मी तिचं म्हणणं खोडून काढून सांगितलं होतं, की कोणी कधी अशा प्रकारे आणि इतक्या लवकर शांत होऊ शकतं का? आणि जर कुणाच्या जीवनात अशा प्रकारची पोकळी निर्माण झाली असेल, तर ती कधी कोणाला भरून काढता येते का? बाहेरून शांत आणि आतून अशांत, अस्वस्थ असण्याला काही अर्थ आहे का? आता राकेशजींचं व्यक्तिमत्त्वच एवढं उत्तुंग आहे, की या गोष्टी त्यांच्यापुढं नगण्य वाटतात, ही गोष्ट वेगळी; पण अशा गोष्टींकडं कोणी दुर्लक्ष करू शकत नाही. माझ्या डोळ्यांपुढं कमलेश्वरजींचा 'मेरा हमदम : मेरा दोस्त' हा लेख सारखा फिरायला लागला. मी कित्येक वेळा

तो लेख आपल्या बाजूनं सुधारणा करकरून वाचला, पण जमलं नाही. एक प्रश्न नेहमी समोर उभा राहायचा "कसं?" आणि "कसं" या उत्पन्न झालेल्या प्रश्नाच्या एका टोकाला राकेशजी तर दुसऱ्या टोकाला मी होते आणि दोघंही गप्प होतो.

मग दिल्लीला पोहोचल्यावर राकेशजींनी तीन पत्रं लिहिली. एक मम्मीला - ते सर्वांत मोठं होतं. त्या पत्रातून मम्मीला तिच्या फार चांगल्या पाहुणचाराबद्दल कोटी-कोटी धन्यवाद पाठवले होते. दुसरं भावाला आणि तिसरं मला – ते सर्वांत संक्षिप्त होतं.

प्रिय अनीता,

तुझं पत्र मिळालं. तुला काय लिहायचं, हे मलाच कळत नाही. जे प्रश्न तू मला विचारतेस, त्या प्रश्नात मी स्वत:च गुंतलो आहे.

आज दिवसभर काम केलं. परत संध्याकाळी 'डेरीकॉस' मध्ये थंड बिअर प्यायलो आणि तळलेली मासळी खाल्ली. बाहेर पडलो तर पाऊस पडत होता. छत्री घेतलेली नव्हती, त्यामुळं भिजतभिजत घरी (!) पोहचलो. घरी आल्याबरोबर उलटी झाली. मग जरा बरं वाटायला लागलं. तुझा अभ्यास कसा चालला आहे, ते कळव. चंद्राजींना वेगळं पत्र लिहीत आहे.

पत्र लिहिणार?

सस्नेह राकेश

मग एकदा खूप दु:खी होऊन मी त्यांना लिहिलं होतं—

प्रिय राकेशजी,

तुमचं पत्र मिळालं. मी स्वत: अगदी संकटात सापडले आहे. आजपर्यंत मला हे कळलं नाही, की हे सर्व काय आहे? तुम्हालासुद्धा हेच पाहिजे का, की मी स्वत: आपल्या तोंडानं, तुम्हाला जे सांगायचं आहे ते सगळं सांगावं? कारण, बहुधा तुम्हाला असं वाटतंय, की मनातली गोष्ट व्यक्त केली तर माणूस क्षुद्र होतो.

पत्र लिहाल?

तुमची
अनीता

उत्तर आलं, पण सरळ नाही.

प्रिय अनीता,

कालसुद्धा मोठ्या आशेनं पोस्ट ऑफिसात गेलो होतो, पण माझ्या नावाचं एकही पत्र मला मिळालं नाही. आज पुन्हा गेलो तेव्हा तुझं हे पत्र मिळालं.

काल नाटक पुरं झालं आणि आजच ओमप्रकाश आणि कमलेश्वर मला भेटायला आले होते. त्यातच तुझं पत्र मिळालं. किती आनंद झाला असेल, याची

कल्पना आहे का? मला राहवलं नाही म्हणून आज या दोघांशी बोलून मोकळा झालो.

तुझ्यासाठी एवढंच, की नाटक 'फेअर' करायला बसलो तर फक्त दोनच पानं टाईप केली. एकावर लिहिलं, "लहरों के राजहंस" आणि दुसऱ्यावर "त्या व्यक्तीला, जिला असं वाटतं, की मनातली गोष्ट सांगितली, तर माणूस छोटा होऊन जातो." आज बस! इतकंच 'फेअर' करू शकलो.

तू खूश होशील, अशी आशा वाटते.

सस्नेह राकेश

पण या सगळ्या गोष्टी असूनसुद्धा परिस्थिती सुधारते आहे, असं वाटत नव्हतं. उलट असंच वाटायचं, की आमच्यातलं प्रश्नचिन्ह मोठं, आणखीन मोठं होत चाललंय आणि आम्ही त्याच्यापुढं दिवसेंदिवस छोटे आणि गौण होत चाललो आहोत. राकेशजींचं नाटक फेअर करून झालं होतं आणि ते दिल्लीला परतले होते. एवढ्यातच, मला न्यूमोनिया झाला आणि डॉक्टरच्या सांगण्यावरून मला दवाखान्यात ॲडमिटही केलं होतं.

मम्मीनं राकेशजींना माझ्या आजारपणाबद्दल कळवलं होतं आणि हेही कळवलं होतं, की डॉक्टरनं फक्त शिजवलेले मूग आणि मुगाचं सूप खायला सांगितलं होतं; पण ते कुठल्यातरी तुटवड्यामुळं ग्वाल्हेरमध्ये मिळत नव्हतं. मम्मीनं राकेशजींना ताबडतोब यायलाही सांगितलं होतं.

बहुतेक, त्या दिवसांत श्री. ओमप्रकाशजींनी कमलेश्वरजींना 'नई कहानियाँ' मासिकाच्या संपादक पदासाठी ऑफर दिली होती. त्या संदर्भात राकेशजी दिल्लीलाच राहिले होते. ग्वाल्हेरला निघण्याच्या एक रात्र आधी राकेशजी आणि कमलेश्वर रात्री ११ वाजता शिजवलेले मूग आणि मुगाचं सूप मिळणारं दुकान शोधायला बाहेर पडले. नंतर हा एक मोठाच विनोद होऊन बसला होता.

त्या दरम्यान, मम्मी राकेशजींचं माझ्या नावानं आलेलं प्रत्येक पत्र मला द्यायला हॉस्पिटलमध्ये यायची आणि लगेच उत्तरही घेऊन जायची. राकेश जेव्हा ग्वाल्हेरला पोहोचले, तेव्हा मी हॉस्पिटलमधून घरी परत आले होते, पण आतासुद्धा डॉक्टरांनी मला पूर्ण आराम करायला सांगितलं होतं.

या वेळी गाडी दिल्लीला गेली होती आणि मला आठवतंय, की टांग्याच्या घोड्याच्या गळ्यातील घुंगरांच्या आवाजावरूनच राकेशजी घरी पोहोचले, हे मला कळलं होतं.

मी राकेशजींना बघण्यासाठी या वेळी किती बेचैन झाले होते! त्या दिवशी ते दुपारी पोहोचले होते. हिवाळ्याचे दिवस होते. मी रजई घेऊन बिछान्यावर पडले

होते. तेवढ्यात, ते अचानक खोलीत दाखल झाले. मम्मीनं त्यांचं स्वागत केलं आणि ती घाईघाईनं चहा करायला स्वयंपाकघरात गेली. राकेशजी एकदम जवळ आले आणि माझ्या ओठांचं चुंबन घेऊन कानात कुजबुजले, ''आय लव्ह यू'' आणि परत घाईनं सोफ्यावर जाऊन बसले. तितक्यात मम्मी चहा घेऊन खोलीत आली, तोपर्यंत माझे ओठ पोळत होते; पण या दरम्यान मी राकेशजींच्या नजरेला नजर देऊ शकले नाही आणि काही बोलूही शकले नाही.

या वेळी मम्मीकडं राकेशजींसमोर रडायला बरीच कारणं होती. घरातील व्यवस्थाही बिघडत चालली होती. डॅडी आणि गोयल अंकलचं बिनसलं होतं. वाटत होतं, की पार्टनरशिप पुढं चालू शकणं कठीण आहे, त्यामुळं काम बंद करायला हवं. मग...? या सगळ्यांपेक्षाही मम्मीला माझी काळजी जास्त वाटत होती. ''तुम्ही कुठलातरी चांगलासा मुलगा सांगा, म्हणजे मी कमीत-कमी अनीताचं लग्न तरी करून टाकीन.'' मला बसल्याबसल्या रागानं असं वाटत होतं, की ही समस्या सांगायला राकेशजी मॅट्रिमोनियल कॉलम आहेत का? काही का असेना, राकेशजींसमोर घरातील संपूर्ण स्थिती उलगडली होती. त्यांना काहीच समजत नव्हतं. त्यांना वाटत होतं, की कसंही करून आम्हा दोघांना थोडासा एकांत मिळाला तर काही बोलणं होऊ शकेल, पण तशी संधीच मिळाली नाही. बस, फक्त एक क्षण मिळाला, त्यात मी घाईनं विचारलं, ''तुम्हाला योग्य वाटत असेल तर मी मम्मीला सांगू का?'' उत्तरादाखल त्यांनी फक्त होकारार्थी मान हलवली.

तो पूर्ण दिवस माझ्या डोक्यावर खूप ताण आला होता. मला आतल्या-आत एक भीती वाटत होती, की आमची ही शेवटची तर भेट नाही ना? पण त्याबरोबरच असंही वाटायचं, की असं किती दिवस चालणार?

संध्याकाळी मम्मी थोड्या वेळासाठी देवळात गेली होती. त्याआधी थोडा वेळ राकेशजीही भावाबरोबर सिगरेट आणायला बाहेर गेले होते. मला मनातून असं वाटत होतं, की त्यांनी लवकर परत यावं, म्हणजे कुठलातरी निर्णय घेता येईल. राकेशजी आले, पण ते सकाळपेक्षा जास्तच त्रासलेले दिसत होते. मी विचारलं, ''काय झालं?'' तर खूप वेळ डोळ्यांत पाहत राहिले, मग म्हणाले, ''मी एक फार कमनशिबी माणूस आहे, अन्ना... तुला माझ्या सावलीपासूनही लांब राहायला पाहिजे. जग म्हणतं, की मी एक अशक्य माणूस आहे; पण त्याचबरोबर मला हेही सांगायचंय, की मी एक प्रामाणिक माणूसही आहे आणि जर कोणाला एका अशक्य व्यक्तीबरोबर एक प्रामाणिक माणूस पसंत पडला, तर चूक कोणाची?''

''तू खूप लहान आहेस आणि लहान असण्यापेक्षा जास्त भोळी आहेस. हे एका प्रकारे चांगलंच आहे ; कारण जी गोष्ट मी तुला समजावून सांगू इच्छितो ती तुला कळणारच नाही. हेही एका प्रकारे चांगलंच आहे, कारण समजणारे लोक

कधीही सुखी झाले नाहीत....''

''मी आत्तादेखील सुखी नाहीये. म्हणून तुमच्याबरोबर कमीत-कमी दुःखाची तरी सीमा ओलांडावी, अशी माझी फार इच्छा आहे.''

''मला राकेशजींशी लग्न करायचंय'', असं मी मम्मीला म्हणाले. तेव्हा मम्मीला वाटलं, की मी तिची चेष्टाच करतेय. तिनं माझ्याकडं एकदा वरपासून खालपर्यंत निरखून पाहिलं आणि म्हणाली, ''आता जे म्हणालीस ते परत एकदा म्हणू शकतेस?'' या वेळी मी मम्मीकडं वरपासून खालपर्यंत बघून घेतलं आणि विचार केला, की आज जे काही व्हायचंय ते होऊन जाऊ दे. मी पुन्हा सांगितलं, ''मला राकेशजींबरोबर लग्न करायचंय.'' मम्मीला माझा उद्धटपणा सहन झाला नाही. ती काही कळायच्या आत माझ्याजवळ आली आणि माझ्या थोबाडीत जोरात दोन थपडा लगावून खोलीतून निघून गेली. ''थांब, तुझ्या डॅडींना बोलावून आणते,''असं म्हणून मम्मीनं जेव्हा डॅडींनाही बोलावून आणलं, तेव्हा मलाही राहवलं नाही. मी म्हणाले, ''आणखीही कोणाला बोलावून आणायचं असलं तर आण.'' या वेळी डॅडी समोर आले आणि म्हणाले, ''नको, काळजी नको करू. आम्ही दोघंच पुरेसे आहोत. बोल, काय सांगणार आहेस?''

मी पुन्हा एकदा सांगितलं, ''माझी राकेशजींच्याबरोबर लग्न करण्याची इच्छा आहे.'' या वेळी दोघांनी मला चांगलंच झोडपलं. जेव्हा दोघंही थकले तेव्हा मम्मी म्हणाली, ''ते तर तुझ्यावर थुंकणारही नाहीत आणि तुला त्यांच्याशी लग्न करायचंय?'' मी आत्तापर्यंत चांगलीच तापले होते, ''हे तू त्यांच्या मनातलं नाही, तुझ्याच मनातलं सांगते आहेस... कारण... कारण तुला माझा हेवा वाटतोय.'' आता मात्र मला श्वास घेणंही अवघड झालं होतं. हे सांगितल्यावर मी बेशुद्ध झाले, पण आता मम्मीचा संताप अनावर झाला होता. ती स्वयंपाक घरात गेली आणि तिनं मसाला कुटायचं मुसळ आणलं आणि... मग काय झालं मला काही आठवत नाही. हो, मम्मीचे शेवटचे शब्द असे होते, ''मी तुझ्यावर जळते नाही का? हेच सगळं ऐकण्यासाठी मी आयुष्यात एवढा संघर्ष केला होता का?''

भाऊ आणि राकेशजी घरी आल्याला बराच वेळ झाला होता, पण आमच्या खोलीचा बंद दरवाजा बघून ते सरळ आपल्या खोलीत निघून गेले होते. त्यांना काय चाललंय याचा जरासुद्धा मागमूस लागला नाही. भावाला घरात नक्की काहीतरी गडबड आहे, याचा अंदाज आला होता, पण तोही गप्प बसला. जेव्हा माझ्या खोलीचा दरवाजा उघडला, तेव्हा तो सरळ आत आला आणि माझी अवस्था पाहून त्यानं डॉक्टरांना बोलावलं. नंतर राकेशजींपासून काहीच लपून राहिलं नाही. भावानं

त्यांना सगळं सांगितलं. मला शुद्ध आली तेव्हा रात्रीचे दोन वाजले होते. डोक्यात हातोड्याचे घण पडत होते आणि सगळं शरीर ठणकत होतं. त्या रात्री त्यांनी मला पलंगावर झोपवलं होतं. मी उठायचा प्रयत्न केला. उठून बसल्यावर उभं राहायचा प्रयत्न केला; उभी राहिल्यावर चालायचा प्रयत्न केला आणि चालतचालत सरळ राकेशजींच्या खोलीत गेले. तिथं पाहिलं, तर ते अंधारात बसून सिगरेट ओढत होते. मला पाहताच त्यांनी मला आपल्या बाहुपाशात घट्ट धरलं. आयुष्यात पहिल्यांदा मला पुरुषाच्या बाहू आणि छातीच्या बळकटपणाचा अनुभव आला. पहिल्यांदा एका पुरुषाच्या देहाच्या गंधाशी ओळख झाली. पहिल्यांदाच मी कोणाच्यातरी श्वासात आपले श्वास मिसळू दिले. आयुष्यात प्रथमच स्वत:ला कोणावरतरी झोकून देण्याचा विश्वास मला मिळाला हेता. त्यांनी "अन्ना, माझी अन्ना, केवळ माझीच अन्ना" असं म्हणत मला वरपासून खालपर्यंत ओठांनी चुंबून-चुंबून घेतलं. खूप वेळ मी तशीच त्यांच्या खांद्यावर रेलून राहिले. मग जेव्हा त्यांच्यातच असहायता येत असलेली मला जाणवली, तेव्हा मी कशीतरी आपल्या खोलीत परतले. पलंगावर पडल्यावर मला जाणवलं, की माझा देह पहिल्यापेक्षाही अधिक धगधगत होता.

सकाळी माझा भाऊ मला चहा द्यायला आला होता. डॅडी फॅक्टरीत गेले होते आणि मम्मी राकेशजींच्या खोलीत त्यांच्याशी बोलत होती. एका प्रकारे चांगलंच झालं होतं; कारण अंधारात जे झाकलेलं वाटत होतं, तेच सकाळच्या उजेडात आपल्या नग्न रूपात उघडं झालं होतं.

दुपारीदेखील मम्मी उशिरापर्यंत राकेशजींशी बोलत राहिली. मग जेवण झाल्यावर मम्मी आणि राकेशजी माझ्या खोलीत आले. मी कुणाच्याही नजरेला नजर दिली नाही. समोर भिंतीकडं पाहत राहिले. का कोण जाणे, राकेशजी माझ्या खोलीत येऊन बसल्यामुळं माझ्या डोळ्यांतून जे अश्रू वाहायला लागले, ते थांबेचनात. तेव्हा मम्मी म्हणाली, "तुम्ही बघताहात ना? बस फक्त रडत बसेल; कुढत बसेल!" मम्मीनं दाखवलेल्या सहानुभूतीचा मला खूप राग येत होता; पण त्यामुळं मला एक गोष्ट कळून चुकली, की मम्मीनं राकेशजींची बाजूसुद्धा ऐकलेली आहे.

"हे बघ अनीता, आम्ही काही निर्णय घेतले आहेत" मला राकेशजींच्या आवाजावरून असं वाटलं, की त्यांना आता बरंच काही पटवलेलं आहे; पण मला कोणतेही निर्णय ऐकायची इच्छाच होत नव्हती, कारण त्यांच्या कोणत्याही निर्णयावर माझा विश्वास नव्हता. राकेशजींचा त्यावर विश्वास बसणं योग्यच होतं, कारण ते एक प्रामाणिक व्यक्ती होते. "तुला तुझं शिक्षण पूर्ण करायला हवं. मग एखादी नोकरी पकड. तोपर्यंत पुष्पाचा आणि माझा घटस्फोटही झालेला असेल...." असंच काहीतरी राकेशजी बोलत होते. मला वाटत होतं, की ही भाषा त्यांची नाही, माझ्या मम्मीची भाषा आहे. मला खात्री होती, की मम्मीजवळ घटस्फोटाचं सर्वांत मोठं

हत्यार आहे. ती त्याचा प्रयोग करून राकेशजींना हरवू शकत होती, नामोहरम करू शकत होती. मी राकेशजींना हेच समजावायचा प्रयत्न करत होते, की माझा मम्मीबद्दलचा अंदाज चुकणार नाही, पण समजावणार कोणाला? ज्याला समजावायचं तो स्वत: आपल्या मर्मस्थानाविषयी जाणून होता. अशा प्रकारे मम्मीसमोर राकेशजींना आरोपी म्हणून उभं राहिलेलं पाहून, मी माझा स्वत:चाच धिक्कार केला. शेवटी, ज्या माणसाचं जीवन ही त्याची स्वत:च्या मालकीची संपत्ती आहे, त्याच्याबद्दल कुणालाही काहीही बोलण्याचा अधिकार कुणी दिला? मीच ना? मला वाटलं, आज माझ्यामुळं आपल्या मम्मीसमोर मी त्या व्यक्तीला कितीकिती क्षुद्र करून टाकलंय! ती अशी कोण लागून गेली आहे, की आज राकेशजींच्या आयुष्याचे निर्णय स्वत:च घ्यायला लागलीय? तिच्या मुलीविषयी त्या व्यक्तीच्या मनात कुठंतरी स्नेह उत्पन्न झालाय म्हणूनच ती असं वागू शकतीय ना? याच गोष्टीची शिक्षा आज त्यांना भोगायला लागते आहे ना? ज्या व्यक्तीची प्रशंसा करताना मम्मी थकत नव्हती, ज्या व्यक्तीबद्दल मम्मीच्या मनात फार मोठं सन्मानाचं स्थान होतं; अशी एक इतकी मोठी व्यक्ती मम्मीसमोर अशा समझोत्याच्या परिस्थितीत बसली होती. या सगळ्याला मीच जबाबदार नाही का?

"मी हिच्यासाठी माझा उजवा हातही कापून देऊ शकतो. मी हिच्यासाठी सर्व काही करू शकतो; पण... घटस्फोट कधी होणार? याबद्दल काही सांगू शकत नाही आणि तो अनिश्चित काळ फारच अनिश्चित होणार नाही का? हे मी फक्त तुम्हा सर्वांच्या गैरसोयीचा विचार करूनच सांगतो आहे."

"चला, ही गोष्ट तुमची तुम्हालाच आपोआप कळली. काळच स्वत: ठरवेल, की तुमच्या मनात हिच्याबद्दल किती प्रेम आहे. रामानंसुद्धा धनुष्यभंग करूनच सीताहरण केलं होतं."

'ओहो!' मला वाटत होतं, की कोणत्याही परिस्थितीत मम्मीची आदर्श फॉर्म्युलेबाजी बंद करून टाकावी; पण राकेशजींनी स्वत:लाच 'ऑकवर्ड' वाटून घ्यावं, स्वत:च संकोचून जावं, असं वाटत नव्हतं म्हणून आम्ही अगदी गप्प बसून मम्मीकडून धडे घेत होतो.

सगळ्यात शेवटी असं ठरलं, की दोनतीन महिन्यांत डॅडी जेव्हा इथला व्यापार गुंडाळून परिवारासकट दिल्लीला येतील, तेव्हा बाकीच्या सर्व गोष्टी तिथंच ठरतील. भावाचा राकेशजींबरोबर दिल्लीला जायचा कार्यक्रम आधीच ठरलेला होता, म्हणून कार्यक्रमात काही नवीन फेरबदल झाला नाही. अलाहाबादेत राकेशजींना कुठल्यातरी संमेलनात सहभागी व्हायचं होतं, असं त्यांनी आम्हाला सांगितलं. त्या वेळी राकेशजी भावाला बरोबर घेऊन गेले होते आणि ते दोघं काही दिवस उपेन्द्रनाथ अश्कांकडं राहिले होते.

मम्मी संध्याकाळी नियमित देवळात जायची. तशी ती त्या दिवशीही गेली होती म्हणून थोडा वेळ आम्ही एकटेच होतो.

"..................."

"कुठलं शिक्षण? कसली नोकरी नि कोणते निर्णय? माझा तर नुसत्या जगण्यावरसुद्धा विश्वास नाही. जर विश्वास असेलच तर फक्त तुमच्या अस्तित्वावर, तुमच्या असण्यावर, बोलण्यावर, तुमच्या सगळ्यांवर आहे आणि हे सगळं मिळेपर्यंत किती वादळं, किती संकटं, किती भूकंप येतील आणि त्या वादळा-भूकंपात मीदेखील कशावरून नष्ट होणार नाही?"

"...कोणती व्यक्ती? कुणावर विश्वास? कुणाचं अस्तित्व?" त्यांनी माझा चेहरा हातात धरून आपल्या छातीत दडवला.

आम्हाला ग्वाल्हेर कायमचं सोडावं लागलं. डॅडींचा व्यापार परत एकदा बंद पडला होता आणि आमचं भविष्य परत एकदा अनिश्चिततेच्या सावटानं झाकोळलं होतं. आम्ही कोणत्या दिवशी, कोणत्या गाडीनं दिल्लीला पोहोचणार आहोत, याबाबत मम्मीनं राकेशजींना पत्रानं कळवलं होतं.

त्या दिवशी गाडीत जरासुद्धा झोप आली नाही. संपूर्ण रात्र मी गाडीच्या खिडकीतून बाहेर बघत होते. मी काळा गुडूप अंधार, धूळ, धूर, यांच्याशी संपूर्ण रात्र जणू झुंज देत होते. कधीकधी दूर, खूपच दूर, कुठल्यातरी अनोळखी शहराचे दिवे फडफडणाऱ्या मशालींसारखे वाटत होते. असं वाटत होतं, की ते कुठल्यातरी युद्धाची सूचना देत असावेत. माझं मन शंकेनं व्याकूळ व्हायचं. का कोण जाणे? मला येणाऱ्या 'उद्या' वर जरासुद्धा भरवसा वाटत नव्हता. वाटत होतं, की गाडीच्या चाकात चालणारं युद्धच खरं आहे. याच इंजिनातून फुंकली जाणारी शिट्टी म्हणजे एक 'चॅलेंज' आहे.

विजेच्या तारांशी धडपडणाऱ्या वटवाघळांना पाहिलं. त्यामुळं उत्पन्न झालेले त्यांचे चित्कारही ऐकले. या सगळ्यांना घाबरून मी बाथरूममध्ये गेले. धूसर आरशात सारखं हलणारं माझं प्रतिबिंब पाहून मला भीती वाटली आणि मी परत बाहेर येऊन खिडकीचा आधार घेतला. परत त्याच आकाशाकडं डोळे लावून बसले. जोपर्यंत आकाशानं हार मानून आपला रंग बदलायला सुरुवात केली नाही, अगदी तोपर्यंत. मी पहिल्यांदा आकाशाचे रंग काळ्यापासून पिवळा, पिवळ्यानंतर गुलाबी आणि त्यानंतर निर्मळ होताना पाहिले. जणू रात्री झोपलेलं स्मशान आता जागं झालं होतं आणि ते दुधाला 'दूध' आणि पाण्याला 'पाणी' म्हणत होतं!

अजून आमची गाडी पूर्णपणे दिल्ली स्टेशनवर थांबलीही नव्हती; तोपर्यंत

म्हणजे त्याआधीच माझ्या डोळ्यांनी राकेशजींना शोधून काढलं होतं. त्यांची नजर बेचैन होऊन इकडंतिकडं भिरभिरत होती. डॅडींनी जेव्हा जवळ जाऊन त्यांच्याशी हस्तांदोलन केलं तेव्हा कुठं त्यांची बेचैनी दूर झाली. राकेशजी आम्हाला शोधतशोधत आमच्याजवळ आले होते, पण मी त्यांच्याकडं पाहिलंही नाही. त्याचं डॅडी-मम्मीच्या पुढंपुढं करणं, आमच्यासाठी हमाल शोधणं मला मुळीच आवडलं नाही. काहीतरी करून आमचं सामान बाहेर पाठवून, आम्ही स्टेशनमध्ये वरच्या मजल्यावर रेस्टॉरंटमध्ये नाश्ता करायला गेलो. तिथं मी वर बघावं म्हणून त्यांनी टेबलाखालून माझ्या गुडघ्याला हळूच स्पर्श केला, पण मी वर पाहिलं नाही; कारण त्यांनी माझ्या डोळ्यांतलं दुःख पाहावं, असं मला वाटत नव्हतं, पण उत्तरादाखल मी टेबलाखालूनच आपला हात त्यांच्या हातात सोपविला. तो स्पर्श किती कोमल आणि आश्वासक होता!

न्याहारी करताकरता असं ठरलं, की आम्ही दुसरी जागा निश्चित करेपर्यंत काही दिवस 'राजकमल प्रकाशन'च्या गेस्ट हाऊसमध्ये राहू शकतो. राकेशजींनी सांगितलं होतं, की त्यांनी ही गोष्ट ओमप्रकाशांना आधीच सांगितली होती. राकेशजींनी ही जागा सुचविली होती, कारण इथं राहून कदाचित काही निर्णय घेता येतील, हे मला माहीत होतं.

'निर्णय...' हा शब्द म्हणजे एक उपहास होऊन बसला होता. आम्ही 'राजकमल'च्या गेस्ट हाऊसमध्ये जे दोन-तीन दिवस काढले, ते रात्रीतल्या दुःस्वप्नाप्रमाणं खूप दुःखद असे होते. राजा जनकाला एकाच धनुष्य बाणाच्या आधारे निर्णय घ्यायचा होता, पण राकेशजींसमोर धनुष्यच-धनुष्य आणि बाणच-बाण ठेवलेले होते. राकेशजी या सर्व धनुष्यबाणांच्या कसोटीसाठी सज्ज झाले होते; पण कुठंतरी मलाच हे सगळं सहन होत नव्हतं.

"खरं तर, हे सगळं तुम्ही कशासाठी करताहात?"

"अन्ना, जर मी तुला या घरातून बाहेर काढू शकलो नाही, तर मी स्वतःला कधीही माफ करू शकणार नाही."

"पण या सगळ्या गोष्टींचा स्वीकार करून मला आधार देण्याऐवजी तुम्ही स्वतः त्यात रुतत चालला आहात. मी मुळीच असं होऊ देणार नाही. उद्याच्या-उद्या तुम्ही स्वतःला या बंधनातून मोकळं करून घ्यायला पाहिजे आणि त्याबरोबरच हे गेस्टहाऊस सोडण्यासाठी म्हणजे मोकळं करून देण्यासाठी त्यांना शेवटची मुदतदेखील ठरवून दिली पाहिजे."

"मग तूसुद्धा निघून जाशील." त्यांनी मला स्वतःजवळ घट्ट धरून ठेवलं. "इथून निघाल्यावर मी कधीतरी तुमची होऊ शकेन, पण इथं राहून मुळीच नाही." हे सगळं मी मोठ्या आत्मविश्वासानं म्हटलं खरं, पण असं म्हणताम्हणता मी

स्फुंदून-स्फुंदून रडायला सुरुवात केली.

दुसऱ्या दिवशी जे व्हायचं होतं तेच झालं. मम्मीनं सोडलेल्या वाग्बाणांना मी राकेशजींच्यासमोरच आभारांसकट परतवलं. सगळ्या वातावरणात "उद्धटपणा उद्धटपणा" म्हणून केलेला गहजब घुमत राहिला आणि मम्मी-डॅडींनी राकेशजींच्यासमोरच विजेच्या तारा, दंडुके आणि कायकाय घेऊन माझ्यावर आक्रमण केलं.

मी बेशुद्ध होऊन जमिनीवर पडले होते. नाका-कानांतून निर्दयपणे रक्त वाहत होतं. चारी बाजूंनी मला लोकांनी वेढलं होतं. त्यातच राकेशजीसुद्धा होते. त्यांनी बहुधा मम्मीला अडवलंही; पण "हे माझं घर आहे आणि माझ्या घरात कुणाशी कसं वागावं, हे मला चांगलं माहीत आहे." असं उत्तर त्यांना मिळालं होतं. आता वातावरण अगदी शांत झालं होतं. जे काही व्हायचं ते होऊन चुकलं होतं. आपापले निर्णय घेऊन झाले होते. राकेशजी माझ्या अगदी जवळ येऊन म्हणाले, "आत्ता, या क्षणी तू माझ्याबरोबर येऊ शकतेस?" मी सावकाश डोळे उघडले आणि त्यांच्याकडं मूकपणे पाहत राहिले. फक्त एवढ्याचसाठी, की कमीत-कमी एक वेळ तरी मी त्यांच्याकडं शेवटचं म्हणून पाहून घेईन. जेव्हा माझ्याकडून त्यांना कोणतंही उत्तर मिळालं नाही, तेव्हा त्यांनी मला चांगलं हलवून पुन्हा विचारलं, "तू माझ्याबरोबर ताबडतोब येऊ शकशील का? तू फक्त एकदा 'हो' म्हण. पुढचं सगळं मी बघून घेईन." हा प्रश्न ऐकणं आणि त्याचं उत्तर देणं, दोन्ही माझ्या ताकदीबाहेर होतं, पण मी "नाही" म्हणून एकदम स्वत:ला अलिप्त करून टाकलं. कसल्या मनानं मी ते उत्तर दिलं होतं आणि कसल्या काळजानं त्यांनी ते उत्तर स्वीकारलं होतं, कोण जाणे! आम्हा दोघांमध्ये जो एक मोठा प्रश्न आणि जे मौन आजपर्यंत खूप अर्थपूर्ण होतं, त्याचे आता तुकडे-तुकडे होऊन चुरा झाला होता. माझ्यापुढं सर्व गरगरा फिरून नष्ट झालं होतं. त्या मातीचा म्हणजे चुऱ्याचा कधी-काळी एकमेकांशी काही संबंध होता, असं म्हणणंही अवघड होऊन बसलं होतं.

जर मी फक्त एकदा 'हो' म्हटलं असतं, तर राकेशजींना एक प्रकारचा विश्वास वाटला असता आणि त्याचा परिणाम काय झाला असता, हे मला पूर्णपणे माहीत होतं; कारण मग राकेशजींनी काहीही करायला मागंपुढं पाहिलं नसतं आणि डॅडी–मम्मीही मागं हटले नसते. ते सर्व सहन करायची ताकद माझ्यात नव्हती. त्यापासून स्वत:ला वाचवायचा एकच उपाय होता, तो म्हणजे 'नाही' म्हणणं.

त्यानंतर, राकेशजींनी लगेच ओमप्रकाशजींना फोन करून बोलावून घेतलं आणि त्यांनी आम्हाला ताबडतोब गेस्ट हाऊस रिकामं करायची सूचना दिली.

मम्मी-डॅडींनी आपापसांत ठरवून, घाईघाईनं विखुरलेल्या वस्तू गोळा करायला सुरुवात केली. एकच विखुरलेली गोष्ट ते गोळा करू शकले नाहीत, ती म्हणजे

मी! एवढंच नाहीतर त्यांनी माझ्यावर पहारा ठेवणं सुरू केलं. डॅडींनी जेव्हा बाहेर डोकावून पाहिलं, तेव्हा राकेशजी आणि ओमप्रकाशजी टॅक्सीचा दरवाजा उघडून आम्ही बाहेर पडण्याची वाट पाहत होते. त्यामुळं डॅडी-मम्मींची अशी समजूत झाली, की आम्ही बाहेर पडण्याची ते वाट पाहताहेत, कारण दोघं मला पळवून घेऊन जाणार. यामुळंच आम्ही थोडा वेळ आतच बसून राहिलो. मधूनमधून डॅडी बाहेर डोकावायचे. त्यांना असंही वाटलं होतं, की कदाचित या वेळी भाऊ येईल; पण तो आला नाही, तेव्हा तोही राकेशजींच्या बाजूचा झाला असावा, असा त्यांना संशय आला. थोड्या वेळानं राकेशजी आणि ओमप्रकाशजीही निघून गेले.

तिथून निघून आम्ही आमच्या आजोळी गेलो. मम्मीची माझ्याबरोबरची वागणूक दिवसेंदिवस जास्तच वाईट व्हायला लागली होती. बहुतेक, तीन-चार दिवसांनंतर भाऊ आला. त्याला मम्मीच्या सरबत्तीला तोंड द्यावं लागलं; पण जाण्याआधी त्यानं माझ्या हातात कागदाचा एक कपटा दिला. बाथरूममध्ये जाऊन ती चिठ्ठी उघडल्यावर दिसलं—

प्रिय अनीता,

मला विसरून जा. म्हणजे तुला पुढच्या आयुष्यात कसलाही त्रास भोगावा लागणार नाही.

सस्नेह राकेश.

ती चिठ्ठी छातीशी धरून मी कितीतरी वेळ रडले. मला खूप दु:खही झालं; पण त्या सगळ्या वेगवेगळ्या गोष्टी होत्या; तरीही मला एकाच गोष्टींचं सुख मिळालं. ते म्हणजे मी राकेशजींना कोणत्याही परिस्थितीशी समझोता करण्यापासून आणि मोडून जाण्यापासून वाचवलं.

मध्येच कमलेश्वरजींचं एक खूप छोटं पत्र आलं—

प्रिय अनीता,

'न जाने क्यों' या तुझ्या कथेत सुधारणा झाली असेल तर पाठवून दे.

भवदीय,
कमलेश्वर.

या पत्राचं उत्तर द्यायच्याऐवजी मम्मीनं माझी कथा संपादकांच्या नावे पोस्टानं पाठवून दिली. मग 'नई कहानियाँ' मासिकात ही घोषणाही वाचली, की सुप्रसिद्ध कथाकार नव्या कथाकारांच्या एकेका कथेची ओळख करून देणार आहेत. माझ्या कथेची ओळख राकेशजी करून देतील, हे वाचून मला किती आनंद झाला, याचं

वर्णन करणं कल्पनेपलीकडचं होतं; पण ही गोष्ट इतक्या ताबडतोब सगळीकडं पसरली, की जवळपासचे लोक विचारपूस करायला लागले. मला आठवतंय, की एकदा मी मम्मीबरोबर 'आजकल' च्या कार्यालयात गेले होते. तेव्हा मन्मथनाथ गुप्तांनी मला विचारलं, "तुझ्या कथेची प्रस्तावना राकेशजी लिहिणार आहेत, असं वाचलं. त्यांची तुझी चांगलीच ओळख असेल." मी ताबडतोब उत्तरले, "राकेशजी माझ्या कथेची ओळख करून देणार आहेत, माझी नाही." माझी बोलायची पद्धत मम्मीला अजिबात आवडली नाही, पण मला त्या गोष्टीचा कसलाही त्रास होत नव्हता. त्याची पर्वाच वाटली नाही.

नंतर भाऊ कितीतरी वेळा आला. त्यामुळं राकेशजींबरोबर थोडा का होईना, पत्रव्यवहार सुरू करण्याची शक्यता उत्पन्न झाली. या दरम्यान भावानं मम्मीला पटवलं होतं, की मी आपलं शिक्षण सोडता कामा नये आणि कसंही करून बी.ए. च्या शेवटच्या वर्षाची परीक्षा देऊन टाकलीच पाहिजे, कारण ती प्रत्येक वर्षी काही ना काही कारणानं पुढं ढकलली गेली होती. त्यानं चावडी बाजारातील पी. टी. कॉलेजमध्ये नेऊन मला ॲडमिशन मिळवून दिली. आता माझ्या शिक्षणाची जबाबदारी भावानं उचलली होती. आता कमीत-कमी एवढं तरी झालं, की रोज थोड्या वेळासाठी का होईना, मला घरच्या वातावरणातून बाहेर पडणं शक्य झालं. आता सकाळी ७ ते ११ वाजेपर्यंत मोकळ्या हवेत श्वास घेता येऊ लागला. पहिल्या दिवशी मी जेव्हा कॉलेजमध्ये गेले, तेव्हा माझी गाठ कुणाशी पडली माहीत आहे? श्री मोहन राकेश यांच्याशी. त्यांना एकदम समोर पाहून माझा विश्वासच बसेना. मग कळलं, की राकेशजींनीच माझी फी आणि पुस्तकांचे पैसेही दिले होते.

राकेशजींना एकदम समोर बघून मला त्यांच्याशी काय बोलावं, हेच समजत नव्हतं. तेही गप्पच होते. मग मी हळूच विचारलं, "कसे आहात?" " हाच प्रश्न विचारण्यापासून मी स्वतःला रोखत होतो."

"मग मी माझा प्रश्न परत घेते." या प्रश्नाबरोबरच आम्ही वेगवेगळ्या दिशांना पांगलो.

हळूहळू राकेशजी मला भेटण्यासाठी रोज सकाळी पावणेसात वाजता कॉलेजच्या बाहेर यायला लागले. सात वाजता माझा तास असायचा. तिथं उभं राहून बोलायला खूप विचित्र वाटायचं, म्हणून मी एक दिवस राकेशजींना खूप खूश होऊन सांगितलं, की मी एक हलवायाचं दुकान शोधून काढलं आहे, तिथं आपण थोडा वेळ बसून गप्पा मारू शकू. आता आम्ही तिथंच भेटायला लागलो. पहिल्या दिवशी

राकेशजींनी विचारलं, की मी काय खाणार? मी म्हणाले, "काही नको." पण त्यांच्या आग्रहामुळं मी इतक्या सकाळीही एक कोकाकोला मागवला. मग काय, ते रोज स्वत:साठी छोले-पुरी आणि लस्सी मागवायचे आणि माझ्यासाठी कोकाकोला. त्या दिवसानंतर त्यांना मला विचारण्याची किंवा आग्रह करण्याची काही गरजच भासली नाही, की कधीतरी मला छोले-पुरी खायला आवडेल की नाही? मला त्यांच्या या गोष्टीचं इतकं हसू यायचं, पण मी कधी त्यांना हे सांगितलं नाही. हो, नंतर मात्र मी या गोष्टीची आठवण करून देऊन त्यांना कित्येक वेळा खूप छळलं आणि पुढंही मी त्यांना नेहमी बजावायची, की जेव्हा ते एखाद्या मुली किंवा महिलेबरोबर अपॉईंटमेंट घेतील, त्या वेळी हॉटेलमध्ये स्वत:साठी ऑर्डर देण्याआधी तिला विचारायचं आणि फक्त विचारायचंच नाहीतर, तिनं काहीतरी घ्यावं म्हणून आग्रह करण्याचं, लक्षात ठेवायचं.

त्या सकाळच्या भेटींचं एकच आकर्षण होतं, ते म्हणजे मी सकाळीसकाळी त्यांना भेटायची, पाहायची आणि ते बोलताना ऐकायची. हे माझं सुख त्यांना खूप महाग पडायचं, कारण मला भावाकडून कळलं होतं, की त्या वेळी राकेशजींची आर्थिक स्थिती बरोबर नव्हती; तरीसुद्धा ते रोज माझ्यासाठी डब्ल्यू.ई.ए. करोलबागेहून चावडीबाजारपर्यंत आणि परत टॅक्सीनं ये-जा करायचे. इथंच मी हेही सांगते, की तेव्हा सर्व जण म्हणजे माझा भाऊ, राकेशजी, अम्मा-राकेशजींची आई, कमलेश्वरजी, गायत्री वहिनी आणि त्यांची एक वर्षाची मुलगी एकाच घरात राहात होते.

सकाळी मी राकेशजींना भेटायचे पण घरी जाताना मनात सारखी भीती वाटत राहायची, की मी राकेशजींना भेटते याचा मम्मीला सुगावा तर लागला नाही ना; कारण काही दिवसांनंतरच मम्मीनं मला विचारलं होतं, की 'मी राकेशजींना कधी भेटले तर नाही ना?' तेव्हा मला एकदम धक्काच बसला, की तिला कळलं तर नसेल? पण जेव्हा तिनं माझ्याकडून वचन घेतलं, की मी राकेशजींना कधीही भेटणार नाही, तेव्हा माझं समाधान झालं की माझ्याच मनाचा तो संशय होता; पण मम्मीला वचन देताना मला कसलाही त्रास झाला नाही, कारण त्यापूर्वीच मी राकेशजींना भेटण्याचं वचन देऊन चुकले होते.

तरीही प्रत्येक वेळी मम्मीला माझं रहस्य कळलं, की काय याची धास्ती मला घरून कॉलेजात जाताना आणि परत घरी येताना वाटत राहायची. या धास्तीवरून मी 'कहीं फिर सुबह न हो जाए' नावाची कथा लिहिली होती आणि ती बहुतेक 'नई कहानियाँ' मासिकात छापूनही आली होती.

मग एक दिवस मला राकेशजींनी सांगितलं, की त्यांना स्वत:चं सामान आणण्यासाठी काही दिवसांसाठी मुंबईला जावं लागेल; कारण 'सारिका'तली नोकरी सोडल्यानंतर ते घाईघाईनं ग्वाल्हेरला आले होते आणि आता दिल्लीत

राहाणार असल्यामुळं त्यांना घरासाठी सगळ्या वस्तूंची विशेषत:, एअर-कंडिशनरची गरज लागणार होती; कारण इतक्या कडक उन्हाळ्यात ते कधीही कोणत्यातरी हिल-स्टेशनवर गेल्याशिवाय राहिले नाहीत. मी विचारलं, की किती दिवस लागणार परतायला? तर म्हणाले, "बस गेलो आणि आलोच समज." आणि जर काही दिवस इकडं-तिकडं झालेच, तर मी 'राजकमल' मध्ये कमलेश्वरना फोन करून माहिती मिळवू शकेन.

जेव्हा त्यांना जाऊन तीन-चार दिवस झाले, तेव्हा निराश होऊन मी कमलेश्वरना फोन केला. त्या दिवसापर्यंत मी कमलेश्वरना भेटले नव्हते, की त्यांच्याशी साधं फोनवरही बोलले नव्हते. म्हणून एका विचित्र संकोचानं मी त्यांना फोनवर म्हटलं, "मी अनीता बोलतेय" "हां, हां, अनीता, सांग कशी आहेस?" कमलेश्वरांनी हे अगदी असं म्हटलं, की जणू किती वर्षांची ओळख आहे. आता मला फारच संकोचायला झालं, की यांना राकेशजींबद्दल कसं विचारायचं? तरीसुद्धा मी धीर करून म्हणाले, "तुम्हाला राकेशजींनी सांगितलंय का?" अजून बोलणं पुरंही झालं नव्हतं, तेवढ्यात ते म्हणाले, "हो, त्यानं मला सगळं सांगितलंय." आता मला हसू आलं. मी म्हणाले, "नाही, त्याबद्दल नाही, त्यांच्या मुंबईहून परतण्याविषयी." या वेळी कमलेश्वर हसले. म्हणाले, "तो आता तिथं जास्त दिवस राहाणार नाही. विश्वास ठेव. कदाचित उद्यापर्यंतच येईल. जर आला तर मी त्याला माझ्याबरोबर ऑफिसमध्ये घेऊन येईन. तू उद्या परत फोन करून बघ."

मी परत दुसऱ्या दिवशी फोन केल्यावर कमलेश्वर म्हणाले, "इथंच बसला आहे, माझ्याजवळ. बोलायला सांगू?" त्या वेळी 'हो' म्हणणं एवढं अवघड झालं होतं, पण विचारणारा मात्र आपली करमणूक करून घेत होता.

आता रोज सकाळी भेटण्याशिवाय आणखी एक कार्यक्रम निश्चित झाला होता. तो म्हणजे संध्याकाळी टायपिंग शिकायला जायचं. त्या वेळी मी रोज राकेशजींना फोनही करायची. त्यांनी मला घराजवळच्या एका पानवाल्याचा फोन नंबर दिला होता. पानवाला अगदी दिलदार होता; पण मी जिथून फोन करायची, तो मला दहा मिनिटंही बोलू देत नसे. शेवटी मी राकेशजींना "मी आता दुसरीकडून फोन करते" असं सांगून फोन खाली ठेवायची. मग कुठलंतरी दुसरं दुकान शोधायची. अशा प्रकारे, एका वेळी मी पाच वेगवेगळ्या दुकानांतून रोज फोन करायची. म्हणजे मला फोन करायला रोज दोन रुपये लागायचे, पण माझे अर्थसहाय्यक राकेशजी असल्यामुळं मला इतकी अडचण यायची नाही.

मग 'सारिका' चे नवे संपादक चंद्रगुप्त विद्यालंकारजींनी 'सारिका'तर्फे एक संमेलन ठेवलं होतं. त्यात त्यांनी मम्मीलाही बोलावलं होतं. मी ही गोष्ट राकेशजींना सांगितल्यावर असं ठरलं, की याच निमित्तानं त्या दिवशी संध्याकाळी भेटायचं. मी

मम्मीबरोबर त्या संमेलनाला गेले होते. राकेशजी श्रीमती अमृता प्रीतम यांच्याबरोबर आमच्यासमोर असलेल्या पण दूरच्या एका टेबलावर बसले होते. नंतर अमृताजींनी मला सांगितलं, की त्यांनी जेव्हा राकेशजींच्या कानाला लागून विचारलं, की राकेशजींचं कुठल्यातरी 'अनीता' नावाच्या मुलीबरोबर प्रेमप्रकरण चालू आहे, अशी अफवा कॉफी हाऊसमध्ये पसरलीय ती खरी आहे का? तर राकेशजींनी लगेच सांगितलं की, अगदी खरी आहे आणि त्या मुलीला पाहायचं असेल, तर ती अगदी समोर भगव्या रंगाची साडी नेसून बसली आहे. "अमृताजी लगेच म्हणाल्या, म्हणूनच तुझ्याकडं कशी एकटक पाहते आहे." त्या दिवशी संमेलनानंतर मी मम्मीला कोणाशीतरी बोलताना पाहिलं. मी त्यांना ओळखलं नाही, कारण ते मोहन राकेश नव्हते. मम्मीनं ओळख करून दिली, "हे आहेत कमलेश्वर!" मी एकदम सटपटलेच, पण दुसऱ्याच क्षणी सावरून त्यांना नमस्कार केला. राकेशजींवर 'मेरा हमदम' हा लेख लिहिणाऱ्या म्हणजे राकेशजींना शिव्या घालणाऱ्याशी हा माझा पहिला परिचय होता. कदाचित, कमलेश्वरांनीही मला तेव्हा पहिल्यांदाच पाहिलं असावं. माझ्या तोंडून अचानक निघून गेलं, "तुमच्याबद्दल पुष्कळ ऐकलं होतं, पण आज पहिल्यांदाच भेट झाली."

कमलेश्वरांनीही उत्तर द्यायला काही कमी केलं नाही. म्हणाले, "ऐकलं तर मीही तुझ्याविषयी पुष्कळ होतं, पण माझीही ओळख आज झाली." आम्ही सगळे यावर जोरात हसलो आणि मला आठवतंय, की लांब उभे असलेले राकेशजी दुसऱ्या कोणाशीतरी बोलताबोलता मनातल्या-मनात अगदी चडफडत होते.

मग असं कळलं, की मन्नू भंडारी आणि राजेन्द्र यादव हे कलकत्त्याहून आलेत. मला मन्नूजींना भेटायची खूप इच्छा होती. मी पण एक डाव खेळले. मी राकेशजींना सांगितलं, की "जर मन्नूजींनी मला सल्ला दिला, की मी लग्न केल्याशिवाय तुमच्याबरोबर राहायला हरकत नाही, तर मी तुमचं ऐकेन" मग काय? दुसऱ्याच दिवशी सकाळी मन्नूजींना बरोबर घेऊन राकेशजी हजर. खूप दिवसांनंतर मन्नूजींनी मला सांगितलं, की राकेशजी सगळा वेळ मन्नूजींच्या मागंच लागले, की "बघ मन्नू, काम झालंच पाहिजे. हे सगळं तुझ्यावर अवलंबून आहे." आणि मन्नूजींनी सांगितलं, की जेव्हा त्यांनी मला पहिल्यांदा पाहिलं, तेव्हा त्या चाटच पडल्या. घरी परतल्यावर त्या म्हणाल्या, "राकेशजी, इतकी लहान आणि भोळी मुलगी तुम्हाला कसं समजून घेऊ शकेल, याचा तरी विचार करा." काही का असेना, पण ज्या हलवायाच्या दुकानात आम्ही जायचो, तिथं बसून मन्नूजींशी जरा निवांतपणे बोलता येईल, असं वातावरण नव्हतं. एक म्हणजे दुकान अगदी घाणेरडं होतं आणि दुसरं म्हणजे त्या दिवशी दुकानात फारच गर्दी होती आणि इतक्या सकाळी दुसरी कुठलीही चांगली जागा उघडलेली नव्हती. दुसरा कुठला

मार्ग न शोधता आम्ही एका घाणेरड्या गल्लीत गेलो. तिथं पोहोचल्यावर मन्नूजींनी मला विचारलं, "राकेशजींबद्दल तुला काय माहिती आहे?" माझी या प्रश्नाला सामोरं जाण्याची पहिलीच वेळ होती. मी उत्तर दिलं, "मला त्यांची काही माहिती नाही. फक्त आम्ही चोरून एकमेकांशी थोडंफार बोलतो. याशिवाय, मला त्यांची काहीही माहिती नाही." आता मन्नूजी संकटात पडल्या. म्हणाल्या, "मी एक प्रामाणिक सल्ला देते. तू काही दिवस कलकत्त्याला माझ्याजवळ येऊन राहा आणि राकेशजींना एक व्यक्ती म्हणून ओळखण्याचा प्रयत्न कर, पण ही खूप अवघड गोष्ट आहे; कारण कितीही दीर्घकाळ असेना, प्रणयाराधन हे प्रणयाराधनच असतं. त्यात प्रत्येक व्यक्ती स्वत:ला चांगल्यात-चांगलं दाखवायचा प्रयत्न करते आणि लग्न म्हणजे लग्नच असतं. जी गोष्ट प्रणयाराधनाच्या अनेक वर्षांत कळू शकत नाही, ती लग्नाच्या दुसऱ्याच काय, पहिल्याच दिवशी कळून चुकते. माझं आणि राजेन्द्रचं प्रणयाराधन खूप दिवस चाललं होतं, पण एकमेकांना ओळखणं हे फक्त लग्नानंतरच शक्य झालं. म्हणून मी दीर्घकालीन कोर्टशिप - प्रणयाराधनाच्या बाजूची नाही. तरी थोडं-बहुततरी एकमेकांना जाणणं आवश्यक आहे आणि तुझ्या बोलण्यावरून असं दिसतंय, की तू त्यांना अजिबातच ओळखत नाहीस. तरीदेखील, काहीही झालं तरी, मला तू राकेशजींबद्दल विचारलंस तर मीसुद्धा मला जितकं माहीत आहे, तेवढंच सांगू शकेन. ते माझे एक चांगले मित्र आहेत आणि चांगल्या मित्राचे सर्व गुण त्यांच्यात आहेत." इत्यादी.इत्यादी.

त्या रविवारी राकेशजी मला पहिल्यांदा आपल्या घरी घेऊन गेले. दर रविवारी आमची ट्यूटोरियल्स असायची. ती मी त्या दिवशी चुकवली. त्यामुळंच मम्मीला कळलं तर? या विचारानं रस्ताभर माझी छाती धडधडत होती. त्याशिवाय मी खूपच सावध होते, की टॅक्सी ड्रायव्हरला काहीच्या-बाहीच तर वाटत नसेल? आम्ही कसंबसं घरी पोहोचलो, तेव्हा राकेशजींनी आपल्या खोलीचं कुलूप उघडलं आणि ते मला आत घेऊन गेले. खोलीत एअरकंडिशनर चालू असल्यामुळं खोली अगदी थंड होती. जमिनीवर बसून काम करण्यासाठी त्यांनी खाली बैठक मांडली होती. जेव्हा त्यांनी खोली आतून बंद केली, तेव्हा माझ्या छातीत 'लक्क' झालं - आता काय होणार? पण काहीही झालं नाही. फक्त आम्ही गुपचूप लग्न केलं. टेबलावर दोन हार आणि मिठाईचा डबा होता. या दोन्ही वस्तूंचा जो काही चांगला उपयोग करता येईल तो आम्ही केला. घरातील बाकीचे लोक कोण जाणे कुठं बेपत्ता झाले होते. मी आज घरी येणार आहे, हे बहुतेक सगळ्यांना माहिती असणार म्हणून ते सगळे दार बंद करून कुठंतरी गायब झाले होते. म्हणजे मला कोणताही संकोच वाटायला नको. त्या वेळी का कोण जाणे, राकेशजींनासुद्धा विनोद सुचला. म्हणाले, "आता तर तू इथून जाऊ शकणार नाहीस." मला चक्करच यायला

लागली. आता मी त्यांच्या गळ्यातच पडले. "प्लीज, मला सोडून द्या. प्लीज, मला घरी सोडा."

"अच्छा, एका अटीवर. मी जे सांगीन ते तुला ऐकायला हवं."

"बरं, मग असं म्हणाना की चल, तुझ्या घरी तुला सोडून येतो." मी आग्रह केला.

"नाही, बाकी सगळं म्हणेन. फक्त हेच नाही म्हणणार!"

आता मात्र मला रडू आलं. तेव्हा लगेच त्यांनी आपलं म्हणणं बदललं. ते मला आपल्या हृदयाशी धरून म्हणाले, "वेडे, तुझा माझ्यावर एवढाच विश्वास आहे?" मग माझा चेहरा आपल्या हातात धरून ते म्हणाले, "बरं, खरंखरं सांग, या घरातून तुला जावंसं वाटतं का?"

या वेळी मात्र हुंदके देतदेत मी त्यांच्या बाहुपाशात शिरले, हरवले. हे रडणं माझ्या असहायतेसाठी होतं, माझ्या दुर्दैवासाठी होतं.

२२ जुलैला आम्ही लग्न केलं आहे, ही गोष्ट फक्त राकेशजींची अम्मा आणि कमलेश्वर यांनाच माहीत होती. त्यानंतर मी राकेशजींना वचन दिलं, की मी दर रविवारी त्यांच्याबरोबर त्यांच्या घरी येईन, पण त्याची पाळीच आली नाही.

दोन दिवस झाले नाहीत तोच कॉलेजमधून घरी आल्यावर मला कळलं, की माझ्या मामानं माझ्यासाठी मम्मीला एक मुलगा सुचविला आहे आणि मम्मीनं त्याला पाहण्यासाठी त्याच दिवशीची संध्याकाळची वेळ ठरवून टाकली होती. मी अगदी अशा पेचात सापडले, की तिकडं राकेशजी माझ्या फोनची वाट पाहणार आणि इकडं मी म्युझियममधला एक 'शो-पीस' बनून सगळ्यांसमोर बसलेली असणार. "मुलगा फारच चांगला आहे. जातीनं 'महाजन' आहे. काबूलमध्ये अमेरिकन दूतावासात काम करतो. एका आठवड्याची सुट्टी घेऊन दिल्लीत बहिणीच्या लग्नाला हजर राहण्यासाठी आलेला आहे. या लग्नाबरोबरच स्वतःही लग्न करून याच आठवड्यात काबूलला परत जाणार आहे. त्याची अपेक्षा एकच आहे, मुलगी त्याच्या समाजात व्यवस्थितपणे वावरू शकली पाहिजे, बस!" मामाजींनी बोलायला जी सुरुवात केली ती महाजन येईपर्यंत बोलतच राहिले.

मुलगा 'मॉडर्न' होता. म्हणून घरातल्यांनी आम्हाला बोलण्यासाठी थोडा एकांत द्यावा असं ठरवलं. मीच बोलायला सुरुवात केली. माझी इच्छा होती, की मुलगा जर 'नाही' म्हणाला तर चांगलंच आहे, कारण आपल्या घरातील सगळे तर त्याच्यावर 'फिदाच' झाले आहेत. संभाषण असं झालं -

"हे बघा, अजून माझी बी.ए.ची परीक्षा व्हायची आहे."

"माझी हरकत नाही."
"मला कथा लिहिण्याचा छंद आहे."
"चांगला छंद आहे."
"मी कधीकधी लेखकांना भेटते."
"माझी काही हरकत नाही."
"नंतर तुम्हाला ह्या समस्या तर वाटणार नाहीत ना ?"

'छे, बिलकूल नाही. तुझी मात्र अडचण होणार, कारण काबूलहून तू दररोज लेखकांना भेटण्यासाठी येऊ शकणार नाहीस. जेव्हा तू भारतात परत येशील, तेव्हाच तुझी इच्छा पुरी करू शकशील. त्याला माझी काहीही हरकत नाही." इत्यादी, इत्यादी. झालं होतं काय, की महाजनची आई बोलणं जवळजवळ पक्कं करून गेली होती. घरातील सगळेच खूश होते. मला माझ्या मम्मीचे भाऊ फारसे आवडत नसल्यामुळं ते माझ्याशी फारसं बोलत नसत. त्यांच्यापैकी फक्त एक मामा मला आवडायचे. त्या वेळी ते माझ्याजवळ येऊन रडलेही होते. "आता तू सासरी जाणार." त्यांना बघून आणि त्यांचं बोलणं ऐकून मला हसूच आलं होतं. ते त्या कुटुंबात सर्वांत भोळे आणि एक 'सज्जन माणूस' होते. त्यांना माझ्या लेखन-वाचनातही खूप रस होता, कारण त्यांनी स्वत: हजारो शेर लिहिले होते. त्यांची तक्रार एकच होती, की जगानं त्यांना कधीही 'शायर' म्हणून ओळखलं नाही. मी त्यांच्यावर एक 'बेगजल' नावाची कथा लिहिली होती. ती 'कल्पना' मासिकाच्या संपादकांनी - पित्तीजींनी प्रकाशित केली होती.

दुसऱ्या दिवशी राकेशजींना सगळं सांगण्यासाठी मी बेचैन होऊन त्यांची वाट पाहत होते. तेवढ्यात, ते घामानं चिंब भिजलेल्या अवस्थेत हातात वर्तमानपत्रांचा गठ्ठा घेऊन समोर येऊन बसले. मी काही विचारण्याआधीच कमलेश्वरही त्यांच्याशेजारी येऊन बसलेले दिसले. दोघंही थोडे जास्तच चिंताग्रस्त दिसत होते; तरीदेखील मी माझ्या मनातलं एकदम बोलून दाखवलं, "राकेशजी, मला तुमच्याशी काही महत्त्वाचं बोलायचंय."

पण मी वाक्य पूर्ण करण्याआधीच त्यांनी माझ्यापुढं वर्तमानपत्र उघडून ठेवलं. वाचून माझ्या पायाखालची जमीनच सरकली. राकेशजी तर इतके घाबरले होते, की काही बोलूच शकले नाहीत. बोलले फक्त कमलेश्वर. मी विचारलं, "हे कधी झालं?" कारण 'मोहन राकेशवर सुरा चालवण्याचा प्रयत्न' फक्त एवढंच वाचून माझ्या अंगावर काटा आला होता. कमलेश्वर म्हणाले, "जेव्हा तुला भेटून हा घरी जात होता, तेव्हा रस्त्यात बर्फ घ्यायला उतरला होता, त्या वेळी ही घटना घडली. आता त्याला लवकर गेलं पाहिजे, कारण त्याच्या संरक्षणासाठी पोलीस संरक्षक बाहेर उभे आहेत." कमलेश्वर घाईघाईत म्हणाले, "राकेशनं आता दिल्लीत राहणं

धोक्याचं आहे.'' मी पोलिसांच्या नावालाच इतकी घाबरले, की ते कुठं उभे आहेत, हे पाहिलंही नाही. उलट घाबरून म्हणाले, ''मग त्यांना दिल्लीबाहेर गेलंच पाहिजे.'' ''पण तो एकटा जाणार नाही, जर गेला तर तुझ्याबरोबरच जाईल.''

''मग मी काय करू ते मला सांगा.''

''आज संध्याकाळी लेखकांचं एक प्रतिनिधीमंडळ गृहमंत्री श्री. लालबहादूर शास्त्रींना भेटायला जाणार आहे... उद्या राकेशला पोलिस चौकीत गुन्हेगाराला ओळखण्यासाठी बोलावलं जाईल आणि परवा म्हणजे रविवारी तुम्ही दोघं इथून जाऊ शकता. सांग, तुला मान्य आहे का? जर नसेल तर राकेश इथंच राहील... मग जे होईल ते बघू. तो माणूस आता याला सोडणार नाही, कारण आजपर्यंत त्याचा रिपोर्ट करायची हिम्मत कोणीही केलेली नव्हती. हा गट करोलबागेत 'पाच पांडव' या नावानं कुप्रसिद्ध आहे. त्यांना विरोध करायचं सामर्थ्य कोणामध्येही नाही.'' आत्तापर्यंत माझा घसा कोरडा पडला होता. कमलेश्वरांनी आपलं सांगणं पूर्ण करायला जेवढा वेळ घेतला, तेवढाच वेळ मी 'हो' म्हणायला घेतला.

''तर मग उद्या दुपारी मला फोन करायचा. मी तुला सगळा कार्यक्रम काय ते सांगेन.'' हे सांगून ते दोघं जितके घाबरून आले होते - त्याच मन:स्थितीत निघूनही गेले.

राकेशजींची एक कथा 'एक ठहरा हुआ चाकू' याच परिस्थितीचा आधार घेऊन लिहिली होती.

घरी पोहोचते न पोहोचते तोच मम्मी म्हणाली, ''तुला माहीत आहे का राकेशजींवर कोणीतरी चाकू मारायचा प्रयत्न केला?''

माझ्या तोंडून आपोआप 'हो' बाहेर पडलं. ते ऐकून मम्मी एकदम सावध झाली. ''तुला कसं काय कळलं?''

थोडं भानावर येऊन मी म्हणाले, ''कॉलेजात ही बातमी प्रत्येकाच्या तोंडी होती.'' हे सांगून मी कपडे बदलायला आत गेले.

बाहेर आले तर मम्मी म्हणाली, ''ते लोक साखरपुडा आणि लग्न एकदमच करायचं म्हणताहेत. तू सांगितलं नाहीस, तुला मुलगा कसा वाटला ते?''

''घरात सगळ्यांना पसंत पडल्यावर माझं मत विचारायची गरज कशी पडली?''

''तरीही... तुला काहीतरी म्हणायचा हक्क आहेच की.''

''कशासाठी? हो, लग्न कधी आहे, ते मात्र अवश्य विचारेन.''

''मंगळवारी किंवा बुधवारी.''

''ठीक आहे... मला मान्य आहे.'' असं सांगून मी आत गेले.

दुसऱ्या दिवशी कमलेश्वरना फोन केला, तेव्हा कळलं की रविवारी सकाळच्या

सर्वांत पहिल्या फ्लाईटची मुंबईची दोन तिकिटं रिझर्व केली आहेत. मला रोजच्या ठरलेल्या वेळी, ठरल्या ठिकाणी राकेशजी भेटतील. मला फक्त माझी सर्टिफिकेट्स बरोबर न्यायची आहेत, बाकी काही नाही. पलायनाचा दिवस २९ जुलै १९६३ हा होता.

त्या रात्री मला झोप आली नाही. पुढचा दिवस आमच्यासाठी कायकाय घेऊन येणार आहे, या विचारातच रात्र पार पडली. नंतर कळलं, की त्या रात्री राकेशजी ओमप्रकाशांकडं झोपले होते, पण कसली झोप नि कसलं काय? त्यांचीही अवस्था माझ्यासारखीच होती. राकेशजींच्या म्हणण्याप्रमाणं श्री ओमप्रकाशांनी रविवारच्या 'पॅट्रिएट'मध्ये एक जाहिरात दिली होती, "एका लेखकाला एका सेक्रेटरीची आवश्यकता आहे."

रात्रभर आकाश ढगाळलेलं होतं. आम्हा दोघांना ही भीती होती, की सकाळी पाऊस तर पडणार नाही ना? नाहीतर घरातून बाहेर पडणंच अशक्य व्हायचं.

सकाळी जेव्हा कॉलेजला जाण्यासाठी तयार झाले, तेव्हा पावसाची भुरभुर चालूच होती. मम्मीनं नेमकं अडवलं, "आता आज विशेषत: पाऊस कोसळायची इतकी लक्षणं दिसत असूनही, कॉलेजात जायची काय गरज आहे?" वाटलं मम्मीला उत्तर द्यावं; की भिजले नाहीतर आयुष्यभर कोरडीच राहीन. पण मनातलं-मनातच ठेवून म्हणाले, "आता पुन्हा कॉलेजला जायला मिळणार नाही, म्हणून आज शेवटचं जाऊन येऊ दे." हे सांगून मी त्या घरातून कायमची बाहेर पडले.

रोजच्या जागेवर राकेशजी आधीपासूनच माझी वाट पाहत होते. मला बघितल्यावर ते आनंदानं म्हणाले, "कमलेश्वरला वाटत होतं, की कदाचित तू घाबरून येणार नाहीस!"

"पण मला तर येणं भागच होतं. आज माझी ट्युटोरियल्स नाहीत का?" असं म्हणत-म्हणतच मी माझा हात राकेशजींच्या हातात सोपवला.

राकेशजींनी टॅक्सी थांबवून धरली होती. आम्ही सरळ तिच्यात जाऊन बसलो.

तिथून आम्ही सरळ 'गोल मार्केट' मध्ये गेलो. तिथं राकेशजींचा 'मदन गुप्ता' नावाचा एक जानी दोस्त होता. तिथून तो आम्हाला एअरपोर्टवर पोहोचवणार होता. ती सकाळ माझ्या चांगलीच लक्षात आहे. ढगाळलेलं आकाश आणि हलकीशी भुरभुर. आम्ही दोघं मदन गुप्ताच्या प्रतीक्षेत हातात हात घालून फिरत होतो. आपल्या एका भविष्याची प्रतीक्षा. एक असं भविष्य, की ज्यात अपार सुख, अमर्याद शांतता आणि अनंत प्रेम असेल, बस्स!

मदनची गाडी आली होती. आम्ही दोघं गाडीत बसल्यावर राकेशजींनी फक्त एवढंच सांगितलं, "मदन, ही अनीता आहे." आम्हा दोघांत फक्त 'हॅलो'शिवाय दुसरं काहीही बोलणं झालं नाही.

एअरपोर्टपर्यंत येतायेता पाऊस खूप जोरात यायला लागला. तिथं पोहोचल्यावर कळलं, की वातावरण स्वच्छ नसल्यामुळं फ्लाईट दोन तास लेट आहे. हे ऐकल्यावर राकेशजी एकदम निराश झाले. काल रात्रभर त्यांना याच गोष्टीची भीती वाटत होती. ते दोन तास आम्ही एकमेकांपासून लांब उभं राहून कसेबसे काढले, कारण पकडलो गेलो तर दोघं बरोबर दिसू, ही भीती होती.

थोड्याच वेळात कमलेश्वर भिजतभिजत राकेशजींची एक सूटकेस आणि एक टाईपरायटर घेऊन आले. मला तिथं पाहून त्यांना जितकं आश्चर्य वाटलं, त्यापेक्षा कितीतरी पटीनं जास्त आनंद झाला. कुणीच कोणाशी काही बोललं नाही. आम्ही चौघं एकमेकांपासून खूप लांबलांब उभं होतो. दोन तासांत हवामान खूपच सुधारलं; तरीसुद्धा आकाशात ढग तसेच होते. माझी सलवार-कमीज चांगलीच भिजली होती. वाटत होतं, अशीच उभी राहिले तर थंडी भरून येईल. शेवटी फ्लाईटची घोषणा झाली. आम्ही कोचकडं गेलो.

पहिल्यांदा राकेशजी पुढं झाले आणि त्यांच्या मागंमागं मी. चढायच्या आधी मी मागं वळून पाहिलं. कमलेश्वर मागं उभे होते, म्हणाले, "आता मागं नाही पाहायचं! फक्त पुढं जायचं." आणि त्यांनी माझा हात धरून मला चढायला मदत केली.

दुपारपर्यंत आम्ही सांताक्रूझ विमानतळावर पोहोचलो होतो. मुंबई मला अगदीच नवीन ठिकाण होतं. आसपासचा नवेपणा आमचा विश्वास दृढ करत होता, की आता आम्ही एका नवीन आयुष्याला सुरुवात करणार आहोत किंवा खरं तर ती सुरुवात झालीच आहे.

एअरपोर्टवरून आम्ही सरळ जुहूच्या 'सन अँड सँड' हॉटेलमध्ये गेलो. हॉटेलच्या काउंटरवर राकेशजी खोली बुक करीत होते, तेव्हा मला फारच विचित्र वाटत होतं. मिस्टर मोहन राकेश आणि मिस अनीता औलक नावानं खोली रिझर्व केली गेली. बुकिंग करणाऱ्या माणसानं माझ्याकडं ओझरती नजर टाकली, तेव्हा माझ्या अंगातून एक शिरशिरी आल्यासारखं झालं. तोपर्यंत माझे कपडे बऱ्यापैकी वाळले होते. मी मनातल्या-मनात ठरवलं, की खोलीत गेल्याबरोबर राकेशजींना कपड्यांची व्यवस्था करायला सांगायचं.

खोलीत पोहोचल्याबरोबर खिडकीचा पडदा दूर सारून बाहेर पाहिलं, तर पाऊस 'नुसता' कोसळत होता.

राकेशजींनी जवळ येऊन परत पडदा सारखा करीत म्हटलं, "इथं पडदा उघडण्याच्या गुन्ह्याबद्दल कैद केलं जातं."

संध्याकाळ झाल्याबरोबर राकेशजींनी टेलिफोनवर एक नंबर फिरवला आणि म्हणाले, ''भाभी, मी मुंबईतून बोलतोय; अनीताला आणलंय. तुम्ही जेव्हा याल तेव्हा अनीतासाठी काही कपडे घेऊन या. तिला खोलीबाहेर पडणं अवघड झालंय. नाहीतर आम्हीच आलो असतो... '' राकेशजींनी हे सगळं कसं सांगितलं, कोण जाणे! तेही इतक्या चवीचवीनं की बस! टेलिफोन खाली ठेवल्यावर मी विचारलं, ''तुम्ही सभ्य आहात ना?'' ''आता विचारून तुला काय फायदा?'' आता राकेशजी मूडमध्ये आले होते. त्यांनी मान मागं झोकून एक जोरदार हास्य केलं.

रात्री भाई आणि भाभी (श्री आणि सौ राज बेदी) आले. ते येण्याआधी राकेशजींनी मला त्यांच्याबद्दल थोडीफार माहिती दिली होती. आम्ही सगळ्यांनी खोलीतच जेवण घेतलं. त्याच वेळी राकेशजींनी सगळी परिस्थिती भाई-भाभींसमोर मांडली. ''ही तीन ऑगस्टला प्रौढ होईल. जर कुठला धोका असेलच, तर याच तीन-चार दिवसांत आहे. त्यानंतर कुठलाही त्रास होणार नाही. मला वाटतं, तोपर्यंत कोणालाही काहीही कळवू नये.''

''मी तुझ्याशी सहमत आहे. अरे, पण तू काळजी का करतोस? मित्रा, इंडस कोर्टात चल ना, काही होणार नाही.'' भाईंची बोलायची एक खास स्टाईल होती, हे कोणाच्याही पहिल्या भेटीतच लक्षात आलं असतं.

''मग ठीक आहे. उद्या सकाळी आम्ही तिथं पोहोचतो.'' राकेशजी म्हणाले.

''मी तुम्हाला घ्यायला येतो ना! कुठल्याही गोष्टीचा धोका कशाला पत्करायचा?''

जेव्हा ते दोघं निघाले, तेव्हा मी राकेशजींना कपड्यांसाठी खूण केली. ''अरे हो, भाभी, तुम्ही कपडे नाही आणले?''

''कसे आणणार? मला मापच माहीत नव्हतं. आता प्रत्यक्षच पाहिलं आहे. उद्या यांच्या हाती पाठवून देईन.''

त्या रात्रभर राकेशजी फक्त एकच गोष्ट सांगत राहिले, ''मला घर पाहिजे, अन्ना, घर. मला आयुष्यात बाकी सगळं मिळालं, फक्त एक 'घर' नाही मिळालं. मी त्यासाठी किती वणवण केली, कायकाय कष्ट केले, पण का कोण जाणे, 'घर' नावाची वस्तू माझ्यावर रुसूनच राहिली. दोन वेळा ते मिळाल्याचा आभास झाला आणि दोन्ही वेळा मला स्वत:लाच त्यापासून लांब पळून जावं लागलं. माझी घराला ॲलर्जी आहे की मला घराची ॲलर्जी आहे, ते मला माहीत नाही. तू माझ्यासाठी एक असं घर तयार करशील का, जे फक्त माझ्याकरताच अनुकूल असेल? अन्ना, मी एक खूपच निराश आणि थकलेला माणूस आहे. आता मला तू सांभाळावंस, असं वाटतं... मला आणि माझ्या घराला....''

राकेशजींचं बोलणं ऐकून माझ्या मनाला कुठंतरी भरवसा वाटत होता, की सगळं काही त्यांना हवं तसंच होणार आहे. आम्ही जसं आम्हाला हवं आहे तसं

घर नक्की बांधू शकू; परंतु तरीदेखील मला का कोण जाणे, हे खूप मोठं आव्हान वाटत होतं, एक खूप मोठं आव्हान!

सकाळी जेव्हा जाग आली, तेव्हा भाई आलेले होते. भाभींनी त्यांच्याबरोबर साडी आणि ब्लाऊज पाठवून दिले होते. आम्ही तयार होऊन गडबडीनं चहा घेतला आणि खाली उतरलो. जुहूपासून चर्चगेटपर्यंत येतायेता मुंबईचा बराच परिचय झाला होता; तरीही बुद्धीनं डोळ्यांना पूर्णपणे सहकार्य केलं नाही, म्हणजे तो परिचय बेताचाच होता.

रस्ताभर गाडी चालवता-चालवता भाई गझल गात होते - 'बस के दुश्वार है हर काम का आसाँ होना, आदमी को भी मयस्सर नहीं, इन्साँ होना (प्रत्येक काम सोपं होणं, ही एक अवघड गोष्ट आहे. उदा. माणसाला माणूस होता येणं हे सहजासहजी शक्य नसतं.)

घर आलं होतं, पण अजून पाऊस कमी झाला नव्हता. आम्ही भिजतभिजत गाडीतून गेटजवळ पोहचलो. वरती आलो तर भाभी स्वयंपाकघरात जेवणाच्या तयारीलाच लागल्या होत्या. किचनमधून बाहेर आल्यावर मी त्यांच्या पाया पडले आणि त्यांनी मला मिठीच मारली. मग आत जाऊन त्यांनी माझ्या गळ्यात मंगळसूत्र आणि हातात बांगड्या घातल्या. कपाळावर कुंकू लावून त्यांनी माझ्या भांगात सिंदूर भरला. त्या दिवशी पहिल्यांदा जाणीव झाली, की या वस्तूंमध्ये, या संस्कारांत कुठंतरी फार मोठं बळ आहे. थोड्या वेळातच माझ्यात मानसिक आणि शारीरिक परिवर्तन झाल्यासारखं जाणवलं.

राकेशजी मुंबईत आले आहेत, ही गोष्ट गुप्त राहणं शक्यच नव्हतं. क्रॉफर्ड-मार्केटमध्ये शॉपिंग करताना धर्मवीर भारती आणि पुष्पा भारतींनी आम्हाला पकडलं. मग काय गिरिधारीलाल वैद आणि ऊर्मिला भाभीपर्यंत बातमी पोहचली. सगळे भेटायलाही आले. मग ठरलं, की वांद्र्याला तार करून बासू भट्टाचार्य आणि रिंकीला बोलवायला पाहिजे, कारण त्या वेळी त्यांच्याकडं फोन नव्हता. मित्रांच्या सहवासात मी राकेशजींना इतकं निश्चिंत असलेलं पाहिलं की जवळपास कोणी आहे, याचं त्यांना भानही राहायचं नाही.

वांद्र्याहून चर्चगेटला येणं म्हणजे बासू-रिंकींना दिल्लीहून मुंबईला गेल्यासारखं वाटायचं. ते जेव्हा चर्चगेटला यायचे, तेव्हा आठवडाभराचे कपडे घेऊन यायचे. एवढंच नव्हे तर ते जिथं जायचे, तिथलेच होऊन जायचे. त्या वेळी भाभींनी आम्हाला जी खोली दिली होती, त्यातच मैफल जमायची आणि जोपर्यंत मी पराभव पत्करून दुसऱ्या खोलीत जाऊन झोपायचे नाही, तोपर्यंत ही मैफल चालायची.

मला मम्मीच्या घरी आठ-नऊच्या पुढं जागायची सवय नव्हती; तरीही मी इतक्या सहजासहजी हार मानायचे नाही आणि दुसऱ्या खोलीत झोपायला जायचे

नाही; तरी असं वाटायचं, की इथं रात्री १०/११ वाजता लोक मैफिलीला सुरुवात करतात. मी रोज अशा आशेनं जागत राहायची, की आज कदाचित मैफल जमणार नाही, पण तशी वेळ कधीच आली नाही. पहिल्याप्रमाणं राकेशजींना काही क्षणही स्वत:च्या इच्छेप्रमाणं घालवायला मिळायचे नाहीत. याचा अर्थ असा नाही, की राकेशजींना मला भेटायची इच्छा नव्हती; पण त्यांना आपल्या मित्रमंडळीत निर्माण झालेल्या स्वत:च्या प्रतिमेला तडा जाऊ द्यायचा नव्हता. म्हणून इच्छा असूनही ते त्यांच्या मित्रांना सोडायला तयार व्हायचे नाहीत, कारण आपल्या पत्नीसाठी थोडा वेळ दिला पाहिजे, ही इच्छा मित्रांपुढं उघडपणे कबूल करावी लागली असती.

बरं, त्यांनाही माझ्यासारखा मनस्ताप होत असल्यामुळं, त्यांना माझ्या मनस्तापाची जाणीव नव्हती, असंही म्हणता येत नाही. म्हणून दुसरं-तिसरं काही न करता कुठल्यातरी निमित्तानं आम्ही एकमेकांना चिठ्ठीवर गोड-गोड गोष्टी आणि तिखट-तिखट शिव्या लिहून पोहोचवत असू. आमचा एकमेकांबरोबरचा संवाद फक्त एवढाच आणि असाच राहिला होता.

३१ जुलैला आम्ही राकेशजींच्या धाकट्या भावाला भेटायला गेलो होतो. आम्ही त्याच्याबरोबर रात्रीचं जेवण घेतलं. राकेशजींनी त्याच्याशी माझी ओळखही करून दिली होती. ''हा माझा धाकटा भाऊ वीरेन आणि ही अनीता- तुझी वहिनी.'' त्यानं मला हात जोडून नमस्कार केला; पण 'वहिनी' नावानं तो किती बिचकला होता हे माझ्या ताबडतोब लक्षात आलं, कारण 'भाभी' या संबोधनाविषयी तो खूप ॲलर्जिक झाला आहे, याबाबत राकेश माझ्याशी सहमत होते.

स्वीट डिश खाताखाता जेव्हा रात्रीचे १२ वाजले, तेव्हा टेबलाजवळ बसलेल्या सगळ्या लोकांनी 'हॅपी बर्थडे' म्हणून वीरेनला शुभकामना दिल्या, कारण १ ऑगस्टला वीरेनचा वाढदिवस होता.

वीरेनला ३ ऑगस्टला माझ्या वाढदिवसाचं निमंत्रण देऊन आम्ही निघालो. माझ्या वाढदिवसाच्या दिवशी राकेशजींनी आपल्या कितीतरी मित्रांना बोलावलं होतं. त्यांना वाटत होतं, की मी त्यांच्या सगळ्या मित्रांना भेटावं आणि त्यांना आपल्या नव्या जीवनाविषयी सांगावं. विशेष म्हणजे त्या दिवशी श्री कृष्णचंद्र, सलमा सिद्दीकी, मनोहर, राजेन्द्र अवस्थी, नन्दन आणि अब्बास साहेब हेही आले होते. या वाढदिवसाचं आणखी एक महत्त्व म्हणजे मी २१ वर्षांची म्हणजेच 'सज्ञान' झाले होते.

माझ्या वाढदिवसाच्या विषयावरून त्या दिवशीची आणखी एक आठवण सांगण्यासारखी आहे. राकेश किती निरिच्छ व्यक्ती होते, हे सगळ्यांनाच माहीत होतं. म्हणून कृष्णचंद्रांनी राकेशजींना ५००रु. दिले आणि वर असं सांगितलं, तू 'सारिका'त होतास तेव्हा मी तुझ्याकडून उधार घेतले होते. तेव्हाचं तुझं कर्ज मी

आज फेडतो आहे. कृष्णचंद्रांनी राकेशजींना असं सांगायचं कारण म्हणजे त्यांना राकेशजींना दुखवायचं नव्हतं. राकेशजींना माहीत होतं, की कृष्णचंद्र खोटं बोलताहेत, त्याप्रमाणं कृष्णचंद्रांनाही माहीत होतं, की कोणत्याही किमतीवर राकेशजींच्या स्वाभिमानाला धक्का लागता कामा नये. मन्नूजींनीही तीनशेचा चेक पाठवला होता आणि पत्रात लिहिलं होतं. ''अगदी लहान रक्कम आहे, मिळाल्याबरोबर विसरून जा.''

मग एक-दोन दिवसांतच कमलेश्वरही मुंबईला येऊन पोहचले. त्यांनी तसं वचन दिलं होतं. ते फक्त सगळं ठीक चाललं आहे ना, हे बघायला आले होते. आल्याबरोबर त्यांनी खूप मजेदार किस्से ऐकवले. त्यांनी सांगितलं, की ज्या दिवशी मी कॉलेजमधून घरी पोहोचले नव्हते, त्याच दिवशी मम्मी त्यांच्या ऑफिसमध्ये गेली होती. तिथं तिनं त्यांना अटक करण्यासाठी पोलिस घेऊन आल्याची धमकी दिली. तेव्हा कमलेश्वर चहा पीत होते.

त्यांनी मम्मीला विचारलं, ''मग पोलिसांना बाहेर का उभं केलंय? चहाची वेळ झालीय, त्यांना आत घेऊन या ना!''

मम्मीनं व्याकूळ होऊन खूपच याचना केली, की कमलेश्वरांनी मी कुठं गेले आहे ते सांगावं. तेव्हा कमलेश्वर म्हणाले, ''तुम्ही घाबरू नका. ते दोघंही आता मोठ्या आरामात मुंबईच्या कुठल्यातरी बड्या हॉटेलात चहापाणी करत असणार.'' आणि त्यांनी मम्मीच्या पुढं चहाचा कप ठेवला.

कमलेश्वरांनी आणखीही एक महत्त्वाची गोष्ट सांगितली, की आईची केस दाखल करायला पोलिसांनीही साफ नकार दिला होता; कारण अठरा वर्षे पूर्ण झाली असतील तर मुलीला प्रौढ समजलं जातं. या गोष्टीचा मम्मीला खूपच शॉक बसला असणार, हे नक्की, कारण, आम्हालाही या सर्व प्रकरणाचा कमी शॉक बसला नव्हता. काहीही झालं तरी अजून बरेच दिवस दिल्लीला येऊन राहणं आमच्या हिताचं नाही, असा सल्ला कमलेश्वरांनी दिला. त्यामुळं आम्हाला मुंबईत राहणं क्रमप्राप्तच होतं. कमलेश्वर थोड्या दिवसांनी दिल्लीला परतले.

''माझ्या आयुष्यात माझ्या लेखनाचा नंबर पहिला लागतो, दुसरा नंबर माझ्या मित्रांचा आणि तिसऱ्या नंबरला तू आहेस.'' इति मोहन राकेश ''पण मला तिन्हींचीही अत्यंत गरज आहे.'' हे एक अटळ सत्य होतं.

आम्ही जितके दिवस मुंबईत राहिलो, तितके दिवस राकेशजी कोणत्या ना कोणत्या मित्रात अडकलेले असायचे आणि जेव्हा एकटे असायचे, तेव्हा इतके अंतर्मुख होऊन राहायचे, की आम्ही दोघं नवीन आयुष्य सुरू करण्यापूर्वी जितकं

एकमेकांना जाणत होतो, तेवढंच नंतरही जाणून घेऊ शकलो आणि मन्नूजींनी सांगितल्याप्रमाणं हे जाणणं काही मुळापासून किंवा सर्वार्थानं जाणणं नव्हतं.

ज्या घराविषयी राकेशजींनी मला समजावून सांगून बऱ्याच अपेक्षा व्यक्त केल्या होत्या, ते घर मला लांबपर्यंत कुठंच दिसत नव्हतं. म्हणजे त्या वेळी एक घर उभं करण्याबद्दलचं आव्हान मला जितकं अवघड वाटलं होतं, ते आज कितीतरी पटीनं जास्त अवघड आहे, हे माझ्या लक्षात यायला लागलं होतं.

माझ्यापुढची सध्याची मोठ्ठी समस्या म्हणजे मी राकेशजींशी काय, कधी आणि कशी बोलू किंवा विचारू, हेच मला कळत नव्हतं; कारण जो काही थोडा वेळ आम्हाला मिळायचा, त्यात आम्ही एकमेकांशी भांडतच राहायचो. मग एकमेकाला समजावण्यासाठी केलेली धडपड. पहिला गैरसमज दूर होतो न होतो तोच आम्ही दुसऱ्यामध्ये अडकायचो. जेव्हा एकमेकांपासून दूर असायचो, तेव्हा एकमेकांच्या फक्त तक्रारीच करताकरता स्वत:ला त्यातच हरवून बसायचो. परिणाम असा व्हायचा, की आम्ही एकमेकांच्या चांगल्या पैलूंना पाहू आणि समजू शकू, याची आम्हाला कधी संधीच मिळाली नाही. आम्हाला फक्त एकमेकांत कोणत्या गोष्टीची उणीव आहे, तेवढंच परस्परांना सांगण्याइतकी सवड मिळायची.

एवढंच नाहीतर त्या काळात आम्ही ज्याज्या कुटुंबांशी जोडले गेलो होतो, ते सर्व जण मला बघून पहिल्याच दिवशी, असल्या अनाकलनीय माणसाबरोबर मी कसं काय निभावू शकणार? असा विचार करून अगदी घाबरून गेले होते. याचा परिणाम असा झाला, की माझ्या प्रत्येक गोष्टीवरून, वागण्यावरून त्यांच्यामध्ये आपापसांत कुजबूज व्हायला लागली. मी केलेल्या कुठल्याही गोष्टीला मॅग्निफाईंग ग्लासमधून बघितलं जायचं. मी एक व्यक्ती न राहता एक निरीक्षणयोग्य केंद्र बनून गेले होते.

मला फक्त जवळपासच्या लोकांकडूनच कळायचं, की राकेशजी कसे आहेत आणि कसे नाहीत. राकेशजींना काय आवडतं, काय नाही? किंवा ते एक फार मोठे लेखक आहेत, हेही मला त्यांच्या मित्रांकडूनच कळलं. म्हणजे सर्व मामला एकतर्फीच होता. राकेशजींबद्दल त्यांचे मित्र मला बरंच काही सांगायचे; पण माझ्याबद्दलची कोणतीही माहिती राकेशजींपर्यंत पोहोचवणारं मात्र कोणीही नव्हतं किंवा ही गोष्ट किती आवश्यक होती, हेही कुणाच्या लक्षात आलं नाही. ही गोष्ट taken for granted होती. सगळ्यांनी गृहीतच धरलं होतं, की मी स्वत:हून राकेशजींच्या जीवनात आले असेन तर 'सगळं काही -' विचारून–सवरूनच आले असणार. ते 'सगळं काही' काय होतं याचा शोध घेताना मी स्वत:लाच विसरून गेले आणि माझा शोध इथंच संपला होता. मला राकेश समजले होते, पण ही खूप नंतरची गोष्ट आहे. आत्तापर्यंत हेच खरं होतं - की 'अब के दुश्वार है हर

कामका....’

दिवाळीच्या आधी काही दिवस आम्ही दोघं मुंबईजवळच्या माथेरान या हिल-स्टेशनवर गेलो होतो. तिथं राकेशजींनी एक खूप मोठं कॉटेज रिझर्व केलं होतं. दिवाळी जवळच आली होती.

आम्ही तिथं पोहोचल्यावर दोन दिवसांतच उज्ज्वल भाभी (सौ.बेदी) आम्हाला खाण्यापिण्याचे खूप जिन्नस देऊन गेल्या होत्या. मग दिवाळीच्या दिवशी भाई आपला कॅमेरा घेऊन तिथं आले. आम्ही तिघांनी शहरापासून अगदी लांब, त्या दऱ्याखोऱ्यांत एक फार छान दिवाळी साजरी केली होती. ती दिवाळी मी आयुष्यभर विसरणार नाही. मी आत खोलीत रांगोळी काढत होते. भाईंनी अंधारात पण दिव्यांच्या प्रकाशात, माझी अनेक वर्षं आठवणीत राहाणारी सुंदर दिवाळी कॅमेऱ्यात बंद करून ठेवली होती. बाहेर राकेशजी दिवे पेटवता-पेटवता त्रासले होते. त्यांनी भाईंच्या कॅमेऱ्याच्या मदतीनं माझा पाठलाग केला होता आणि त्या अंधारात प्रकाश पसरवताना माझी छान छायाचित्रं काढली होती.

मग त्यांनी दिवाळीनंतर सर्व मित्रांना निमंत्रण दिलं होतं. वासू-रिंकी आणि त्यांची मावशी सौ. वैद आणि श्री. वैद, श्री. आणि सौ. कपूर, भाई-भाभी आणि मुलं-एक संमेलनच भरलं होतं. दिवस कसे गेले, याचा पत्ताच लागला नाही. आम्ही किती दंगा-धुडगूस घातला, बाप रे!

हळूहळू सगळे लोक निघून गेले. मागं राहिले फक्त वासू आणि रिंकी. ते लोकही जायला निघाले; तेव्हा राकेशजींनी ठरवलं, की काही दिवस मुंबईला जाऊन यावं. कार्यक्रम ठरला. आम्ही सगळे जण एकत्रच निघालो. त्या दिवशीचा ‘डेक्कन-क्वीन’चा प्रवास मी कधीच विसरणार नाही. मी आणि रिंकी संपूर्ण प्रवासभर आपल्या कंपार्टमेंटमध्ये बसूनच गप्पा मारत राहिलो. मग रिंकी अचानक म्हणाली, “अरे, ते दोघं कुठं आहेत?” म्हणून ती त्यांना शोधायला कंपार्टमेंटच्या बाहेर गेली. आल्यावर म्हणाली, “ते दोघं त्याच मुलीला घेऊन डायनिंग कारमध्ये बसलेत. आता आज ‘बाशू’ला चांगलीच समज देते.” मग मला कळलं, की ज्या मुलीला पोहोचवायला आख्खं माथेरान आलं होतं, तीच ती मुलगी होती. शिवाय, गाडी स्टेशनवरून सुटल्यावर त्या मुलीला निरोप देताना इतका दंगा झाला होता, की त्यात इंजिनचा आवाजदेखील विरून गेला होता.

रिंकी आणि बाशू आपल्या स्टेशनवर उतरून गेले आणि आम्ही बॉम्बे सेंट्रलला उतरलो. स्टेशनवर राकेशजींनी त्या मुलीशी माझी ओळख करून दिली, तेव्हा मी तिला ‘विश’ केलं नाही; मग काय....? घरी आल्यावर जे काही झालं, त्याची फक्त कल्पनाच करावी! राकेशजींनी आपले सगळे मित्र गोळा केले होते आणि त्यांच्यामध्ये मला त्यांनी चांगलंच सुनावलं. एवढंच नाहीतर ते मला

एकटीला उज्ज्वल भाभींबरोबर सोडून, स्वत: एकटेच माथेरानला निघून गेले. वर जाताना सांगून गेले, की मला जर असंच वागायचं असेल, तर त्यांना माझ्याशी काही कर्तव्य नाही. मी आता भाभींजवळ राहायचं आणि त्या काय सांगतील ते करायचं. खरं म्हणजे आमच्या नव्या आयुष्याचा शेवट इथंच झाला असता - पण झाला नाही. कारण ज्या घराची गरज मोहन राकेशना होती, त्या घराची गरज कुठंतरी मलाही होती, त्यांच्यापेक्षा काकणभर अधिकच.

राकेशजींशी नातं जोडून मला सहा महिने झाले होते, पण या सहा महिन्यांत आम्ही एकमेकांना जास्तच परके-अनोळखी झालो होतो. आता ही गोष्ट वेगळी, की ज्या रूपात आम्ही एकमेकांना पाहिलं त्याची गरज आमच्यापैकी कुणालाच नव्हती. ''घर से चले थे हम तो खुशी की तलाश में....'' पण नियती वेगळीच होती? दैवाची माझ्याशी चेष्टा चालली होती!

राकेशजी माथेरानहून परतले तेव्हा बदलल्या-बदलल्यासारखे वाटत होते, म्हणजे एका प्रकारे आणखी परके. मी त्यांच्याशी काही बोलू शकेन, असं मला बिलकूल वाटत नव्हतं. एक दिवस ते मला बाहेर एका हॉटेलमध्ये घेऊन गेले. तिथं बसून त्यांनी माझ्याशी अगदी आत्मीयतेनं बोलण्याचा प्रयत्न केला; पण आता आमच्यातलं अंतर एवढं वाढलं होतं, की तो प्रयत्न यशस्वी झाला नाही. जितक्या भरवशानं त्यांनी बोलणं सुरू केलं होतं, तितक्याच बेभरवशात ते संपलं. त्या दिवशी त्यांच्याशी बोलणं होऊ शकलं नाही आणि आम्ही जसेच्या तसे परत आलो. हो, त्यांनी हे मात्र आवर्जून सांगितलं, की लवकरच आपण वेगळा फ्लॅट घेऊ. त्याप्रमाणं त्यांनी भाभींच्या घरापासून चार बिल्डिंगच्या पलीकडं फ्लॅट घेतलाही होता.

या सगळ्यांत तुम्हाला मी हे सांगायला विसरले, की 'करवाँ चौथ'च्या दिवशी अम्मांनी मला अलाहाबादहून लाल साडी, सिंदूर आणि शगुन (म्हणजे शकुनाचे पैसे) पाठवले होते. ते मिळाल्यावर मला जो आनंद झाला, तो मी आजही विसरलेले नाही. म्हणून जेव्हा राकेशजी ओमप्रकाशांच्या मुलीच्या, विनीताच्या लग्नासाठी दिल्लीला गेले होते; तेव्हा कार्यक्रम ठरला, की या दरम्यान मी अलाहाबादला जाऊन अम्मांना भेटून यावं. त्यानंतर राकेशजी मला न्यायला अलाहाबादला येतील आणि मग मुंबईला परत जायचं.

मला अम्मांना भेटून खूप आनंद झाला होता. तिथं काही दिवस त्यांच्याजवळ राहिल्यामुळं माझ्या मनात पुन्हा असा विश्वास निर्माण झाला, की मीही कुणाचीतरी बायको आहे, कुणाचीतरी सून आहे. राकेशजी आले तेव्हा मला राहवलं नाही.

''अस्संच एक घर मला हवं आहे, जिथं आपण तिघं असू.''

बस! रात्र झाली तसे राकेशजी चाचपडत–चाचपडत माझ्या खाटेजवळ आले

आणि माझ्या छातीवर डोकं टेकून गुपचूप अश्रू ढाळत राहिले; पुन्हा एकदा मनाला येणाऱ्या 'उद्या'ची खात्री वाटायला लागली.

आम्हा दोघांचीही खात्री पटली होती, की अम्मांच्याबरोबर राहिल्यानं आम्हाला घर बनविण्यासाठी हवं असलेलं बळ येईल, शक्ती मिळेल, एक मजबूत आधार मिळेल. राकेशजींना ही गोष्ट पटली होती.

दोघांनाही अम्मांना सोडवत नव्हतं. अम्मांचं शेगडी पेटवणं, त्यावर शिजणारं वरण, 'टम्म' फुगणारे फुलके आणि पुन्हा अम्मांच्या दोन्ही बाजूला बसून गरमागरम फुलके खायचे, पुन्हा कडक फुलक्यांसाठी भांडायचं. हे सगळं कित्ती छान वाटायचं! अम्मांच्या न्यायावर विश्वास ठेवायचा.. हे सगळंच फारफार आवडायचं!

अम्मा इतक्या निर्मळ आणि निष्कपट होत्या, की नुसतं पाहत राहावं! वाटायचं, की कोणी कितीही अगम्य किंवा समजायला अशक्यप्राय असला, तरी अम्मांजवळ राहून नक्की बदलेल. त्या फक्त प्रेरणाच देत नव्हत्या तर बळही द्यायच्या. ज्याज्या कोणाला गरज असेल त्याला आणि आम्ही? आम्ही तर दारोदार भटकणारे भिकारीच होतो ना?

लवकरच तुम्हाला आमच्या घरी बोलावून घेऊ, असं अम्मांना वचन देऊन आम्ही मुंबईला गेलो; पण मुंबईला पोहोचलो तर राकेशजींचं मन तिथं रमेना. त्यांनी खूप विचार केला, मग म्हणाले, "चल, दिल्लीला जाऊ."

दिल्लीत पूर्वीचंच घर होतं. त्याच घरात राकेशजींनी मला विचारलं होतं, की मला त्या घरातून जावंसं वाटतं का? ते घर पाहिल्याबरोबर कितीतरी पूर्वीच्या गोष्टी डोळ्यांपुढून तरळून गेल्या आणि ते सगळं आठवून डोळे परत भरून आले. एक वेगळीच असमर्थता जाणवत होती. या वेळी आम्ही सगळे बरोबर होतो. अम्मासुद्धा तार मिळाल्याबरोबर, त्याच दिवशी तिथं पोहोचल्या होत्या.

मधल्या मजल्यावर आता कमलेश्वरजी आणि गायत्रीवहिनी राहात होते आणि वरच्या मजल्यावर 'बरसाती'त म्हणजे गच्चीतल्या जागेत आम्ही तिघांनी एक छोटंसं घरकूल केलं होतं. राकेशजींना मी आत्तापर्यंत एवढंच समजू शकले होते, की ते सकाळी उशिरापर्यंत झोपतात, म्हणून सकाळी त्यांच्याजवळ चिटपाखरूसुद्धा फिरकलेलं चालत नाही; पण ही एक गोष्ट समजल्यानंतर माझ्या हातून वेगवेगळ्या प्रकारच्या दुसऱ्या चुका व्हायच्या. मी एकसारखी पाठ करत राहायची, म्हणजे केलेल्या चुका परत होणार नाहीत.

दररोज मला वाटायचं, की आज मला राकेशजी समजले आहेत आणि आता कसलीही अडचण येणार नाही; पण पुढच्या प्रत्येक दिवशी वाटायचं, की आता ही एवढी एकच गोष्ट समजली की झालं, बाकी सगळं व्यवस्थित होईल.

दिल्लीला पोहोचल्यावर मला आठवलं, की या जुलैमध्ये जर मी बी.ए.च्या

परीक्षेला बसू शकले नाहीतर, पुन्हा पंजाब युनिव्हर्सिटीतून खाजगी रितीने परीक्षेला बसू शकणार नाही, कारण प्रायव्हेट उमेदवारांसाठी ते वर्ष शेवटचं होतं. जेव्हा मी हे राकेशजींना सांगितलं, तेव्हा त्यांनी ते मान्य केलं. मी लगेच त्या दिवशी जाऊन पुस्तकंदेखील खरेदी करून आणली. जेव्हा काही दिवस तसेच निघून गेले आणि फॉर्म्सही पाठवले गेले, तेव्हा राकेशजींच्या लक्षात आलं, की दिल्लीत राहून माझा अभ्यास होणार नाही; कारण अर्ध्यापेक्षा जास्त वेळ मी त्यांच्या या ना त्या कामात घालवायची, स्वयंपाक करायची आणि संध्याकाळ त्यांच्या मित्रांच्या पाहुणचारात खर्च करायची. म्हणून मला त्यांनी सल्ला दिला, की मी अभ्यासासाठी मुंबईला जावं, तिथं मला खूप वेळ मिळेल.

त्यांचं म्हणणं मला पटलं आणि मी ते मान्य केल्यावर मात्र त्यांच्या उतरलेल्या चेहऱ्यावरून माझ्या लक्षात आलं, की त्यांना असं वाटतंय की आपण चुकीचा सल्ला दिला. मी जावं असं त्यांना वाटत नव्हतं; पण एकदा सांगितल्यावर आपला सल्ला मागं घ्यायचा, हे त्यांच्या स्वाभिमानाच्या विरुद्ध होतं. म्हणून मीही मुंबईला निघून आले.

राकेशजी आणि कमलेश्वर दोघं मला सोडायला स्टेशनवर आले होते. गार्डनं शेवटची शिट्टी वाजवली होती, पण राकेशजींच्याकडं त्या क्षणीदेखील मला रोखण्याची हिम्मत नव्हती. मला मुंबईला पोहचून ३/४ दिवस झाले न झाले तोच राकेशजींनी हार पत्करून भाभींना ट्रंककॉल केला, की मिळेल त्या पहिल्या गाडीचं तिकीट काढून मला ताबडतोब दिल्लीला पाठवून द्यावं. भाभींनीही वेळ घालविला नाही. त्याच संध्याकाळी त्यांनी मला दिल्लीला रवाना केलं. इकडं फोन केल्यानंतरही राकेशजी बेचैनच होते. मग काय झालं कळलं नाही; पण स्वत: गाडीनं मुंबईला जाण्यासाठी निघाले आणि जाताना अनीताला भाभींनी तिथंच ठेवून घ्यावं, हे सांगण्यासाठी मुंबईला फोन करण्याचं काम कमलेश्वरांवर सोपवून गेले, पण मान्सूनच्या पावसाच्या धुमश्चक्रीत कमलेश्वरांचा फोन लागला, तेव्हा मी मुंबईहून निघाले होते. परिणाम असा झाला, की राकेशजी मुंबईला पोहोचले तर मी गायब होते आणि मी दिल्लीला पोहोचले तर राकेशजी बेपत्ता. ती रात्र मी कशी रडतरडत काढली ते कमलेश्वरांना माहिती आहे. सगळं बघून अम्मा गप्प राहून दुःख सोसत राहिल्या, नंतर त्या मला समजावायला लागल्या, "रडू नकोस गं, तू नसल्यामुळं त्याचं चित्त एक मिनिटही थाऱ्यावर नव्हतं." थोड्याच वेळात मुंबईहून फोन आला. राकेशजी मला म्हणाले, की मी इथून पहिल्या गाडीनं मुंबईला जावं. मी जेव्हा कमलेश्वरांना म्हणाले, की मी जाणार नाही, कारण राकेशजींनी परत दिल्लीला

पोहोचायला नको. तर कमलेश्वर हसून म्हणाले, ''तो इतका गाढव नाहीये.'' मी फक्त म्हणाले, ''पण....'' तर कमलेश्वरांनी वाक्य पूर्ण केलं, ''गाढव तर आहेच.'' आणि परत जोरात हसले.

मुंबईत परत आम्ही काही दिवस मित्रांना भेटण्यात घालवले. जेव्हा दिल्लीला पोहोचलो, तेव्हा परीक्षा अगदी तोंडावर येऊन ठेपली होती; पण योगायोग असा, की मी नापास होताहोता वाचले. मग मी पास झाल्याच्या आनंदात कमलेश्वर, जवाहरभाई आणि राकेशजींनी गच्चीवर थंड बियरचा आस्वाद घेतला आणि अम्मांनी साजूक तुपातील लाडू करून खायला घातले.

मी मुंबईला जाण्याचा परिणाम असा झाला की, 'नई कहानियाँ' या नियतकालिकातून नियमितपणे प्रकाशित होणाऱ्या 'काँपता हुआ दरिया' या कादंबरीच्या मालिकेचा शेवट झाला.

त्यानंतर, कितीदातरी राकेशजी हिलस्टेशनवर गेले आणि परत आले. त्यांना समजावणं फार अवघड होतं. सकाळी ठिय्या देऊन काम करायचा निश्चय करायचे आणि संध्याकाळी सिमल्याला जायची योजना तयार करायचे. कधीकधी त्या योजनेप्रमाणं निघूनही जायचे पण तिथं मन रमलं नाही म्हणून तिथून परत यायचे आणि बहाणा मात्र करायचे, की ''तुझी आठवण येत राहायची, तू एकटी बसून कंटाळली असशील म्हणून म्हटलं, चला, चलू या, म्हणून आलो.'' इ.इ.

''पण तुम्ही इथं माझ्यामुळं कंटाळला होतात ना?'' तर वाक्य पुरं व्हायच्या आधीच म्हणायचे, '' मग तुला काय वाटलं, माझ्यासाठी परतलो? पुन्हा एकदा तसं म्हण तर खरं, परत जाऊन दाखवतो.''

''नको, नको आत्ता राहू द्या. अम्मांनी जेवण केलं आहे. ते जेवा आणि दुसऱ्या वेळी जाण्यासाठी थोडंसं शिल्लक ठेवा.''

कारण एक गोष्ट खरी होती, की घरातून बाहेर जाऊन त्यांना काही दिवसच चांगलं वाटायचं आणि तेसुद्धा का? तर मनाला एक समाधान होतं, की आपलं एक घर आपल्यामागं आहे; त्यात ते त्यांना हवं तेव्हा, हवं तसं जाऊ-येऊ शकतात - तिथं त्यांना प्रश्न विचारणारं कुणी नव्हतं. त्यांना स्वत:ला अशा एका घराची गरज होती, की ज्यात एक नालायक मुलगा असला, तरी त्याच्या घरच्यांना त्याच्या दुर्गुणांचा अभिमानच वाटेल.

''तुम्ही कधी सुधारणार नाही?'' एक दिवस रात्री त्यांचे पाय चेपताचेपता मी त्यांना विचारलं. खरं म्हणजे मी जरा गंमत करत होते; पण ते ताडकन उठून बसले. म्हणाले, ''तू त्या म्हातारीची गोष्ट ऐकली आहेस का? त्या म्हातारीनं ससाण्याची लांब घाणेरडी नखं कापून, त्याला कायमचं निकामी केलं होतं.''

''म्हणजे मी म्हातारी?''

"बोलतेस तर आजीबाईसारखं!"

"पण तुम्हाला तर आपली घाणेरडी नखं जशीच्या-तशीच ठेवायची आहेत!"

"का नाही ठेवायची? त्यांच्याशिवाय मी शिकार कशी करू? कोण जाणे, कधी शिकारीत कायकाय हाती लागेल!"

दिल्लीतसुद्धा राकेशजींनी आपल्या मित्रांशी माझी ओळख करून दिली आणि त्यांच्या घरी येणं-जाणं चालू केलं. श्री. आणि सौ. ओमप्रकाश, मन्नू आणि राजेन्द्र, श्री. व सौ. जवाहर चौधरी, श्री. आणि सौ. सुरेश अवस्थी, श्री. व सौ. नेमिचंद्र जैन, श्री. व सौ. भारतभूषण अग्रवाल, श्री. व सौ. बन्सीलाल कपूर, श्री. भीष्म साहनी आणि त्यांच्या सौ. यांच्या वर्तुळात मी अगदी मिळून-मिसळून गेले होते. कुठंही आणि कसलीही वेळ असली, तरी राकेश-अनीताशिवाय सगळ्यांना अपुरंअपुरं वाटायचं. या लोकांपासून अगदी वेगळा आणखी एक ग्रुप मी आणि राकेशजींनी बनवला होता. त्यात फक्त थिएटर्सवेडे प्राणी होते. म्हणजे ओम आणि सुधा शिवपुरी, राजेन्द्र पॉल, रमेशचंद्र, राजिन्दरनाथ, गुलाटी, प्राण, सत्यदेव दुबे आणि श्यामानंद जालान, जे.डी.सेठी असायचे. यांच्याशिवाय आणखीनही एका ग्रुपची स्थापना केली होती. त्यात रेखा, चमन, इन्दर मल्होत्रा, मदन गुप्ता, शीला वगैरे असायचे. हा अगदी व्यावसायिक ग्रुप होता. चमनच्या मृत्यूनंतर हा ग्रुप जवळजवळ संपल्यातच जमा होता. या ग्रुपचा अवशेष म्हणून फक्त मदन गुप्ता शिल्लक राहिले होते. कधीकधी त्यांच्याबरोबर जुन्या कॉफी हाऊसमधे बसून घालवलेल्या दिवसांच्या आठवणी काढत असू. याशिवाय, सुरुवाती-सुरुवातीला रवीन्द्र कालिया, रमेश बक्षी यांना राकेशजींकडून वडिलांसारखी माया मिळाली होती. मग मात्र ते लांबलांब गेले. नंतरसुद्धा गरजेच्या वेळी राकेशजींची आठवण काढणारे रमेश बक्षी, दूधनाथ सिंह हे दोघंच उरले होते. दोन मित्र असे होते, जे नियमितपणे येऊन भेटायचे. ते म्हणजे शरद जोशी आणि दुष्यंतकुमार या दोघांनीही राकेशजींकडून फायदा मिळवण्याचा उद्देश कधीही ठेवला नव्हता.

मी राकेशजींच्या मित्रांच्या गोतावळ्यात, राकेशजींच्या प्रत्येक मित्राबरोबर असलेल्या वेगवेगळ्या नात्यांना समजून घ्यायचा प्रयत्न करायची. यातल्या काहींशी व्यावसायिक संबंध असूनही कुठंतरी आपुलकीचं नातं होतं. उदा. श्री. ओमप्रकाश, डॉ. इंद्रनाथ मदान, ओम शिवपुरी, श्री. जवाहर चौधरी, श्रीमती शीला संधू, शरद जोशी, दुष्यंत, नन्दन, भीष्म साहनी, भाई-भाभी आणि श्री. गिरधारीलाल वैद.

या सगळ्यांशी आत्मीयतेचं नातं जास्त होतं, कारण हे मित्र राकेशजींप्रमाणंच प्रामाणिक होते. त्यांचा सर्वांत जास्त त्रासदायक आणि सर्वांत जास्त जवळचा एकमेवाद्वितीय मित्र म्हणजे कमलेश्‍वर. त्यांनी राकेशजींना काय पढवलं होतं, कोण जाणे. राकेशजी स्वतःच म्हणायचे, " मी जर आयुष्यात कुणाचा आगाऊपणा

सहन केला असेल, तर तो तुझा नाहीतर कमलेश्वरचा.'' आम्ही दोघंही मग हसायचो.

राकेशजींबरोबर जर कुण्या मुलीची मैत्री जमत असेल, तर तिला मीही माझी मैत्रीण बनवायची. ते नाराज होऊन म्हणायचे, ''तू प्रत्येक सुंदर मुलीला स्वत:चीही मैत्रीण करून टाकतेस. मग ती इतकी घरातली होऊन जाते, की रोमान्सला काही स्कोपच उरत नाही.'' ''पण तुम्हीच तर सांगितलं होतं ना, की तुमचे सगळे मित्र माझेसुद्धा मित्रच आहेत म्हणून?'' त्यावर ते चडफडायचे. आता घरात जे लोक यायचे, ते भेटायला जरी राकेशजींना येत असले, तरी त्यांना माझ्याच घरी यायला लागायचं ना? ''बरं, मग अनीता काय खिलवतेस आज?'' असं म्हणत जवाहरभाई जिन्यातूनच ओरडत वर यायचे. हेच जवाहरभाई मी कॉन्व्हेंटमध्ये शिकलेली आहे, हे ऐकूनच घाबरले होते. ही आमच्या पहिल्या भेटीतलीच गोष्ट. त्यांनी राकेशजी आणि कमलेश्वरांनाही सांगितलं होतं, की ''बाबा, घरी येणंजाणं राहील, पण अनीताशी गप्पाटप्पा जरा अवघडच दिसतात.'' जेव्हा राकेशजींनी संगीत ॲकॅडमीमध्ये माझी राजेन्द्र पॉलशी पहिल्यांदा ओळख करून दिली होती, तेव्हा मी 'शो' सुटल्यावर त्याला घरी यायचं निमंत्रण दिलं. दुसऱ्या दिवशी खरोखरच तो आलाही होता. म्हणाला, ''राकेशजी किती वेळा भेटले पण त्यांनी एकदासुद्धा घरी बोलावलं नाही. तुम्ही बोलावलं, मी लगेच आलो.'' मग त्यानंतर केव्हाही आला तरी ''काही खायला आहे का? खूप भूक लागली आहे'' म्हणतच यायचा. श्यामानंद तर आले, की आमच्या घराला स्वत:च्या बापाचंच घर समजायचे. झोपले असले तरी उठवायचे. ''भूक लागली आहे, बाबा! ही काय झोपायची वेळ आहे?'' म्हणायचे. राकेशजी ओरडायचेही, ''आत्ता कुठं झोप लागली होती, तू येऊन उठवलंस!'' त्यावर ऐटीत म्हणायचे, ''कळलं-कळलं, दुसऱ्या विषयावर बोलू या!''

मला कमलेश्वर, चौधरी, शिवपुरी, श्यामा म्हणजे श्यामानंद, राजेन्द्र पॉल यांच्याकडून वेळोवेळी कळायचं, की राकेशजी कित्येक वेळा फक्त माझ्याबद्दल आणि माझ्याचबद्दल बोलत राहतात. त्यांना ते असं सांगायचे, की ''अनीताशिवाय मी एक दिवसही जगू शकणार नाही. ती माझ्या जीवनाचं एक अंगच बनून गेली आहे. तिच्याशिवाय घरात एक दिवसदेखील घालवणं मला अगदी अवघड झालं आहे, म्हणून मी कुठंही एखादा-दुसरा दिवसच जाऊन राहतो, पण तिला एका दिवसासाठीही कुठं जाऊ देऊ शकत नाही;'' पण जेव्हा मी राकेशजींना असं विचारायची ही गोष्ट खरी आहे का, तेव्हा ते म्हणायचे, ''तुला ते थापा मारतात गं, तुला बनवतात; कारण त्यांना माहीत आहे, की जर तुला लोणी लावलं नाही, तर तू त्यांना घरी येऊ देणार नाहीस.'' मग त्यांचं ते खास जोरदार हास्य! मी पण गंमत बघायची, म्हणायची, ''तुम्हीच म्हणाला होतात ना मला... लव्ह मी, लव्ह

माय....!'' तर माझ्याजवळ येऊन म्हणायचे, ''तू एकदा म्हणून तरी बघ पुढं'' ...मी म्हणायची ''बघा हं, मला चॅलेंज देऊ नका, नाहीतर खरंच म्हणेन.'' ते म्हणायचे ''हं म्हण पुढं.'' मग मी परत म्हणायचे, ''लव्ह मी, लव्ह माय... गॉड्स!'' तेव्हा राकेशजी बघतच राहायचे. खरी गोष्ट अशी होती, की मी त्यांच्या मित्रांना मनापासून आपलं मानलं होतं. हळूहळू ते छोटंसं घर एक खूप मोठं कुटुंब झालं होतं. तिथं काही लोक फक्त हसण्या-हसवण्यासाठी यायचे, तर काही फक्त आपलं रडगाणं ऐकवण्यासाठी. सगळ्या मित्रांची मनोमन खात्री पटली होती, की जर कुणाला कुठं दुसरीकडं जायचं सुचलं नाहीतर राकेश-अनीताचं घर आहेच. कितीतरी वेळा रात्री ११/११ वाजता राकेशजी आपली मंडळी घेऊन जेवायला घरी यायचे. हो, एवढी मेहरबानी मात्र करायचे, की येण्याआधी एक छोटासा फोन करायचे ''आम्ही सहा जण जेवायला येतोय.'' कधीकधी जर जास्त दया आलीच, तर रुमाली रोटी किंवा कुठलीतरी सामिष डिश घेऊन त्यांचे मित्र घरी यायचे.

पुष्कळदा आमचे मित्र आम्हाला विचारायचे, की आम्ही पहिल्यासारखी भांडाभांडी सोडून दिली आहे का? तर मी म्हणायची, ''असं कसं होईल? आम्ही आपल्या टॉनिकशिवाय कसे राहू शकू? हो, एक फरक मात्र झाला आहे, तो म्हणजे मी पहिल्याप्रमाणं ट्रंक भरून आईच्या घरी निघून जात नाही. कुणी सांगितलंय, एकदा बॅगेत सामान भरा ते परत लावून ठेवा. एक तर, त्याला फार एनर्जी पाहिजे आणि दुसरं म्हणजे, कुठंतरी जायचं म्हणजे खूप पैसा लागतो. आजकाल पैसे तर नाहीतच शिवाय महागाईही बरीच आहे.'' आणि खरोखरच एक गोष्ट अशी होती, की राकेशजी एक तारखेला मला जो घरखर्च द्यायचे त्यात भांडणाच्या खर्चासाठी वेगळे फक्त ५० रु. असायचे. जशी रिक्षा भाड्यात वाढ झाली, तसे मी जास्त पैसे मागणं सुरू केलं; पण ते देणं शक्य नसल्यामुळं असं ठरलं, की भांडणानंतर आपण आपापल्या खोल्या बंद करून त्यात बसायचं आणि गट्टी करायची इच्छा झाली, तर तिसऱ्या खोलीत जायचं आणि जर तिथंसुद्धा काही घडलं नाहीतर मग चौथ्या किंवा अम्मांच्या खोलीत जाऊन त्यांना आपलं रडगाणं ऐकवायचं आणि तरीसुद्धा काही झालं नाहीतर मग भगवंतावर सोडून द्यायचं. फक्त या गोष्टीचा विचार करूनच आम्ही चार खोल्यांचा फ्लॅट घेतलेला होता.

राकेशजींना अंतर्बाह्य समजणं म्हणजे एक मोठी तपस्याच होती. वरवर पाहता ते जितके साधे आणि सरळ वाटायचे, तितके प्रत्यक्षात नव्हते. ते बाहेरून जेवढे अनौपचारिक होते, त्याहून मनानं कितीतरी पटीनं जास्त औपचारिक होते. जवळचे मित्रही त्यांना संपूर्ण ओळखू शकले नाहीत; कारण राकेशजी कुठंतरी

स्वत:पुरतेच एकसंध होते. बाकीच्या म्हणजे स्वत: सोडून इतरांसाठी त्यांची वेगवेगळी रूपं दिसून यायची. मी कधीकधी त्यांच्या वेगवेगळ्या प्रकारच्या वागण्याविषयी विचारायचे, तेव्हा म्हणायचे, "प्रत्येक माणसाची स्वत:ची अशी एक भूक असते. मी प्रत्येक माणसाशी वेगळा वागतो. प्रत्येक माणूस समान पातळीवर नसतो." ही गोष्ट खरीच होती. ते स्वत:च्या प्रत्येक मित्राची चांगली-वाईट बाजू जाणून घ्यायचे. त्यांचं म्हणणं असं होतं, की प्रत्येक व्यक्ती सद्‌गुण आणि दुर्गुणांच्या मिश्रणामुळं परिपूर्ण होते. आपण कोणत्याही व्यक्तीचा स्वीकार फक्त त्यांच्या चांगुलपणाकडं पाहून करू शकत नाही. त्या व्यक्तीत असलेल्या दुर्गुणासकटच त्याला 'प्रिय मित्र' म्हणतो; त्याच्यावर प्रेम करतो. जर कुणी फक्त आपल्या सद्‌गुणांचंच प्रदर्शन करत असेल, तर तो एक प्रकारे ढोंग करत असतो. म्हणून ते आपल्या वेगवेगळ्या मित्रांबरोबर वेगवेगळ्या तऱ्हेनं वागायचे. म्हणून ते कधीच खरे राकेश वाटायचे नाहीत. खरे राकेश एखाद्या नंग्या फकिराप्रमाणं होते. त्याच तऱ्हेनं ते स्वत:ला आरशात बघायचे आणि खूश व्हायचे. तसं बघायला त्यांना आवडायचं, कारण त्यांच्या मते तेच त्यांचं खरं रूप होतं.

कितीतरी वेळा मी राकेशजींच्याबरोबर त्यांच्याच वागण्यातील खुब्या वापरून त्यांच्याशी बोलायचा प्रयत्न करायची; पण ते मला म्हणायचे, "कशाला उगीच इकडंतिकडं मला शोधायचा प्रयत्न करतेस? ...मी असा नाही किंवा तसासुद्धा नाही." मग माझे हात आपल्या शरीराला लावून म्हणायचे, " मी फक्त 'हा' आहे."

"आणि मग ते सगळं?"

"अगं, ते म्हणजे दुसऱ्या लोकांची भूक-गरज असते, ती भागवावी लागते; कारण त्याशिवाय त्यांचं समाधान होत नाही. तुलाही हे सगळं शिकलं पाहिजे."

ही गोष्ट बरोबरच होती. आपल्या जीवनात राकेशजींनी प्रत्येक मित्राला कुठला ना कुठला दर्जा दिलेला होता. त्याला साजेलशा पद्धतीनंच ते त्या मित्राशी वागायचे. पण काही वेळा स्वत:च्याच वेगवेगळ्या प्रतिमांमुळं त्यांना खूप त्रास सोसायला लागायचा. उदा. जेव्हा राकेशजींचे वेगवेगळ्या प्रकारचे मित्र एकत्र यायचे, तेव्हा त्यांच्या एकांगी प्रतिमेमुळं दुसऱ्या मित्रांना खूप त्रास व्हायचा. त्यातच माझाही समावेश असायचा. राकेशजींचं वागणं घराबाहेर वेगळं असायचं आणि घरात त्यापेक्षा एकदमच वेगळं असायचं. दोन्हींचा ताळमेळ बसवायला मला बराच काळ घालवावा लागला; तरी राकेशजींनी नंतरनंतर माझ्यावर कुठल्याही प्रकारची बळजबरी करायचा प्रयत्न सोडून दिला. ते बाहेर गेले, की मला भरकटायला व्हायचं. वाटायचं, की माझं घर आणि माझे राकेश माझ्यापासून हिरावून घेतले गेले आहेत. कदाचित, माझ्या सुरुवातीच्या आयुष्यात भोगलेल्या असुरक्षिततेची ही

देणगी असेल; पण ती माझ्या जीवनाचं अविभाज्य अंगच होऊन बसली होती.

"मीसुद्धा जीवनात इतकी असुरक्षितता भोगली आहे, अन्ना; पण मला जीवनाशी इतकं एकाकी झुंजावं आणि लढावं लागलं, की आता कुठल्याही परिस्थितीला निभावून नेणं, हे माझ्या व्यक्तिमत्त्वाचं एक अंगच होऊन बसलं आहे." 'निभावून नेणं' हे राकेशजींच्या स्वभावाच्या विरुद्ध असलं, तरी त्यांचं म्हणणं असायचं, की जेव्हा कुठल्याही व्यक्तीच्या पात्रतेविषयी शंका नसते, तेव्हा गोष्ट वेगळी असते.

याशिवाय, राकेशजी कुठंतरी खूप संस्कारग्रस्तही होते. अर्थात, आपल्यापेक्षा मोठ्या लोकांचा मान राखणं, त्यांना आदरानं वागवणं, हे त्यांच्या स्वभावातच होतं. याच्या अगदी विरुद्ध गोष्ट म्हणजे त्यांची प्रगतीशीलता किंवा आधुनिकता. उदा. त्यांना असं वाटायचं, की त्यांच्या मित्रांबरोबर माझं एक वेगळं संबंध-सूत्र असावं; एक वेगळी समज असावी. कदाचित, त्यांच्या या वृत्तीमुळंच माझा हरवलेला आत्मविश्वास परत निर्माण झाला असावा. सुरुवाती–सुरुवातीला, अगदी जाणून-बुजून का होईना, त्यांनी आपल्या सवयी मला लावायचा प्रयत्न केला; तरी त्या लावतानाच त्यांच्या लक्षात आलं, की सर्वप्रथम मला प्रेम, सुरक्षितता आणि विश्वासाची अतिशय गरज आहे. त्याशिवाय, मी काहीही शिकू शकत नाही. आम्ही एकमेकांबरोबर असलो की भांडायचो आणि वेगवेगळे झालो की रडायचो. हा एक विचित्र विरोधाभासही होता.

राकेशजी चिडायचे, "मी तुला काय दिलं नाही?"

"मला जे आधीसुद्धा मिळायचं ते सगळं तुम्ही दिलंत, पण जे आधी कधीच मिळालं नाही, ते आत्ताही मिळत नाहीये."

"काय"?

"प्रेम!"

"आणि जर मीसुद्धा हेच म्हटलं तर?"

"म्हणू नका, करा." असं म्हणत मी एक संपूर्ण रात्र त्यांच्या छातीवर डोकं ठेवून रडत होते आणि त्यांनी माझं मस्तक आपल्या विशाल छातीत सामावून घेतलं होतं.

पुन्हा एखाद्या दिवशी ते अगदी वेगळ्याच 'मूड' मध्ये असायचे.

"आता तू माझं घर सोडून जाणार आहेस की नाहीस?" मी चकित होऊन त्यांच्याकडं बघायची, "का?"

"तू माझं रेकॉर्ड खराब केलं आहेस! मी कुठल्याही बाईबरोबर दोन वर्षांपेक्षा जास्त राहिलो नाही. पहिल्यांदा मला वाटलं, की दोन वर्षांत तू निघून जाशील; पण सहा वर्षं झाली, तुझी जायची कुठलीही लक्षणं दिसत नाहीत. पहिल्यांदा एक मूल, मग दुसरं, आता तिसऱ्याचा बेत नाही ना?... बरं, विचार करून सांग, कधी जाणार

आहेस? पण हेही सांगून जायचं, की मुलांना आपल्याबरोबर नेणार की इथंच सोडून जाणार?''

अशाच एका दुपारी कमलेश्वर घरी आले. बघतात तर काय? आम्ही दोघं आणि दोन्ही मुलं पलंगावर लोळत होतो. हे बघितल्यावर कमलेश्वर म्हणाले, ''अरे यार! काय ही तुझी अवस्था?'' दोघंही जोरात हसले. मग राकेशजी म्हणाले ''अरे, ही म्हणतेय, की या वाढदिवसाला सगळ्यांनी त्याच हलवायाकडं जायचं!'' मी समजावलं, ''त्या बिचाऱ्या हलवायानं काय घोडं मारलंय की आपलं रडगाणं, आपली दु:खं, त्याला जाऊन ऐकवायची? मी त्या हलवायाला आपल्या दु:खात सहभागी करून घेणार नाही.''

एखाद्या दिवशी असं वाटायचं, की राकेशजी जीवनापेक्षा फार उंच, एक पोचलेली व्यक्ती आहेत. अतिबुद्धिमान आणि कधीकधी अतिसंवेदनशील, अतिभावुक, जणू अंगावरचं दूध पाजूनच वाढवावं लागेल! या दोन्ही परस्परविरोधी गोष्टी दुसऱ्या एखाद्या व्यक्तीमध्ये तीव्र द्वंद्व उत्पन्न करू शकल्या असत्या, पण राकेशजींच्यामध्ये त्या अगदी सहजपणे सामावलेल्या होत्या. कुणाबद्दल प्रेम वाटलं, की त्याच्यावरून जीव ओवाळून टाकणार आणि कुणाचा राग आला, की त्यालाच सगळ्यांपासून तोडून टाकणार! त्यांनी आपल्या वडिलांकडून बुद्धिमत्ता आणि आपल्या आईकडून अमर्याद प्रेम, स्नेहातील अथांगपणा घेतला होता. या दोन्हींतील संघर्ष काहीसा असा असायचा. ज्या दिवशी त्यांना दिसायचं, की मी फ्रीजमध्ये दणादण फळं आणि भाज्या भरते आहे, त्या दिवशी ते ताबडतोब माझा कान पकडून 'स्टडी'त घेऊन जायचे आणि स्वत:ची वही उघडून म्हणायचे, ''हा...हा... पैसा आता परत येणार आहे का? म्हणून देवीजी! जरा जपून! माझ्यावर नसली तरी कमीत-कमी फ्रीजवर, तरी दया करा! त्याच्यावर जरा कमी भार टाका.''

आणि मी भाजीवाल्याशी भावावरून वाद घालताना दिसले, की पुन्हा कान पकडून स्टडीत नेऊन म्हणायचे, ''कशाला एकेका पैशासाठी भांडतेस? वर रुपया-रुपयाची भाजी खरेदी करतेस, तुझा माझ्या बाहूंवर विश्वास नाही का?''

पण राकेशजींच्या व्यक्तिमत्त्वाचा या सगळ्यांपेक्षा वेगळा असणारा सर्वांत प्रबळ पैलू होता, तो म्हणजे त्यांचा स्वाभिमान. राकेशजींनी कोणत्याही परिस्थितीत स्वाभिमानाशी कोणतीही तडजोड केली नाही. मला आठवतंय, की एकदा राकेशजींचं आणि माझं भांडण झालं. परिणामी, मी सिमल्याला जाऊन ट्रेनिंग घ्यायचं ठरवलं. राकेशजींच्या लक्षात आलं होतं, की हा फक्त माझा हट्ट आहे, आणखी काही नाही. हे खरंच होतं; कारण मला माहीत होतं, की मी गेले तर राकेशजींची काय अवस्था होईल. तरी मी माझा हट्ट सोडला नाही.

राकेशजींनी माझं तिकीट काढलं, जाण्याचा दिवसही उजाडला. त्या दिवशी स्टेशनवर गेल्यावर आम्ही आसपासच्या येणाऱ्या-जाणाऱ्या लोकांकडं बघायचो आणि कधीकधी चोरांप्रमाणं एकमेकांकडं पाहायचो!

बस, राकेशजींना माहीत होतं, की त्यांनी मला एकदा जरी थांबायला सांगितलं असतं, तर मी नक्की थांबले असते, पण त्यांचा स्वाभिमान आड येत होता. म्हणून गार्डनं शिट्टी दिल्याबरोबर मी गाडीत चढले होते. त्यानंतर तीन–चार दिवसांनीच मी घरी परत गेले, ही गोष्ट वेगळी.

मी गेल्यावर राकेशजी कलकत्त्याला गेले होते. श्यामा 'लहरों के राजहंस' या नाटकाच्या तालमी घेत होते. मी परत आल्याची सूचना द्यायचं धाडस मला झालं नाही, म्हणून जोपर्यंत राकेशजी परतले नाहीत, तोपर्यंत मी एकएक दिवस रडूनरडून काढला. जेव्हा ते परत आले, तेव्हा मला बघितल्याबरोबर आनंद होण्याऐवजी त्यांच्या रागाचा पारा चढला. स्वाभाविकच होतं ते. संबंध दिवस ते माझ्याशी बोलले नाहीत; पण रात्री जेव्हा मी पलंगावर पडून मुसमुसत होते, तेव्हा राकेशजींनी माझं मस्तक मांडीवर घेतलं, त्यामुळं मला अगदी भरून आलं आणि मी हुंदके दे-देऊन रडायला सुरुवात केली. "आता मी कधीकधी जाणार नाही, राजे. वचन देते; कधीही घर सोडून जाणार नाही. मला सांभाळून घ्या, राजे. मी अगदी कमकुवत मुलगी आहे, मला असं सोडून देऊ नका."

"का मला त्रास देतेस? आठवतंय? तू मला म्हणाली होतीस, की तू मला सांभाळशील... आणि तरीदेखील, माझ्याकडं तक्रारी करत बसतेस. आता माझा किती वेळ घेशील, अन्ना? मला किती काम करायचं आहे!"

"आता कधी अशी चूक करणार नाही, राजे, ...या वेळी फक्त एकदाच माफ करा."

"चुका करणार नाहीस... हे काही मला पटत नाही, कारण त्याशिवाय तू मला आपली नाही, परकीच वाटशील." आणि मी काही म्हणण्याअगोदरच ते म्हणाले, "बायका फार बडबड करतात... त्यांना गप्प बसवायचा एकच मार्ग आहे आणि तो म्हणजे....!"

नंतर कितीतरी गोष्टी फक्त आठवणी म्हणूनच शिल्लक राहतात! आणि आठवणी चांगल्या असोत की वाईट, त्या कोणत्याही परिस्थितीत फक्त त्रासच देतात.

मला आठवतंय, की जेव्हा ओमप्रकाशांनी 'राजकमल प्रकाशन' सोडलं, तेव्हा राकेशजी खूप अस्वस्थ झाले होते. "शेवटी थोडातरी विचार करायला हवा होता."

ते म्हणाले होते. "पण तुम्ही नाही का कितीतरी निर्णय घाई-गडबडीत घेत? शेवटी ते काय तुमचेच मित्र ना?" पण त्याबरोबरच कमलेश्वरांनीही 'नई कहानियाँ' मासिकाचा राजीनामा दिला होता.

मग अगदी शांत डोक्यानं राकेशजींनी, आता राजेन्द्र यादवांबरोबर यापुढं निभणं शक्य नाही, हा शेवटचा निर्णय कमलेश्वर आणि चौधरी भाईंना ऐकवला. तेव्हा ताबडतोब त्यांनी ही गोष्ट राजेन्द्रलासुद्धा जाऊन सांगितली होती.

जेव्हा कमलेश्वर दिल्ली सोडून मुंबईला गेले त्या दिवशी राकेशजींना वाटलं, की दिल्ली आता निर्मनुष्य झाली आहे. संध्याकाळी आम्ही दोघं टेपरेकॉर्डर घेऊन बसलो आणि काहीही अवाच्यासवा बोलत सुटलो. त्या वेळी आम्ही जे बोललो होतो ते जसंच्या तसं म्हणजे 'शायद' नावाच्या नाटकाचं 'बीज' आहे. त्यातला जो देव आहे, तो म्हणजे खरोखरचे कमलेश्वरच आहेत.

मग चमनचा मृत्यू! मदननं टेलिफोनवर रात्री ११ वाजता ही बातमी दिली होती. उन्हाळ्याचे दिवस होते. आम्ही बाहेर येऊन तसेच्या-तसेच खाटांवर पडून राहिलो होतो, अगदी चुपचाप! कुणीच काही बोललं नाही. पुष्कळ वेळानंतर राकेशजींनी आकाशाकडं पाहत म्हटलं, "इतक्या मोठ्या ब्रह्मांडातील शेकडों नक्षत्रांमध्ये माणसाचं अस्तित्व फक्त एका छोट्या बिंदूपेक्षा थोडंसुद्धा जास्त नाही आणि त्या बिंदूचं इतक्या मोठ्या ब्रह्मांडात काहीच अस्तित्व नाही."

कमलेश्वर आणि राकेशजींनी अंतिम निर्णय घेऊन ठरवलं, की आता चौधरीभाईंनीही दुसऱ्या दिवशीपासूनच 'अक्षर' मासिकाची जबाबदारी सोडली पाहिजे.

मला आठवतंय, की जेव्हा हिन्दुस्थान-पाकिस्तान युद्ध सुरू झालं, तेव्हा मी मुंबईत होते. तेव्हा राकेशजींनी हट्ट करून मला विमानानं दिल्लीला बोलवून घेतलं आणि मला छातीशी घट्ट धरून ठेवलं. पहिलं बाळंतपण मुंबईला व्हावं, या हेतूनं मी तीन महिने आधीच मुंबईला आले होते. त्या दरम्यानच राकेशजींना कोणीतरी फोन केला, की अनीतानं मृत—बाळालाच जन्म (स्टिल बेबी) दिलाय. हे ऐकल्याबरोबर राकेशजी खूप कासावीस झाले. त्यांनी शीलाजींना फोन केला आणि विनंती केली की, काहीही करून त्यांनी मुंबईचं विमानाचं तिकीट काढून द्यावं. तेवढ्यात, फोनवरून अजून माझे प्रसूतीचे दिवसही भरायचे आहेत, हे कळल्यामुळं त्यांना हायसं वाटलं असावं. त्यांच्या बाळाबाबत मला किती उत्सुकता होती, हे राकेशजींना माहीत होतं, म्हणून त्यांना अगदी राहावेना.

मुलगी झाल्याची बातमी कळल्याबरोब्बर, राकेशजी विमानानं मुंबईला आले होते. मला त्यांच्यासमोर बाळंतिणीच्या रूपात यायला खूप लाज वाटत होती. ती दिवाळीची रात्र होती. जोरजोरात फटाके वाजत होते. जणू आमच्या कन्येच्या आगमनाप्रीत्यर्थ सगळे लोक आनंदोत्सव साजरा करत होते! रात्रभर भाभींच्या घरी

पत्ते खेळणं चालू होतं. मग सकाळी सगळे जण झोपले तेव्हा राकेशजी एकटेच आम्हाला भेटायला आले. मी त्यांना पाहून हळूच म्हणाले, ''राजे, मला बाळ झालंय.'' तेव्हा जोरात हसून ते म्हणाले, ''मी बघतोय ना ते! तू एक मोठ्ठं काम केलं आहेस. तुला माहितीय, गेले तीन महिने मी कायकाय म्हणत काढले आहेत ते? बेबी, बेबी आणायला गेलीय.'' मग कितीतरी वेळ बसून ते बेबीच्या हाता-पायांच्या बोटांना न्याहाळत, कुरवाळत होते. पहिल्यांदाच त्यांनी इतक्या लहान बाळाला, इतक्या प्रेमानं निरखून पाहिलं होतं.

आमच्या कन्येनं घरात पाय ठेवल्यावर, आम्ही दोघंही अगदी जबाबदार व्यक्ती झालो. मी आपल्या संसारात, घरात अगदी गुरफटून गेले आणि राकेशजी आपल्या कामात. पहिल्यांदाच त्यांनी 'साप्ताहिक हिन्दुस्तान' या साप्ताहिकात 'न आनेवाला कल' या नावाची मालिका पूर्ण केली. मग नेट लावून 'आधे-अधूरे' या नाटकाचं लेखन पूर्ण केलं. जवळजवळ तीन महिने ते नजरकैदेतच होते. पूर्वा रडकं बाळ होती. म्हणून या काळात मी जवळजवळ वर्षभर तिला घेऊन, जिन्यावर बसूनबसून लहानाचं मोठं केलं. तिथंच राकेशजी वेळोवेळी काही मिनिटांसाठी तिला येऊन भेटायचे. 'आधे-अधूरे' नाटक पूर्ण झालं, तेव्हा पूर्वा एक वर्षाची झाली होती. भाभींच्या आग्रहामुळं तिचा पहिला वाढदिवस साजरा करण्यासाठी आम्ही मुंबईला गेलो होतो. कमलेश्वर त्या काळात एका लांबलचक आजारपणातून नुकतेच बाहेर पडले होते. किती मधुर दिवस होते ते!

त्यानंतर राकेशजींना 'नेहरू फेलोशिप' मिळाली. त्याबरोबरच घरातही एका 'फेलो' चं आगमन झालं होतं. अर्थात, आमचं दुसरं अपत्य म्हणजे आमचा मुलगा 'शालीन'. राकेशजींनी जितक्या झटकन मुलीचं नाव ठेवलं होतं, तितकाच विलंब त्यांना मुलाचं नाव ठेवायला लागला. त्यांचं म्हणणं होतं, की मी मुलाला जन्म देऊन त्यांचा अगदी विश्वासघात केलाय; कारण त्यांच्याकडं मुलींची नावं ढीगभर होती, पण मुलाच्या नावासाठी विचार करायला खूप वेळ हवा होता.

या मुदतीत राकेशजींनी खूप काम केलं. सिमल्यात 'मॅड डिलाइट'वर एक जबरदस्त प्रयोग झाला. ती एक प्रकारे नवीनच गोष्ट होती. मग एफ.एफ.सी.ची (फिल्म फायनान्स कॉर्पोरेशन) डायरेक्टरशिप त्यांच्या शिरावर ठेवली गेली. त्यात 'ड्रॅमॅटिक वर्ड' (शब्द) वर काम करायचं होतं. याचबरोबर त्यांनी जे 'थिएटर आंदोलन' सुरू केलं होतं ते वेगळंच. इतक्या कामातून वेळ काढून त्यांनी युरोपच्या 'ट्रिप्स' केल्या. 'पैरतले की जमीन' या नाटकाआधी कशीबशी त्यांनी 'अंतराल' नावाची कादंबरी पूर्ण करून शीलाजींकडं दिली होती. 'पैरतले की जमीन' नाटकानंतर 'चाणक्य' नाटकासाठीही सामग्री गोळा करायला लागले होते. इतक्यात इकडं बरंच काही घडलं.

७२ च्या जून महिन्याच्या अखेरीला आम्ही मसुरीहून नुकतंच परत आलो होतो. तेवढ्यात राजेन्द्र पॉलनं सांगितलं, की तो आणि माझी बहीण बबू लग्न करणार आहेत. राकेशजी चकितच झाले, कारण त्याच वर्षाच्या डिसेंबरात बबू फक्त सोळा वर्षांची होणार होती. पॉल आमचा अगदी जवळचा मित्र होता. म्हणजे आठवड्यातील चार संध्याकाळी फक्त आमच्याबरोबर घालवणारा - एक जानी दोस्त होता आणि दुसऱ्या बाजूला 'बबू' माझी सख्खी बहीण होती. म्हणून राकेशजींना वाटलं, की हा गुंता त्यांना सहज आणि कुशलतेनं सोडवता येईल. वास्तविक, परिस्थिती इतकी गंभीर होती की बस! विचारायची सोयच नव्हती. इतक्या टोकाची अवस्था होती, की राकेशजींना पॉल म्हणाले, "हे नातं मी तोडू शकणार नाही. अगदी आपल्या नाजूक मैत्रीची किंमत मोजावी लागली तरी बेहेत्तर." राकेशजी अवाकच झाले होते.

मम्मी आता राकेशजींना दररोज फोन करायला लागली. त्यांना हेच कळेना की मम्मीचं ऐकायचं, पॉलचं ऐकायचं की आपलं स्वत:चं म्हणणं ऐकायचं. परिणाम म्हणजे राकेशजींनी दोघांचा साखरपुडा केला; पण मनाशी पक्की खूणगाठ बांधली, की पॉल आता आपला पूर्वीचा मित्र राहिला नाही. त्यानंतर लगेच पॉल परदेशी निघून गेला होता आणि जेव्हा तो परतला तेव्हा फार उशीर झाला होता.

कितीतरी गोष्टी राकेशजींच्या मनात खोल रुतून बसल्या होत्या. पहिल्यांदा बबूनं स्पष्ट न सांगता राकेशजींना एवढंच विचारलं होतं, की आपल्यापेक्षा वयानं खूप मोठ्या व्यक्तीशी लग्न करण्याबाबत त्यांचं काय मत आहे? तेव्हा पूर्ण गोष्ट न कळताच राकेशजी म्हणाले, "हे योग्य नाही." आणि पुढं त्यांनी सांगितलं, "तू म्हणशील, की मी तुझ्या बहिणीची निवड केली. मग हे चूक कसं? तर त्याचं उत्तर असं की तीही चूकच होती, कारण ती आपल्या वयाप्रमाणं कधीच जगू शकली नाही. तिचं सगळं आयुष्य फक्त माझ्या बरोबरीनं राहण्याच्या प्रयत्नातच निघून चाललंय आणि हे माझ्या दृष्टीनं अन्यायाशिवाय दुसरं काही नाही. तिनं आपल्या वयाप्रमाणं तारुण्य अनुभवावं, अशी माझी इच्छा असूनही हे शक्य होऊं शकलं नाही. म्हणून मी तरी हेच म्हणेन, की जर शक्य असेल तर असं होऊ देऊ नये."

पण यानंतरही बबू असं म्हणाली की, "लोक स्वत: आपल्या मर्जीप्रमाणं वागतात आणि दुसऱ्यांच्या वेळी मात्र न्याय-अन्याय समजावायला लागतात." मग पॉलसुद्धा माझ्याशी बोलताना एकदा म्हणाला, " तुम्हाला हे लग्न होऊ नये असंच वाटतं ना?" राकेशजी यातलं काहीही विसरू शकले नाहीत. त्यानंतर लगेचच म्हणजे १६ ऑगस्टला अम्मांचं देहावसान झालं. पॉल त्या वेळी घरीच होता; पण त्यानंतर राकेशजींना जेव्हा आपल्या लोकांची गरज होती, तेव्हा कोणीच जवळ नव्हतं. मग पॉलच्या परदेशगमनापूर्वी आईचा मृत्यू झालेला असूनही, राकेशजींनी

त्या दोघांच्या साखरपुड्याची पार्टी दिली आणि नंतर पॉल परदेशी गेला. त्याला निरोप देण्यासाठी आम्ही एअरपोर्टवरसुद्धा गेलो होतो, पण राकेशजींना शेवटचा निरोप द्यायला मात्र पॉल पोहोचू शकला नाही.

अम्मांच्या मृत्यूनंतर राकेशजी एफ.एफ.सी.च्या मीटिंगसाठी मुंबईला गेले होते. त्यांचा हेतू राजीनामा द्यायचाच होता. मुंबईत भाई-भाभींना भेटले आणि त्यांच्याजवळ अम्माबाबतचं दुःख मोकळं करावं, असं त्यांना वाटत होतं; पण त्याची पाळी आली नाही. माझ्यामुळं भाभींचा काहीतरी गैरसमज झाला होता. ते ऐकून राकेशजी बावचळून परत आले. परतल्यावर हमसाहमशी रडले.

मी त्यांची समजूत काढली, की "तुम्हीच म्हणता माणूस म्हणजे दुर्गुणांचा पुतळा आहे, मग तुम्हाला भाभींचं म्हणणं एवढं का लागलं?" पण त्यांना ते पटलं नाही.

त्यांनी भाभींना दोन ओळींचं पत्र लिहिलं, 'भाभी, मी नेहमी तुमच्याबद्दल आदर बाळगत आलो आणि बाळगत राहीन; पण एक गोष्ट तुम्हाला सांगू इच्छितो, की मला अनीताबद्दलही आदर आहे.'

राकेशजींना मी ते पत्र लिहिण्यापासून रोखू शकले नाही; पण मी भाभींना एक वेगळं पत्र लिहिलं, "भाभी, तुम्ही मला कधीपासून मोठी समजायला लागलात, की माझ्यात परिपूर्णता शोधता आहात? मी नेहमीच स्वतःला लहान मानते आणि लहान राहण्यातच मला आनंद वाटतो. मला मुळीच मोठं व्हायचं नाही." इ.इ.

पण हे पत्र पहिल्यांदा बरोबर लिहिलं गेलं नसल्यामुळं ते फेअर करून, मी पहिला कागद केराच्या टोपलीत फेकून दिला. आता तो कागद हातात पडल्यावर राकेशजींनी काय करावं? अंदाज करा. तो घेऊन ते प्रत्येकाच्या घरी गेले. ओमप्रकाशजी, जवाहरभाई, कमलेश्वर सगळ्यांना त्यांनी सांगितलं, "बघा, अनीता मोठी झाली आहे. मला तिचा अभिमान वाटतो." हे सांगतासांगता शेवटी ते जेव्हा ओमप्रकाशांच्या घरी गेले होते आणि तिथून परतायला लागले, तेव्हा जिना उतरून झाल्यावर परत वर गेले. ओमप्रकाश आणि वहिनींना वाटलं, की ते काही सांगायला परत आले आहेत, तर अचानक भानावर येऊन म्हणाले, "अरे, मला वाटलं की मी घरातून उतरतोय आणि काही आठवलं म्हणून अनीताला सांगायला परत आलोय." असं म्हणून पुन्हा जिना उतरले.

खरोखरच, सगळं वेगानं उतरणीला लागलं होतं. कितीतरी दिवस आणि कितीतरी वेळ आम्ही दोघं जवळ बसून भूतकाळात जुळून आलेल्या आणि तुटलेल्या संबंधांच्या आठवणी काढत बसायचो! राकेशजी म्हणायचे, जीवनाच्या

कितीतरी थपडा त्यांनी एकट्यानं खाल्या आणि झेलल्यासुद्धा. शेवटी माणूस हा गोतावळा का जमवतो? कितीतरी वेळा अशाच तऱ्हेच्या गप्पा राकेशजी, पॉल आणि मी एकत्र बसून केल्या होत्या; पण सध्या तरी ते जणूकाही हरले होते.

शेवटचा झटका त्यांना आपल्या धाकट्या भावाकडून खायला लागला. राकेशजींना वाटायचं, की वीरेन आपल्या जीवनात अजून स्थिर झाला नाही, या चिंतेनं खंगल्यामुळं अम्मांचं प्राणोत्क्रमण झालं. म्हणून आईच्या निधनानंतर वीरेन आल्यावर ते म्हणाले, की आईची इच्छा आता पूर्ण केली पाहिजे.

राकेशजींना वाटायचं, की जर वीरेन आमच्याबरोबर राहिला, तर आम्हाला अम्मांचं जाणं जाणवायचं नाही आणि यामुळं त्याचं जीवन सुधारलं तर अम्मांच्या आत्म्यालाही शांती मिळेल.

पण पहिल्यापासूनच दोघं भाऊ कधी एकमेकांना सलोख्याच्या दृष्टिकोनातून पाहू शकले नाहीत. वीरेनला वाटायचं, की राकेशजींनी आपल्या मित्रांचं जेवढं हित पाहिलं, जपलं; तेवढं आपल्या भावाचं कधीच केलं नाही आणि त्यांना कधी करावंसंही वाटलं नाही.

बरं, राकेशजींनी त्याला समजावायचा जेवढा प्रयत्न केला, त्यापेक्षा कितीतरी पटीनं जास्त मी त्याला आईचं प्रेम आणि माया द्यायचा प्रयत्न केला, पण व्यर्थ! या दोन भावांत जे काही चाललेलं होतं, ते ओमप्रकाशजी किंवा आमच्याकडं राहिलेले श्याम आणि राकेशजींच्या बहिणीपासून लपून राहिलं नव्हतं.

ज्या दिवशी वीरेन जाणार होता, त्या दिवशी राकेशजींनी श्यामना अशोक हॉटेलमध्ये खोली रिझर्व करायला सांगितली होती. म्हणजे तो जायच्या वेळेला आपण घरी राहायला नको, कारण त्यांना ते अगदी असह्य झालं असतं. म्हणून ते मला घरी सांगून गेले, की तो गेला की मी त्यांना कळवायचं, मगच ते घरी येतील.

या सगळ्या हकिकतींनंतर राकेशजी आता आतून खूपच पोखरले गेले होते. त्यांचा आता कोणत्याच नात्यावर, मैत्रीवर, कुठल्याही बांधीलकीवर विश्वास राहिला नव्हता आणि जरी विश्वास वाटला, तरी पुन्हा ते नातं जोडणं किंवा भक्कम करणं याच्यासाठी लागणारं धाडस म्हणा किंवा त्राण म्हणा, त्यांच्यात शिल्लक राहिलं नव्हतं. संपूर्ण दिवस ते चुपचाप बसून राहत किंवा पूर्वाला मांडीवर घेऊन तिच्यावर प्रेमाचा वर्षाव करीत. रात्ररात्रभर मला जवळ बसवून घेत, म्हणत, "का कोण जाणे, मला आता अगदी एकटा पडण्याची धास्ती वाटायला लागली आहे. माझ्याजवळ बसा, मला एकटा सोडू नका."

मग, एफ.एफ.सी.ची मीटिंग मद्रासला ठरली. त्यांना जायचं नव्हतं पण एकदम दोन मीटिंगा ते टाळू शकत नव्हते, म्हणून त्यांनी जायला होकार दिला;

पण तशी त्यांची जरासुद्धा इच्छा नव्हती. म्हणाले, ''बस! चौथ्या दिवशी परत येतो.'' तेवढ्यात गुजराल साहेबांकडं मीटिंग झाली आणि असं ठरलं, की 'एशियन थिएटर कॉन्फरन्स' साठी मुंबईला जायला लागेल.

राकेशजींनी नकार द्यायचा खूप प्रयत्न केला, पण श्री. गुजरालांनी ऐकलं नाही. सुरेश अवस्थींना माहिती आहे, की जर गुजरालांनी इतका आग्रह केला नसता, तर राकेश मुळीच गेले नसते.

घरी येऊन राकेश म्हणाले, ''अन्ना, मला मुंबईलाही जायला लागेल. इतके दिवस एकटी राहशील?'' खरोखरच, पहिल्यांदाच मला वाटत होतं, की मी एकटी पडेन, कारण आता अम्मा नव्हत्या; पण मला मनात कितीही कसंतरी वाटलं तरी घराबाहेर पडलं, की त्यांना जरा विषयपालट होईल म्हणून मी म्हटलं, ''हो राजे, तुम्ही अवश्य जा. फक्त बाहेरून फोन केलात, तर मात्र फार बरं वाटेल.''

मी त्यांना प्रोत्साहन देण्याचा खूप प्रयत्न केला; पण खरंच, ते मनापासून गेले नाहीत. जाण्याआधी म्हणाले, ''आता मी कुठंही, कधीही जाणार नाही, अन्ना. मी खूप थकलोय.''

जाण्याआधी मी त्यांच्याकडून वचन घेतलं, की भाई-भाभींना नक्की भेटून यायचं. आपल्या माणसांपुढं कसला आलाय मानसन्मान? राकेशजींनी मला भाईंना भेटण्याचं वचनही दिलं होतं.

मुंबईहून त्यांनी आपल्या हॉटेलमधून फोन केला. पूर्वाशी अगदी गहिवरून बोलले, ''मी लवकरच येतो, पुरू!'' पुन्हा हेच गिरिधारीच्या घरातून सांगितलं आणि हेच कमलेश्वरांकडूनही सांगितलं. त्यांच्याजवळ सांगण्यासारखी ही एकच गोष्ट राहिली होती, ''मी लवकरच घरी येतो आहे.''

त्या वेळी मुंबईत ते जवळजवळ प्रत्येकाला भेटले - अगदी मनसोक्त भेटले. परत आले तेव्हा म्हणाले, ''अन्ना, मला आता कुठंही जायची इच्छा नाही, कारण जर कुठं गेलो, तर मला आता असुरक्षित वाटतं. वाटतं, की माझी अन्ना आणि मुलं माझ्यापासून हिरावून घेतली जातायत.''

कितीतरी वेळा त्यांना असं समजावायचं मनात यायचं, की अशा गोष्टी ते कशाला करताहेत? पण स्थिती एवढी नाजूक असायची, की काहीच म्हणता यायचं नाही. फक्त जवळ बसून दोघंही रडत राहायचो.

परतल्यावर राकेशजींनी सांगितलं होतं, की २ डिसेंबरला कमलेश्वर दिल्लीला येतील आणि रात्रीचं जेवण घरीच घेतील. मागच्या वेळी कमलेश्वरांना चॉप्स खूप आवडले होते, म्हणून मी तेच तयार केले. संध्याकाळी राकेशजींना थोडा वेळ प्रेसक्लबला जायचं होतं म्हणून ते मला सांगून गेले की कमलेश्वर आले, की मला

फोन कर, पण रात्रीचा एक वाजेपर्यंत माझा फोन त्यांना मिळाला नाही. तेव्हा त्यांनी फोन केला, "कमलेश्वर आला की नाही?" "नाही." मी सांगितलं. तेव्हा म्हणाले, "मग मी इथंच जेवण करून येतो." त्या दिवशी कुणीच जेवलं नाही. दुसऱ्या दिवशी राकेशजी खूप उशिरापर्यंत झोपून राहिले. मग दिवसा थोडा वेळ आपल्या स्टडीत बसले. संध्याकाळी सुरेश तिवारी आणि ओमप्रकाशजींनी क्लबमध्ये 'टॅम्बोल्ज' खेळायचा कार्यक्रम ठरवला होता, तो काही ना काही कारणानं रद्द झाला. राकेशजी त्या वेळी अगदी विचित्र मन:स्थितीत असायचे. जरासा कार्यक्रम इकडंतिकडं झाला, की लहान मुलासारखं तोंड वाकडं करायचे, नाराज आणि उदास व्हायचे. राकेशजी त्या मूडमध्ये जायच्या अगोदरच मी म्हटलं, "चला, 'एशिया ७२' हा शो आहे, आपण जाऊ या." त्यांना लगेच पटलं ...पण आम्ही जाऊ शकलो नाही.

चार डिसेंबरच्या सकाळी ज्याला आता कोणाचीच गरज उरली नव्हती, त्या माणसासाठी घर अगदी खच्चून भरलं होतं. तो शरीरानं काही अंशी तिथंच होता; पण त्याच्या आत्म्यानं आणि मनानं फारच दूरवरची झेप घेतली होती. ज्या वेळी त्याला आपल्या आसपास कोणाचीच गरज नव्हती, अशी ही पहिली आणि शेवटचीच वेळ होती. आता त्याला एकटंच राहायचं होतं. आयुष्यानं तरी किती क्रूर असावं! जिवंत असताना एक आणि निघून गेल्यावर वेगळंच?

राकेशजी या जगातून कायमचे निघून गेले होते. त्यांनी मला आणि मुलांना एकटंच मागं सोडलं म्हणून मला दु:ख झालं नव्हतं, तर त्यांना जगण्याचा शौक होता, जीवनाचा खूप मोह होता... म्हणून दु:ख वाटत होतं. राकेशजी ही एक अशी व्यक्ती होती, की जिला जगायचं कसं हे माहीत होतं आणि जिनं लोकांनाही हसत-खेळत कसं जगावं हे शिकवलं होतं.

जीवनात सुरुवातीपासून त्यांना संघर्ष आणि आव्हानांशी सामना करावा लागला होता. म्हणून त्यांना घाबरून जीवनाचा अंत करणं हे समस्यांचं उत्तर आहे, असं त्यांनी कधीच मानलं नाही. त्याचमुळं मला एका गोष्टींचं समाधान वाटतं, की त्यांच्या जीवनाच्या शेवटाचा त्यांना कधीच पत्ता लागला नाही; नाहीतर त्यांनी ते खरं होऊ दिलंच नसतं.

राकेशजींच्या व्यक्तिमत्त्वाबद्दल काहीही लिहिणं किंवा सांगणं, हे एक मोठं आव्हान आहे; एक मोठी जबाबदारी आहे. मी स्वत: त्यांच्याविषयी काहीही सांगायला स्वत:ला असमर्थ आणि हतबल समजते.

राकेशजींच्या काही मित्रांचा बहुतेक असा समज आहे, की त्यांना राकेशजी पूर्णपणे समजलेले आहेत, पण हा एक फार मोठा भ्रम आहे. एक गोष्ट खरी आहे, की त्यांना अगदी माझ्यासकट जो कोणी आणि जेवढं समजू शकला तेवढीच

त्याची कमाई आहे, त्यात फार मोठी सार्थकता आहे.

मला तर त्यांच्याबरोबर राहायला, त्यांना समजून घ्यायला खूप कमी काळ मिळाला. फक्त फरक एवढाच, की इतर लोकांपेक्षा मी त्यांच्याबरोबर काही जास्त दिवस उगवताना आणि मावळताना पाहिले, अनुभवले. हे असूनही मला असं वाटतं, की हेदेखील फारच थोडं आहे; कारण त्यांच्याबरोबरच्या आयुष्याची सुरुवात आणि शेवट अशा वेगात झाले, की त्यांच्या कुठल्या पैलूबद्दल मला काही सांगता येईल आणि कुठल्याबद्दल नाही, हे समजलंच नाही. त्यांना संपूर्ण जाणण्यासाठी एक पूर्ण आयुष्यदेखील कमीच पडलं असतं, हेच खरं. त्यांचं व्यक्तिमत्त्व खूप उत्तुंग होतं म्हणून नव्हे, तर त्यांच्या जीवनातलं पुष्कळंसं असं होतं, की ते फक्त त्यांच्यापुरतंच होतं, कोणालाही सहभागी करण्यासाठी नव्हतंच.

माझं त्यांना जाणून घेणं म्हणजेही त्यांच्याबरोबर जीवन जगण्यासाठी जेवढं आवश्यक होतं, तिथपर्यंतच सीमित होतं; पण तसं पाहिलं, तर एवढा अनुभवसुद्धा काही कमी नव्हता. हा अनुभव, ज्या पंचमहाभूतांमधलं एक जरी कमी पडलं तर जीवनाचा शेवट होऊ शकतो, त्या पंचमहाभूतांएवढाच महत्त्वपूर्ण होता.

त्यांच्याबरोबरच्या सहजीवनाची सर्वांत मोठी आणि सर्वांत पहिली अट होती - प्रामाणिकपणा. दुसऱ्या कोणाचं तर सोडाच, ते स्वत:चं खोटं बोलणंसुद्धा सहन करू शकत नसत. त्यांचं म्हणणं असं असायचं, की जो स्वत:च्याच शब्दाचा मान राखू शकत नाही, त्याला माणूस का म्हणायचं? सर्वप्रथम माणसाला स्वत:शी प्रामाणिक असायला हवं, तरच तो दुसऱ्याशी प्रामाणिक राहू शकतो.

इथं एक घटना आठवली. एकदा श्रीमती जवाहर चौधरींनी फोन केला आणि सांगितलं, की त्या दोघांनाही आमच्याकडं दुपारी यायची इच्छा आहे. राकेशजींनी सांगितलं, की त्यांनी दुपारी न येता संध्याकाळी ४ वाजता यावं, कारण आपल्याला कुठंतरी जायचं आहे. आपण तोपर्यंत परत येऊ. उत्तर देऊन राकेश सरळ स्टडीत जाऊन काम करायला लागले, पण त्यांच्या हातून काम होईना. संध्याकाळी जेव्हा चार वाजता श्री आणि श्रीमती जवाहर चौधरी आले, तेव्हा कुठं राकेशजी फॉर्मात आले आणि रात्री ते दोघं जायला निघाले, तेव्हा राकेशजींना राहावलं नाही. ते म्हणाले, ''भाभीजी, माफ करा, खरं म्हणजे मी तुमच्याशी खोटं बोललो होतो. मी दररोज संध्याकाळी चार वाजेपर्यंत काम करतो, म्हणून त्याआधी कोणाला भेटत नाही.'' गोष्ट खरी होती; पण खोटं बोलून सफाईनं ते लपवायचं, हे त्यांच्या दृष्टीनं महापाप होतं. जर जाण्याआधी त्यांनी भाभींना ही खरी गोष्ट सांगितली नसती, तर ते संपूर्ण रात्र फक्त कूस बदलत जागे राहिले असते, नाहीतर रात्री टॅक्सी पकडून खरं सांगायला त्यांच्या घरी जाऊन पोहचले असते. तसे ते कोणत्याही व्यक्तीची कुठलीही गोष्ट न करण्यामागची असमर्थता समजू शकायचे, पण त्याऐवजी जर

कोणी खोट्याचा आधार घेत असेल, तर मात्र ते त्यांच्या सहनशक्तीच्या पलीकडं जायचं. फक्त यासाठी राकेशजींनी माझ्यापासून कधीही काहीही लपवलं नाही आणि मीही त्यांच्यापासून काहीही लपवलं नाही. माझ्याबद्दल त्यांना कुणी काही सांगितलं तर ते त्यावर कधीही विश्वास ठेवायचे नाहीत; कारण जोपर्यंत मी ते कबूल करत नाही, तोपर्यंत ते खोटंच असणार याची त्यांना खात्रीच असायची.

इतका जबर विश्वास संपादन करणं, हा काही फक्त एका दिवसाच्या संघर्षाचा परिणाम नव्हता. या संघर्षाचा सराव मी पहिल्या दिवसापासूनच केला होता. आमच्या सहजीवनाच्या प्रारंभापूर्वीच त्यांना माझ्या या पैलूविषयी थोडीबहुत माहिती होती.

जीवनात त्यांनी स्वत: इतकं काही सोसलं; हरवलं; गमावलं आणि मिळवलं होतं, की आता कोणाचं काहीही गैर करणं, त्यांना सहनच व्हायचं नाही. विशेषत:, एकदा काहीतरी करून दहा वेळा सुनावणाऱ्या लोकांचा त्यांना फार राग यायचा. ज्याज्या लोकांनी राकेशजींसाठी काही केलं, ते राकेशजींनी फक्त अशासाठी स्वीकारलं, की ते नाकारलं तर त्या लोकांचा गैरसमज होईल आणि दु:ख होईल. हीच सवय मी अम्मांच्या स्वभावात पाहिली होती. त्यांना जर कोणी काही द्यायला लागला, तर पहिल्यांदा त्या देण्याचं त्यांना ओझं वाटायचं आणि मग त्या कशाबशा ती गोष्ट स्वीकारत असत.

राकेशजी आणि अम्मा या दोघांमध्ये सगळ्यांत मोठं साम्य जर कशात असेल, तर त्यांना प्रसंग निभावून नेणं फार चांगलं जमायचं - भले त्यांना ते पसंत असो की नसो. कुणाचं बोलणं चांगलं वाटो की न वाटो. समोरच्या माणसाला हे कळायचं नाही की, या दोघांना त्याचं काय आवडलेलं नाही आणि जेव्हा मी राकेशजींसाठी तशाच गोष्टी करायचे, तेव्हा ते रागवायचे आणि म्हणायचे, "तूसुद्धा अशा गोष्टी का करतेस? तुम्हाला बाहेरचे लोक आणि घरातले लोक यांच्यात काही फरक असतो, हे का कळत नाही? जर मी बाहेरच्या लोकांबरोबर घरच्या लोकांसारखं वागू शकलो, तर मग घराची आवश्यकताच काय होती? आणि ही गोष्ट खरीसुद्धा होती, की राकेशजी कुठंही, कितीही अनौपचारिक वागले असले, तरी घरात ते त्यापासून खूपच लांब राहात. ते वृत्तीनं अगदी फकिरासारखे होते. बाहेरून जितके अनौपचारिक वाटायचे, तेवढेच मनातून अगदी औपचारिक होते. म्हणून अलीकडं–अलीकडं त्यांनी थोडंसुद्धा निभावायचा प्रयत्न सोडूनच दिला होता. त्यांचं म्हणणं असं होतं, की आता काम जास्त आणि निभावणं कमी हेच परवडू शकत होतं. पहिल्या-पहिल्यांदा त्यांच्या या द्विधा मन:स्थितीमुळं मी खूपच गोंधळलेली असायची. पण हळूहळू त्यांना आणखी जाणण्याची, चांगलं ओळखण्याची संधी मिळत गेली. इकडं तर ते अगदी फटकळ होते पण त्याबरोबरच

त्यांची सहनशक्ती जबरदस्तच होती. अशा वेळी मी कितीतरी प्रसंग त्याच्या समवेत अनुभवले आहेत. या वैशिष्ट्यपूर्ण स्वभावामुळं त्यांनी कधीही, कोणालाही आपल्या घरी येऊन राहण्याचं निमंत्रण दिलं नाही, कारण त्यामुळं त्यांच्या स्वातंत्र्यावर गदा यायची आणि आपल्या सुखात त्यांनी जितक्या लोकांना सहभागी केलं तेवढं दु:खात कोणालाच सहभागी केलं नाही. आपलं जीवन त्यांनी वेगवेगळ्या तऱ्हेनं सोसलं आणि भोगलं होतं; पण या विषयाची पुनरावृत्ती आपल्या मित्रांपुढं त्यांनी कधीच केली नाही. त्यांना आत्मकरुणेबद्दल तिरस्कार वाटायचा म्हणून जिथंजिथं ते गेले, ज्या मित्रांच्यामध्ये बसले, त्यांना उत्तरोत्तर चढत जाणारं सातमजली हास्यच दिलं. गेलेल्या 'काल' वर त्यांचा विश्वास नव्हता तर येणाऱ्या 'उद्या'बद्दल त्यांना आतुरता आणि काळजी होती. जे निघून गेलं ते नष्ट झालं, असं ते मानायचे. जो 'उद्या' येणार आहे त्याचीच ते प्रतीक्षा करायचे.

राकेशजींच्या कित्येक मित्रांनी 'न आनेवाला कल' या त्यांच्या कादंबरीशी त्यांचं नातं जोडायचा प्रयत्न केला, पण त्या मित्रांनी जे लिहिलं ते खूपच चुकीचं आहे; कारण राकेशजींना जगण्यात खूप रस होता, जगण्यामध्ये त्यांना खूप बळ मिळायचं. जगायचं कसं हे माहीत असलेला आणि खऱ्या अर्थानं जीवन जगलेला असा तो एक माणूस होता. त्यांना उद्या येणाऱ्या प्रत्येक दिवसाविषयी एक आस्था आणि दृढ विश्वास होता. म्हणून जितके दिवस राकेशजी जगले, ते फक्त स्वत:च्या तऱ्हेनं जगले आणि स्वत:च्या अटींवरच जगले.

राकेशजींनी जीवन जगताना कुठल्याही प्रकारची तडजोड केली नाही. जेव्हाजेव्हा त्यांनी काही भोगलं आणि सोसलं, ते सर्व स्वत:पाशीच ठेवलं; पण जेव्हाजेव्हा त्यांना आनंद मिळाला तेव्हा, तो मात्र त्यांनी आपल्या मित्रांत वाटून साजरा केला, कारण आनंदावर त्यांचा भरवसा होता आणि त्यालाच ते जीवन मानायचे. म्हणूनच की काय, त्यांनी दोन्ही विवाहांत तडजोड केली नाही. आपल्याच मनाप्रमाणं जगण्यावर विश्वास ठेवून, मोठ्ठ्यांदा हसतहसत, ते सदैव पुढंच जात राहिले.

राकेशजी आपल्यामागं सगळ्यांना अर्धेमुर्धे ठेवून गेले, असं म्हणणंसुद्धा बरोबर नाही. त्यांच्याकडून ज्यांना जेजे मिळालं, ते तसं पूर्णच म्हणावं लागेल. त्याच्या जोरावर ते लोक आपलं संपूर्ण जीवन जगू शकतील. राकेशजींनी दुसऱ्यांना जेजे दिलं, ते मुळीच कमी नाही. आता माणूस जरा जास्तच लोभी असतो, ही गोष्ट वेगळी. त्याला जेवढं मिळतं, तेवढ्यात तो कधीच संतुष्ट होत नाही, उलट त्याची हाव अधिकाधिक वाढतच जाते. त्याबरोबरच हेही खरं, की जेव्हा त्याला काही मिळणंच बंद होतं, तेव्हा मात्र तो आहे त्यात समाधान मानायला शिकतो.

घेणाऱ्यांनी आणि मिळवणाऱ्यांनी राकेशजींकडून खूप काही घेतलं आणि मिळवलंही; कारण देणाराच 'दरियादिल' होता - दिलदार होता. देण्याघेण्यातच

त्याला खूप काही परत मिळायचं; अगदी व्याजासकट. त्या व्यक्तीचं व्याज म्हणजे त्यांचा जबरदस्त स्वाभिमान होता आणि त्या स्वाभिमानाची बूज त्यांच्या मित्रांनी राखली; त्याचा मानही राखला.

राकेशजी फक्त व्यवहारात नाही, तर आपल्या लेखनातही तेवढेच प्रामाणिक होते. त्यांचं लेखन त्यामानानं खूपच कमी होतं, त्याचीदेखील अनेक कारणं होती. पहिलं म्हणजे त्यांच्या जीवनाची अस्थिरता, पुन्हा आर्थिक ओढाताणीमुळं सतत नोकऱ्या बदलत राहणं (त्या नोकऱ्यादेखील त्यांनी प्रामाणिकपणे निभावल्या) आणि सर्वांत महत्त्वाचं कारण म्हणजे त्यांचं आत्मपरीक्षणानं स्वत:ला नाकारणं हे होतं. त्यांच्या 'स्याह-सफेद', 'काँपता हुआ दरिया', 'अंधेरे बंद कमरे', 'नीली रोशनी की बाँहें', 'लहरों के राजहंस', 'आधे-अधूरे', 'पैरतले की जमीन' या रचनांचे सहा–सहा, सात–सात मसुदे अजूनही आहेत.

राकेशजींच्या मतानुसार जर त्यांच्याजवळ पुरेसा वेळ असता, तर त्यांनी अजूनही पुनर्लेखन केलं असतं. त्यांच्या लेखनाचं मोजमाप ते लोकांना पसंत पडलं की नाही, त्यांनी ते स्वीकारलं की नाही, हे नसून स्वत:चा प्रामाणिकपणा हेच होतं, बस! राकेशजींची आणखी एक सवय होती. काही दिवस बाहेर जाण्यामुळं किंवा तब्येत चांगली नसल्यामुळं जर ते लेखन करू शकले नाहीत, तर जिथं लेखन सोडलं आहे तिथून पुढं ते काम करू शकायचे नाहीत. त्यांना परत पहिल्या पानापासून सुरुवात करायला लागायची. अशा काही कारणांमुळं त्यांच्या हातून लेखन कमीच व्हायचं.

पण याबरोबरच राकेशजी एक फार मोठे राजकारणीसुद्धा होते. 'नई कहानी आंदोलन' आणि 'थिएटर चळवळ' त्यांच्या राजकारणाचे पुरावे आहेत, असं म्हणता येईल. त्यांनी जेव्हा बाण मारला, तो नेम धरूनच मारला. अर्धीकच्ची नेमबाजी करण्यावर त्यांचा विश्वास नव्हता. पुन्हा लोकांत आरडाओरड करून पळापळ माजवण्यात त्यांना एक वेगळाच आनंद मिळायचा, म्हणून त्यांनी मारलेल्या बाणांनी घायाळ झालेले योद्धे राकेश गेल्यावर आजही वेदनेने कळवळताहेत.

एकीकडं राकेश नावाचा माणूस प्रचंड ताकदीचा होता आणि दुसरीकडं फारच भावुकही होता. म्हणून कधीकधी लहानसहान गोष्टींनीही त्यांच्या मनाला फार रुखरुख लागायची. एकदा श्री ओमप्रकाशजींशी त्यांचा मतभेद झाला होता, तर कित्येक दिवस त्यांनी लेखन केलं नाही, की त्यांना फोनही केला नाही. मला सगळं माहीत असूनही मी काही न बोलता गप्प राहिले, कारण मी काही केलं असतं तरी समस्या सुटू शकत नव्हती. उलट राकेशजींचा स्वाभिमान दुखावला गेला असता. कधीकधी असं वाटायचं, की ओमजींना फोन करून सगळी स्थिती समजावून सांगावी, पण मग स्थिती फारच नाजूक झाली असती आणि ओमजी, राकेशजींना

समझोता केल्यासारखं वाटलं असतं. पण समस्या आपोआपच सुटली; कारण ओमजींनी हार पत्करून आपली शस्त्रं खाली ठेवली, कारण दुसरा कुठला उपायच उरला नव्हता.

राकेशजी कित्येक वेळा असल्याच त्रासात गुंतून पडायचे, पण फक्त ज्यांच्याशी आपुलकीचं नातं होतं, त्यांच्यासाठीच त्यांना त्रास व्हायचा. त्यांच्या चेहऱ्यावरून मला लगेच समजायचं, की काहीतरी मनाविरुद्ध घडलं आहे आणि त्यांना त्याचा त्रास होतो आहे. त्यात मी सहभागी व्हावं की नाही हेही कळायचं; पण कधीकधी मी त्यांच्याबरोबर त्रासात सहभागी न झालेलंही त्यांना चालत नसे. त्यांना अशी सवय होती, की कुठलीही गोष्ट ते आपल्या पोटात ठेवू शकायचे नाहीत. एखादी गोष्ट तत्काळ आणि एखादी थोड्या वेळानंतर का होईना, पण नक्की सांगायचे.

एखादं उद्घाटन, कुठलंतरी भाषण किंवा एखादी परिषद यांच्यामुळं त्यांना खूप वाईट वाटायचं. म्हणून ते खूप अहंकारी आहेत, असं समजलं जायचं. सुरेश अवस्थींनाही हे माहीत होतं, की जर गुजरालांनी आग्रह केला नसता, तर मागच्या 'एशिया थिएटर कॉन्फरन्स' ला राकेशजी गेलेच नसते. नंतर ते मुंबईलासुद्धा गेले होते. राकेशजी श्री. करंजियांना आग्रह करीत होते, की एफ.एफ.सी.तून आपल्याला मोकळं केलं जावं; पण करंजियांनी ऐकलं नाही; पण जिथं त्यांना निर्णयाचं स्वातंत्र्य होतं, तिथंतिथं तर त्यांनी 'पद्मश्रीही' खुंटीवर टांगून ठेवली होती.

आणखी एक गोष्ट अशी होती, की जर त्यांनी कुणाला कोणत्याही बाबतीत पटवायचा प्रयत्न केला, तर त्या माणसाची नक्की खात्री पटायचीच. दुसरी गोष्ट म्हणजे, एखाद्याच्या तोंडून जर कुठली गोष्ट वदवून घ्यायची असेल, तर ती ते वदवून घ्यायचेच. म्हणजे ज्याला इंग्रजीत 'फ्रॉम द हॉर्सेस माऊथ' म्हणतात ते.

कोणाकडून बोलल्या गेलेल्या काही गोष्टींमुळं जर त्यांना त्रास होत असेल, तर खोलीत चाललेल्या त्यांच्या येरझाऱ्यांवरून ते लक्षात यायचं. त्यात जर ती व्यक्ती स्थानिक असेल, तर तिचा हिशेब चुकता करायला ते तिच्या घरी जायचे आणि जर ती व्यक्ती शहराबाहेरील असेल, तर आपल्या टेबलावर तिच्या नावे 'स्टिकर' लिहिताना आढळून यायचे. मग जेव्हा त्या व्यक्तीला हे सर्व ऐकवायचे, तेव्हाच ते "ठीक आहे ना?" हे विचारण्यासाठी त्या व्यक्तीला पोस्टाने पत्र पाठवायचे. अशा गोष्टींसाठी नैतिक बळाची खूप गरज असायची, कारण अशा समस्या फक्त जवळच्या मित्रांच्या म्हणजे जिवाभावाच्या मित्रांच्या बाबतीतच घडायच्या.

३ डिसेंबरला राकेशजींच्या मित्रांना आणखी एक झटका खायला लागला. त्यांचा प्रत्येक मित्र असं समजायचा, की राकेशजींनी फक्त आपल्यालाच त्यांच्या सर्व गोष्टींत सहभागी केलं आहे; पण मग बाकीचे सगळे मित्र कुठून आले?... मग

विचार सुचायचा, की राकेशांची एकूण संपत्ती म्हणजे त्यांचे मित्रच होते.

राकेशजींचे जितके मित्र होते, ते सगळे राकेशजींच्या अगदी बरोबर राहून जीवन जगलेले होते आणि त्यांच्या सहवासाच्या त्या क्षणात प्रत्येक मित्र राकेशजींना आपली वैयक्तिक संपत्ती मानत होता, ही गोष्ट अगदी खरी आहे. त्याचबरोबर हेही खरंच आहे, की राकेशजींच्या व्यक्तिमत्त्वाचे इतके पैलू होते, की त्या सर्वांत कधीही कुणा एकाला ते आपल्याबरोबर सहभागी करून घेऊ शकले नाहीत. आज त्यांच्या मित्रांजवळ त्यांनी मागं ठेवलेल्या आठवणींचे खजिने उरलेले आहेत. ते इतके तृप्त आणि संतुष्ट आहेत, की त्यांनी राकेशजींनी मागं ठेवलेल्या या संपत्तीला दुसऱ्यांच्या नजरांपासून दूर, आपल्या अंतरंगात दडवून ठेवलं आहे. का? तर तिला कधी कुणाची दृष्ट लागू नये. जणू त्यांच्या मित्रांच्या जीवनातली ती बहुमूल्य संपत्तीच आहे.

घरात राकेशजी कुणाबरोबर क्षणभरही औपचारिक राहू शकायचे नाहीत. त्यांना उशिरापर्यंत झोपायची सवय असल्यामुळं, सकाळचे १०-११ वाजेपर्यंत ते झोपलेले असायचे, तेव्हा त्यांना घरात अगदी शांतता ठेवायला लागायची. त्यांची झोप खूप सावध होती आणि तिच्यात कुठल्याही प्रकारचा व्यत्यय त्यांना सहन व्हायचा नाही. त्यानंतर काम करायला लागले, की त्यातही त्यांना शांतता हवी असायची. केवळ या कारणासाठी त्यांनी कधीही कोणाला घरी राहायचं निमंत्रण दिलं नाही आणि जर एखाद्या कारणासाठी कोणी घरी राहिलंच, तर मग दुसऱ्या दिवशी संध्याकाळी चार वाजेपर्यंत ते त्याला भेटायचे नाहीत. एरव्हीही बाहेरची कोणी व्यक्ती घरात आहे, या भासामुळंही त्यांना आपल्या स्वातंत्र्यावर गदा येते, असं वाटायचं. आपल्या रोजच्या कार्यक्रमातही त्यांचं मन लागायचं नाही आणि ते स्वत:बरोबरदेखील प्रामाणिक राहू शकायचे नाहीत.

कित्येक वेळा दहा-अकरा वाजता उठले की स्वत:लाच हसायचे, म्हणायचे, ''हं, सकाळी पाच वाजता उठून साल्यांच्या नोकऱ्या करा. अरे, इथं तर स्वत:ची नोकरी करायलाही फुरसत नाही.''

त्यांच्या विभाजित व्यक्तिमत्त्वाच्या दोन विभागांचं सूक्ष्मपणे मूल्यांकन करणं शक्य होतं. एका बाजूला अतिशय उच्च, बौद्धिक स्तरावरचं व्यक्तिमत्त्वाचं अंग होतं तर दुसऱ्या बाजूला अत्यंत संवेदनक्षम, भावनाशील आणि हळुवार स्तरावरचं. दोन्ही पातळ्या अगदी एकमेकांविरुद्ध. मात्र राकेशजींनी दोन्ही पातळ्या अतिशय कौशल्यानं सांभाळून जीवन निभावलं. दोन्हींत कधीही तडजोड होऊ दिली नाही. या दोन्ही टोकांवरच्या पैलूंसकट जगणारी, अगदी आगळीवेगळी अशी ती व्यक्ती होती.

राकेशजी फक्त स्वत:च्या आणि स्वत:च्याच अटींवर, मनाप्रमाणं जीवन

जगले होते. त्यांनी दोस्ती केली, तीही स्वत:च्या अटींवर आणि ज्याज्या लोकांनी त्यांना स्वीकारलं तेही राकेशजींच्याच अटींप्रमाणं, त्या कबूल करूनच. त्यांच्या मित्रांपैकी कोणीही त्यांना समजू न शकणारा नव्हता. त्यांच्या अटी मान्य केल्यावर मात्र, ते त्या सगळ्यांचे गुलाम व्हायलाही तयार असायचे. ज्याज्या कोणी त्यांच्या अटी मानून त्यांना मान दिला, त्या सगळ्यांना या माणसांनेही तितकाच मान दिला आणि प्रेम दिलं, पण त्या माणसाला आपलंसं करण्यासाठी पहिल्यांदा स्वत:चं समर्पण ही एक फार मोठी अट होती. समर्पण केल्यावर बाकीच्या गोष्टी आपोआप मिळण्यासाठी बांधलेल्या होत्या.

माझ्या बाबतीत मात्र राकेशजी जरा जास्तच उदार होते, यात काहीच शंका नाही आणि फक्त उदारच नाहीतर माझ्याबाबत त्यांनी खूप सहनशीलताही दाखविली. त्यांच्या त्या सहिष्णुतेमुळं मी जीवनात त्यांच्याकडून बरंच काही शिकू शकले. मला शिकविण्या-समजविण्यात त्यांनी मला अगदी मनापासून आणि धीरानं सांभाळून घेतलं. त्यामुळं मी कुठल्याकुठं पोहोचले, याची एक लहानशी कथाच मी तुम्हाला सांगितली आहे.

माझी पात्रता लक्षात घेता, राकेशजी जर मला जास्त काही समजावू किंवा शिकवू शकले नाहीत, तरी गरजेपुरतं नक्कीच समजावू शकले. असं बरंच काही, की त्याच्याशिवाय माणूस आपल्या जीवनात आपल्या पायावर उभासुद्धा राहू शकणार नाही. त्यांनी मला जीवनातीलं हसणं, खेळणं आणि जगणं शिकवलं. एका अगदी साध्या-भोळ्या, वेड्या-बागड्या पण अल्लड मुलीला त्यांनी अगदी जवळ, आपल्या हृदयाशी घट्ट धरून ठेवलं होतं.

राकेशजींनी मला जीवनात स्वत: खूप मान दिला आणि दुसऱ्यांकडूनही देववला. मला सुखी पाहण्यात स्वत:चा आनंद मानला. जर कोणी त्यांना माझ्याबाबतीत काही चुकीचं सांगितलं, तर त्यांना ती आपल्या तोंडावर चपराक बसल्यासारखी वाटायची. जीवनातील प्रत्येक वाईट गोष्ट सांगण्या-ऐकण्यापासून अलिप्त ठेवलं. एका छोट्या मुलीला आपल्या छत्रछायेत पूर्ण फुलण्यासाठी, अमर्याद स्वातंत्र्याबरोबर प्रेमही दिलं.

त्यांनी मला प्रत्येक चुकीच्या वळणावर रोखलं आणि नेहमी योग्य दिशा दाखवली. मला आनंदित बघण्यात आनंद मानून माझ्या प्रत्येक चुकीच्या पावलावर अश्रू ढाळले आणि प्रत्येक आनंदाच्या प्रकाशकिरणाकडं माझी नजर वळविली आणि मी?... मला असं वाटत होतं, की मी त्यांचं जीवन सावरायला निघाले आहे; मग माझ्या लक्षात आलं, की स्वत:चं जीवन सुधारण्यातच मी संपूर्ण आयुष्य घालवलं. मी किती मूर्ख होते याचा यापेक्षा मोठा पुरावा, मी काय देऊ शकणार?

त्यांनी कुणालाच अर्धवट, अपुरं राहू दिलं नाही; मलाही नाही. त्यांनी ऐकलेलं

होतं, की मरणानंतर माणूस आपल्या मुलांत आपला आत्मा ठेवून निघून जातो. माझ्याजवळ आपली दोन लहान मुलं ठेवून ते निघून गेले आहेत आणि त्यांच्यामध्ये स्वत:चा आत्मादेखील ठेवून गेले आहेत. मला कधीच असं वाटत नाही, की ते आज या जगात नाहीत. अजूनही ते मला आपल्या आसपास पूर्वीप्रमाणंच हास्याचे फवारे उडवत असलेले आणि प्रेमाचा वर्षाव करताना दिसतात. मग जग जे काही म्हणतं, त्याच्यावर मी कसा विश्वास ठेवणार? हे जग तर अफवाच पसरवत असतं.

राकेशजी म्हणायचे, ''तू आता मोठी झाली आहेस, अन्ना! मी किती निश्चिंत झालोय. मला तुझी आता कसलीही काळजी वाटत नाही. मला खात्री आहे, की तू आता सगळं काही निभावून नेशील.'' राकेशजींना खरोखर असा भरवसा वाटत होता, की मी आता मोठी अर्थात, खूप समजूतदार झाले आहे. नाहीतर ते इतक्या निश्चिंतपणे माझ्यावर सगळं सोपवून आपण एकटे निघून गेलेच नसते. आज मला 'मोठी' हे विशेषण स्वीकारायचं की नाही, हे ठरवण्याची काही सोयच उरलेली नाही.

हे सगळं लिहिताना जसा पहिल्या दिवशी पाऊस पडत होता, तसाच पाऊस पडतो आहे. आमच्या सहजीवनाला या महिन्याच्या २९ तारखेला दहा वर्षे पूर्ण होतील. आज १५ जुलै १९७३ आहे. कसा योगायोग आहे बघा, याच दिवसांत मी आणि मुलं मुंबईत त्याच भाभींच्या फ्लॅटमध्ये आलो आहोत. मला खात्री आहे, की राकेशजी ज्या दिवशी घरी येतील तेव्हा तिथं मी नसले, तर सरळ इथंच मुंबईत येतील.

मी प्रत्येक वर्षी हा दिवस पूर्वीच्या पद्धतीनंच साजरा करेन; कारण त्या दिवशी जो आनंद माझ्या जीवनात आला होता, तो कधी विसरणंच शक्य नाही. राकेशजी माझ्या जीवनाचा एक अविभाज्य भाग होते आणि आजही आहेत. प्रत्येक वेळी ते बरोबर आहेत, असं मला वाटतं; कारण त्यांना चांगलं माहीत आहे, की मी कधीही कुठलीही चूक करू शकते आणि प्रत्येक वेळी मला योग्य दिशा दाखवून ते त्यापासून वाचवू शकतात.

पण मला दिशा दाखविणारा मात्र स्वत:च दिशा हरवून बसला, कारण त्याला दिशा दाखवणारा कुणीच नव्हता. त्यांना मार्गदर्शन करणारी त्यांची अम्मा होती. अत्यंत मितभाषी आणि निष्कपट. अम्मांनी आपल्या मुलाला मौन पाळूनच मार्ग दाखवला. म्हणजे त्यांचा आपल्या मुलावर अमर्याद विश्वास होता आणि याच अमर्याद विश्वासाच्या बळावर राकेशजींनी जीवनात एवढी मोठी प्रगती केली होती. अम्मांनी राकेशजींना कधीही जीवनाच्या बऱ्यावाईट पैलूंबद्दल समजावून सांगितलं नव्हतं; कारण त्यांना खात्री होती, की मदन म्हणजे राकेश जे काही करतो ते

बरोबरच असतं. इतक्या सनातनी मताच्या असूनसुद्धा, अम्मांनी राकेशजींच्या व्यक्तिगत जीवनाबद्दल कधीही काही म्हटलं नाही. माझ्यासारख्या लौकिकार्थानं विवाह न झालेल्या मुलीला त्यांनी एका सुनेचा मान आणि प्रेम दिलं. हे सगळं म्हणजे आपल्या मुलावरच्या अखंड विश्वासाचा परिणाम होता आणि या विश्वासाच्या जोरावरच त्यांनी जीवनातील कितीतरी युद्ध खेळली आणि जिंकलीसुद्धा.

अम्मांच्या अचानक निघून जाण्याचा धक्का राकेशजींना सहन झाला नाही. अम्मा त्यांना कधीतरी सोडून जाऊ शकतील, यावर त्यांचा विश्वासच बसायचा नाही.

अम्मा गेल्यानंतर असं वाटलं, की जणू घराचा पायाच हादरला आहे. त्या गेल्यानंतरही आम्ही त्यांच्या प्रभावापासून स्वत:ला अलिप्त, वेगळं करू शकलो नाही. आम्हाला सारखं असं वाटायचं, की अम्मा घराच्या कोपऱ्या-कोपऱ्यांत वास करत आहेत. राकेशजींनी अगदी लगेच घर बदलायचा प्रयत्न केला, पण इतक्या लवकर कुठंही, कुठलंही घर मिळू शकलं नाही.

राकेशजींनी शिवपुरींना कितीतरी वेळा सांगितलं होतं, की आमच्यासाठी बंगाली मार्केटमध्ये घर शोधा; पण त्याची पाळीच आली नाही. तीन महिन्यांच्या आतच आपल्या आईच्या मांडीवर डोकं ठेवून विसावा घ्यायला ते कायमचे गेले. कधीकधी वाटतं, की अम्मा आता नाहीत हे सत्य मी राकेशजींपासून लपवू शकले असते. कित्येक वेळा राकेशजी स्टडीतून अचानक बाहेर यायचे. म्हणायचे, ''अन्ना, आता अम्मा नाहीये.'' तेव्हा मी त्यांना समजावायची, की त्या आपल्या सगळ्यांच्यात आहेत, कुठंही गेलेल्या नाहीत; पण हे सर्व मी कुठपर्यंत करणार होते?

कितीतरी वेळा ते स्टडीतून बाहेर येऊन म्हणायचे, ''अन्ना, एक शब्दही सुचत नाही, मी कसं लिहू शकेन?''

तेव्हा मी त्यांना म्हणायची ''काही दिवस काम विसरून जा ना!'' पण हे तरी मी किती दिवस करू शकले असते?

मला कितीतरी वेळा सांगून झालं होतं, ''अन्ना, जर तू नसतीस तर मी कधीच अम्माजवळ निघून गेलो असतो.''

हे सगळं कुठपर्यंत चालू राहणार होतं? राकेशजी राहिले ते स्वत:च्या मनाप्रमाणं आणि गेले ते देखील आपल्या इच्छेप्रमाणंच. त्यांनी कधीही तत्त्वांशी तडजोड म्हणून केली नाही.

जाण्याआधी सगळ्यांना ते एकेकदा अगदी व्यवस्थितपणे भेटले. त्यांच्याशी अगदी दिलखुलासपणे बोलले. त्यामुळं राकेशजींबद्दल त्यांच्या मित्रांनी कसलीही तक्रार करू नये, अगदी मीसुद्धा; असं मला वाटतं.

राकेशजींचे वडीलही याच वयात गेले आणि बरोबर तीनच मुलं मागं ठेवून गेले. दोन मुलगे आणि एक मुलगी. अम्मासुद्धा माझ्याच वयाच्या असताना विधवा झाल्या होत्या.

राकेशजींचा मोठा मुलगा - (ज्याची आई श्रीमती शीला ढोबाल आहेत) नवनीत-ज्या वयाचा आहे, बरोबर त्याच वयाचे राकेशजी होते. माझी हीच इच्छा आहे, की मीही अम्मांप्रमाणेच; अम्मांएवढीच शक्ती एकवटून आपल्या मुलांना मोठं, महत्त्वाकांक्षी आणि यशस्वी बनवावं. जगण्याची इच्छा नसूनही मी आज भगवंताजवळ प्रार्थना करते, की जोपर्यंत राकेशजींनी माझ्यावर टाकलेल्या जबाबदाऱ्या माझ्या हातून पूर्ण होत नाहीत, तोपर्यंत भगवंतानं मला जिवंत ठेवावं. पण हेही सांगते, की माझ्या मुलांचं माझ्यावरचं प्रेम इतकं अमर्याद असू नये, की ज्याच्यामुळं त्यांची घरं उद्ध्वस्त होतील. मी जिथं कुठं असेन तिथं माझी हीच मागणी असेल, की माझी मुलं नेहमी सुखात असोत.

राकेशजींना भेटण्याआधी मी स्वत:ला जितकी कमनशिबी समजत होते, तेवढी आज राकेशजी नाहीत तरी समजत नाही; कारण त्या वेळी मी दिशाहीन होते, पण आज राकेशजी नसले; तरीही त्यांनी मला माझी दिशा दाखवून दिली आहे. हे सगळं असूनही किंवा नसलं; तरीही मी आपलं जीवन सार्थकी लागलं, असं समजते.

अम्मांच्या मृत्यूनंतर मला राकेशजी कसं आणि किती समजावून सांगायचे. ''हे बघ अन्ना, तू आपल्या आईला इतकी वाईटसाईट नावं ठेवू नकोस, कारण आई ही शेवटी आईच असते.''

राकेशजींबद्दल सांगायचं म्हणजे जितके ते आधुनिक विचारांचे होते, तितकेच परंपरावादी किंवा सनातनीही होते. वयानं मोठ्या असलेल्यांना मान देणं, त्यांचा मान राखणं आणि त्यांचा आशीर्वाद मिळवण्यावर त्यांचा फार मोठा विश्वास होता.

ते स्वत: म्हणायचे, की वडिलांची सर्जनशीलता आणि आईचे संस्कार या दोन्हींमुळं त्यांच्या व्यक्तिमत्त्वाची जडण-घडण झाली आहे.

राकेशजींच्या वडिलांबद्दल मी फक्त ऐकलेलं आहे; पण आईची माया तर मी स्वत: पाहिलेलीच आहे. अम्मांनी माझ्यामध्येही अपार विश्वास निर्माण केला होता, तोही आपल्या पद्धतीनं मौन राखूनच. त्यांनी त्यांचा मुलगा किती मोठा, महान आहे, त्याला काय आवडतं, काय नाही, हे मला सांगायचा कधीही प्रयत्न केला नाही. उलट, त्या माझ्यात असा विश्वास उत्पन्न करायचा प्रयत्न करत होत्या, की राकेशजींना मी खूप चांगल्या तऱ्हेनं जाणलेलं आहे. राकेशजींना समजून घेण्यासाठी अम्मांनी मला पूर्ण मोकळीक दिली होती आणि जर आम्ही भांडण मिटवायला त्यांच्याकडं गेलो तर त्या राकेशजींना म्हणायच्या, ''आपल्या मुलांना आई कधी

चूक म्हणू शकेल का?''

जीवनातील कुठल्याही भांडणाला मिटवायचा सर्वांत सरळ, साधा आणि योग्य रस्ता त्यांनी पकडलेला होता.

आम्ही घरी नसलो आणि कोणी काही विचारायला आलंच तर अम्मा म्हणायच्या, ''मी काही सांगू शकत नाही. माझ्या मुलांनाच सर्व माहिती असेल.''

अम्मांची मायासुद्धा त्यांच्याबरोबरच संपली. जेव्हा मला मुलं झाली तेव्हा वाटलं, की अम्मांचं एक नवीन जीवन सुरू झालं आहे. पूर्वा तर सर्वांत जास्त अम्मांच्या लाडात आणि मायेत वाढली. म्हणून अम्मा कायमच्या गेल्या आहेत, हे सत्य पूर्वाला सांगण्याचं धैर्य आम्हा दोघांनाही होत नव्हतं. त्याचा परिणाम असा झाला, की ती रोज अम्मांची वाट पाहत दिवसांमागून दिवस घालवायला लागली आणि फक्त तिचा विचार करूनच राकेशजीही आईच्या विरहामुळं कधीही रडून आपलं मन मोकळं करू शकले नाहीत. मग त्यांनी एक दिवस मला सांगितलं, की आता पूर्वाला सगळं खरंखरं सांगायलाच हवं, कारण ज्या दिवशी तिला कळेल, की आपण तिला खोटं सांगितलंय, तेव्हा ती आपल्याला कधीच माफ करू शकणार नाही. हीच गोष्ट ३ डिसेंबरलाही माझ्या लक्षात राहिली. म्हणून मी पूर्वापासून काहीही लपवू शकले नाही.

पूर्वा अम्मा आणि तिच्या पापांची खूप लाडकी होती. मी तिला जेव्हाजेव्हा बघते तेव्हातेव्हा माझं बळ खूप वाढतं. ज्या तऱ्हेनं त्या बिचारीनं आपल्या मनावर दगड ठेवून सगळं दु:ख झेललं आहे, त्याच्यापुढं मी अगदी नतमस्तक होते. खरोखरच, मला जर कुठून बळ मिळालं असेल तर ते या मुलांकडूनच. त्यांच्यामुळंच आज मी हसतखेळत राहू शकते आणि त्यांच्याचमुळं आजही मला जगण्यातली सार्थकता कळत राहते.

ज्याज्या लोकांचा राकेशजींबरोबर थोडा जरी स्नेहसंबंध जुळलेला होता, त्या सगळ्यांशी मी स्वत:ला अगदी निगडित मानते; कारण आज तेच एक मोठं कुटुंब जिवंत आहे, ज्यामध्ये आजही राकेशजी जिवंत आहेत. आजही ज्या लोकांना माझा विसर पडलेला नाही, त्यांचासुद्धा माझ्याप्रमाणंच या गोष्टीवर विश्वास आहे, की राकेशजी कुठंही गेलेले नाहीत. ते तर आजही आमच्यामध्ये वावरताहेत.

काही लोक त्यांच्या कागदी वारसापत्राच्या -मृत्यूपत्राच्या मागं लागलेले आहेत. ते विसरताहेत, की राकेशजींनी माझ्या नावे आणखी एक भक्कम वारसापत्र केलेले आहे - ते आहे आपल्या मित्रांचं. त्यांना माझ्यापासून कोणीही हिरावून घेऊ शकत नाही. मी त्या सगळ्यांपुढं नतमस्तक आहे, कारण त्या सगळ्यांच्यातच मी राकेशजींना बघू शकते - कारण हेच त्याचं अंतिम मृत्यूपत्रही होतं.

याबरोबर एक फार गोड गोष्ट आठवली. एक दिवस मी आणि कमलेश्वर

बोलत बसलो होतो. मधूनमधून शैली यायचा, कमलेश्वरांच्या मांडीवर बसायचा, इकडं-तिकडं उड्या मारायचा, बागडायचा आणि पळून जायचा. या सगळ्यांचा आमच्या गप्पागोष्टींत व्यत्यय यायला लागला, म्हणून मला त्याचा राग यायला लागला. इतक्यात कमलेश्वरांनी एक फार मार्मिक विधान केलं, ते मी कधीही विसरू शकत नाही.

ते म्हणाले, ''तुला माहिती आहे? मी राकेशजींना १९५० पासून ओळखत होतो आणि शेवटपर्यंत ओळखत राहिलो; पण बालपणातील राकेशला मी ओळखत नव्हतो, कारण मी त्याला पाहिलेलंच नाही. आता... आता ते सर्व निघून गेलेलं मला पाहायला मिळतंय आणि जे पाहू शकलो त्यासाठी मी आता शिल्लक राहिलो नाहीतरी वाईट वाटणार नाही.''

मी अवाक होऊन त्यांच्याकडं फक्त पाहतच राहिले.

माझी पूर्ण कहाणी लिहिल्यानंतर आणखी एका गोष्टीचा अनुभव आला - एक गोष्ट कळली. लहानपणी मी लहानपणाशी झगडत राहिले. वाटायचं, की मोठी होऊन सगळ्या समस्यांची उत्तरं मिळवेन. मोठी झाले तर आणखी मोठ्या समस्या पुढं उभ्या राहिल्या. आता वाटतं, मी प्रौढ कधी होईन? पण त्या वेळी कदाचित दुसरेच प्रश्न भेडसावतील! म्हणजे मृत्यू हेच कदाचित याचं उत्तर असेल, पण दुःख असं, की त्या वेळी अनुभवच संपेल. म्हणजे अनुभव हेच जीवन आहे का? असो. जाऊ दे, बघा मी कशी भरकटले?

शेवटी फक्त एवढंच, की या लेखमालेची सुरुवात करण्याआधी शपथ घेतली होती की जे काही सांगेन, खऱ्याशिवाय दुसरं काहीही सांगणार नाही. या दरम्यान बऱ्याच लोकांनी मला 'बोल्ड', 'फ्रँक' अशी विशेषणं बहाल केली, पण मी मात्र स्वत:ला फक्त 'सिन्सियर', 'प्रामाणिक' असं म्हणेन. हो, आता एवढं खरं, की मी खूप काही लिहिलंदेखील नाही. ते जाहीर करण्याजोगं नव्हतं, हेच त्या न लिहिण्यामागचं कारण आहे. कितीतरी गोष्टी अशा असतात, की व्यक्ती त्या मनात ठेवूनच स्वत:बरोबर नेते. आजही मला फक्त त्या काही ओळींची (चंद संतरें और ...) आठवण येते - ज्या न सांगता, न ऐकवता राकेशजी निघून गेले. त्या काय होत्या? कशा होत्या? त्याच न सांगितलेल्या गोष्टींच्या आठवणीत, मी हे इथंच संपवते. ज्या ओळी मी लिहू शकत नाही त्या ओळींसकट.

☆☆☆

भाग : दोन

३ डिसेंबर १९७२ ची धूसर संध्याकाळ. त्या दिवशी मी, राकेशजी, आमची दोन लहानलहान मुलं आणि दोन नोकर सोडून घरात कोणीच नव्हतं. एक भयानक शांतता आणि 'एशिया ७२' या प्रदर्शनाला जायची तयारी. ती एक अशी संध्याकाळ होती, की त्या वेळी आमचा एखादा जरी मित्र जवळ असता, तरी त्याचा आम्हाला आधार वाटला असता.

जे घर संध्याकाळपर्यंत इतकं मोठं होतं - की खायला उठत होतं - तेच घर सकाळ होताहोता लहानलहानच होत गेलं. सकाळी आमचे मित्र जवळ होते, पण ज्याच्यासाठी ते आले होते तो त्यांचा 'मितवा' – सखा – सवंगडी; त्यानं ते यायच्या आधीच - पुन्हा न परतण्यासाठी कधीच उंचउंच भरारी घेतली होती.

इतक्या मोठ्या जमावाला घरात पाहून, माझं निर्जीव, निर्विकार लाकूड झालं होतं. आजूबाजूला काय चाललं आहे, ते मला कळतच नव्हतं आणि ते चाललेलं असूनही मी हूं का चूं केलं नाही. एखाद्या ओंडक्याप्रमाणं मी निर्विकार, भावहीन झाले होते; पण जेव्हा माझ्या नावे इंदिरा गांधींचं पत्र आलं, तेव्हा राकेशजींचं नाव ऐकून, वाचून मी अगदी बावचळून गेले. मी परतपरत सगळ्यांना ते पत्र वाचायला दिलं आणि सगळे जण मला धीर देत राहिले. त्यानंतर बहुतेक मला इंजेक्शन्सवर ठेवलं असावं.

४ डिसेंबरला युनिव्हर्सिटीला आणि एन.एस.डी. (नॅशनल स्कूल ऑफ ड्रामा) लाही सुट्टी जाहीर झाली होती आणि मला दिसत होतं, की विद्यार्थी रांगेत उभं राहून अनीतासाठी मात्र सर्वच्यासर्व जमाव हजर होता-तिला आजच्या प्रवासासाठी रवाना करायला आणि निरोप द्यायला. मात्र, जमिनीपासून उखडून निघालेली मी, एका विचित्र ओझ्याखाली गुदमरून गेले होते.

गुरुजींनी आग्रह धरूनही राकेशजींची तसबीर मी होमात टाकू दिली नाही. ज्या माणसाचा फोटो मी मासिका -वृत्तपत्रांत शोधशोधून वारंवार आपल्या ओठांना लावत असे, तो आज किती परका झाला होता! किती अनोळखी वाटत होता! फक्त वेदनादायी. समोर होम आपल्या गतीनं चालला होता आणि मागं बसलेले

काही जानी दोस्त - उदा. ओमप्रकाश, शीला संधू, कमलेश्वर आणि जवाहर चौधरी माझ्या उरलेल्या यात्रेबद्दल - प्रवासाबद्दल काही बेत ठरवत होते. ओमप्रकाश, कमलेश्वर आणि जवाहर चौधरींना मी इतकं गंभीर किंवा प्रौढ झालेलं कधीच पाहिलं नव्हतं. तेच मला अगदी अनाथ झाल्यासारखे वाटत असल्यामुळं मी इतकी बेचैन झाले होते, की यांना राकेशजी कुठून शोधून आणून देऊ? आणि दुःख याचंच वाटत होतं, की आता आम्ही एकमेकांसाठी कितीही काही केलं, तरी रिकामेच राहणार होतो. कुणाला आता कशानेच फरक पडणार नाही, पण हे जीवन आहे. यात स्वेच्छेनंदेखील निर्जीव ओंडका बनून राहता येणार नाही. हालचाल ही व्हायलाच पाहिजे, नाहीतर जगण्या-मरण्यात काही फरकच राहणार नाही.

नंतर कळलं होतं, की स्मशानभूमीत राकेशजींचा मोठा मुलगा-नवनीत आला होता. हे ऐकून माझं दुःख आणखीनच गडद झालं. नवनीत -एक असा मुलगा, की जो आयुष्यभर आपल्या वडिलांना भेटू शकला नाही. अरेरे! केवढी कठोर शिक्षा! बाप तर निघूनच गेला, पण मुलासाठी ओळख म्हणून फक्त एक नाव मागं सोडून गेला. तेच नाव वर्तमानपत्रात वाचून तो स्मशानापर्यंत येऊन पोहोचला होता - वडिलांपर्यंत नाही. आज तो एक नाव जाळण्यासाठी आला होता, पण त्यालाही तो भस्मसात करू शकला नाही. मला हे समजलं नाही, की शीलाजींच्या या निर्णयानं कुणाला काय मिळालं? बाकीच्यांचं राहू द्या, पण त्यांच्या स्वतःच्या लेकाला - नवनीतला तरी काय मिळालं? स्वतःला भोगावी लागलेली कटुता मुलांकडं सोपवायची किंवा त्यांच्यावर लादायची ही कुठली तऱ्हा? किंवा हा कुठला समजूतदारपणा? पण न्याय-अन्यायाचा निर्णय करणारी, सांगणारी मी कोण? माझ्यापेक्षा सगळे मोठे होते, सभ्य होते, समजूतदारही होते. आपापल्या जबाबदाऱ्या त्यांना चांगल्याच माहिती होत्या आणि त्यांच्या बाबतीतला निर्णय घ्यायला, ते स्वतंत्रही होते. ही माझी एक व्यक्तिगत वेदना होती. तिला फक्त काही ओळी समजून कागदावर मांडली.यापेक्षा जास्त कुणी काय करू शकणार! जीवन किती कटू आणि छद्मी आहे, त्याचा थांग लागणं अशक्य!

लोकांना एकमेकांचे पंख छाटण्यात कोणतं सुख मिळतं, कोण जाणे! जर त्या मित्रांना विचारलं तर त्यांचं समर्थन हे असणार, की ते तुमचा कुरूपपणा झाकून टाकताहेत. एका गोष्टीतील म्हातारीनं नाही का, बहिरी ससाण्याच्या कुरूप पण तीक्ष्ण नख्यांना छाटून टाकून त्याला सुंदर बनविण्याऐवजी लुळं-पांगळं करून टाकलं? तसं त्या वेळी सगळ्या अनोळखी माणसांत इतक्या हिमतीनं यायचं आणि आपल्या वडिलांवर पहिला आणि शेवटचा हक्क सांगायचा - हे किती अवघड झालं असेल? एका निर्जीव वडिलांशी एक निर्जीव नातंदेखील नाही!

आपल्याला कितीकिती दुःखं झेलत जगायला लागतं! मूल रडतरडत जन्माला

येतं आणि दुसऱ्याच क्षणी स्वत:ला फसवायला सुरुवात करतं! स्वत:ला पुन:पुन्हा फसवतं. एक दु:ख वाट्याला आलं, की ते ईश्वराची प्रार्थना करतं, याचना करतं; की आता आणखी दु:ख नको, पण दु:खंच ती - ती येतच राहतात आणि तो जीवदेखील ती झेलत राहतो - आपल्या धिटाईला न जाणता!

तेरावा! त्या दिवशी जत्रा संपत आली होती. सुरुवातीचा मोठा शामियाना लहान व्हायला लागला होता; पण हळूहळू तो मोठा होत गेला आणि त्यात मी आणि माझा एकटेपणा! एका जबरदस्त भीतीच्या दडपणाखाली गुदमरलेला! त्यामध्ये शेवटच्या कुटुंबाच्या रूपात तेजीजी आणि बच्चनजी मागं राहिले होते. त्यांनी मला खूप मायेनं, प्रेमानं, त्या घराबाहेर, एका अगदी कोऱ्या प्रवासासाठी रवाना केलं होतं. त्या दोघांच्या बाहुपाशात, गळामिठीत, स्मितहास्यात आणि चुंबनांत माझ्यासाठी एक अदम्य साहसानं भरलेली शक्ती - ऊर्जा सामावलेली होती; पण एक निष्पाप मी त्या सगळ्यापासून मुक्त, अलिप्त होते. इच्छा असूनसुद्धा मी ती ऊर्जा शोषून घेऊ शकले नाही.

ओमजींनी सगळं सामान ट्रकमध्ये भरून ठेवलं होतं. नंतर कळलं, की राकेशजींची बातमी वाचून घराच्या भाड्याचा चेक बँकेतून परत आला होता, कारण आता घरमालक भाडं घेऊ इच्छित नव्हते. त्यांच्याकडं वळून पाहिलं, तर ते आक्रोश करायला लागले. हे सगळं कसं झालं, का झालं, कुणी केलं आणि का केलं? पण मी या माणसावर इतकं प्रेम करत होते, करते आहे, त्याच्याशी बांधलेली होते, अजूनही आहे - स्वत:ला का जबाबदार मानते आहे ? कारण बहुधा मी त्या वेळी काहीच करू शकले नाही, सगळं काही जणू विनातक्रार घडू दिलं, असंच वाटत राहिलं.

नंतर कळलं, की मम्मीला माझं तिच्याकडं न राहता शिवपुरींकडं जाऊन राहणं आवडलं नव्हतं! खूप वाईट वाटलं, की आजसुद्धा मम्मी तिच्याच नीतिमूल्यांवर, तत्त्वांवर जगते आहे. राकेशजींचं जाणं आणि तिच्या मुलीचं विधवा होणं यांनी तिला किती घायाळ केलंय, यात शंकाच नाही. ती तेराही दिवस आपल्या चेहऱ्यावर युगानुयुगांचा थकवा, व्यथा आणि एक विचित्र भय घेऊन फक्त मला बिलगून झोपत होती. कधीकधी तर तिच्या असण्या-नसण्याबद्दलदेखील शंका यायची आणि आज ही बाई माझ्याबरोबर राहणं हा नाइलाज आहे, असं समजत होती; कारण आज तिच्याच मुलीचा प्रवास अगदी विरुद्ध दिशेला जाणार आहे, हे ती विसरली होती.

मम्मी, जी मला जाणता-अजाणता काही देऊ शकली नाही, ती स्वत: अतिशय भयंकर दु:ख सोसून-भोगून या जगातून निघून गेली. नवरा, मुलगा-मुलगी, जावई-प्रेमिक असतानाही हुलकावण्या देत राहिलेल्या सुखानं, या सगळ्यांच्या

जाण्यानंतर एक वेगळीच दिशा पकडली आणि या वेळेपावेतो माणूस एवढा बावचळलेला असतो, की तो खऱ्या-खोट्याच्या विवेकातून मुक्त होऊ पाहतो आणि मोठ्या आत्मविश्वासानं 'हेच खरं आहे' हे स्वीकारून टाकतो.

आपल्या लहानलहान मुलांकडं पाहून मी लपूनछपून रडायची. मित्रांना भेटले तरी बाजूला जाऊन रडायची. असं असताना कधीकधी मैत्रीही जीवघेणी ठरते, जिवावर उठते. मग उरते एक भयंकर दहशत आणि रिकामपण. एक असं रिकामपण, जे नवरा सोडून गेल्यावर जणू एक बुरखा उतरवून एक उघडंवाघडं शरीर मागं ठेवतं! मम्मीला जेव्हा माझं भान आलं, तेव्हा मी वेगवेगळ्या समस्यांखाली दडपून गेले होते. आपल्या उघड्या मना-शरीराला लपवत फिरत होते. म्हणून आता जेव्हा तिला माझ्याबरोबर राहायची इच्छा होती, तेव्हा तिला मी झटकून टाकायला बघत होते. म्हणून आपल्या दोन लहानलहान मुलांना घेऊन मम्मीबरोबर राहायला माझ्या मनानं होकार दिला नाही. आईचा आधार मला मागं-मागं घेऊन गेला असता आणि मला तर पुढंच जायचं होतं. आता हे खरं आहे, की जीवनात फक्त क्षणिक विसाव्याचे आधारच भेटले आणि त्यांच्याबरोबर दोन हात करत मी स्वत:ला पुढंच ढकलत राहिले. म्हणून मी मम्मीला सोडून शिवपुरींच्या घराकडं रवाना झाले-आपल्या पहिल्या विश्रामस्थळाकडं-स्टेशनकडं. मागं पाहायला आता भीती वाटत होती आणि पुढं जायची खूप घाई झाली होती, कारण खूप लांब जायचं होतं.

पण स्टेशन्स -विश्रामस्थानं ही फक्त विसाव्याचीच ठिकाणं असतात आणि घर म्हणजे घर असतं. घर रोजरोज बांधलं जात नाही. आमच्या कुटुंबाचे अवशेष म्हणजे मी, माझी मुलं आणि आमचा नोकर शिवपुरींच्या कुटुंबात राहिलो. त्याशिवाय, जास्तीचं सामान (मोठमोठे डाग) ठेवण्यासाठी श्री.एम.एन.कपूर म्हणजे बाराखंभा रोडवरच्या मॉडर्न स्कूलच्या प्रिन्सिपॉलनी आपणहून शाळेची एक मोठी खोली मोकळी करून दिली होती. येणारा भविष्यकाळ आणखी एक आव्हान आणि चिंता घेऊन येणार, हे समजूनच ही व्यवस्था केली होती.

जितकं माझ्यासाठी श्री. ओमप्रकाश, शीला संधू, उषा भगत यांनी आपापल्या पद्धतीनं केलं, तितकंच शिवपुरींच्या कुटुंबानं माझ्यासाठी आणि माझ्या मुलांसाठी आपल्या परीनं केलं. या सगळ्यांची मी त्या वेळी जेवढी ऋणी होते, तेवढीच आजही आहे. त्यांच्या पुष्कळ काही करण्यामुळंच मी आपल्या बांबूच्या कामट्यांवर उभी राहू शकले, नाहीतर; पण कमलेश्वरांची स्थिती याहूनही वाईट होती, कारण त्यांच्या स्क्रिप्टस आणि फिल्म्सच्या व्यापात त्यांना माझ्यामुळं दिल्ली ते मुंबई आणि मुंबई ते दिल्ली अशा कित्येक वाऱ्या करायला लागल्या. शिवपुरींनाही याचमुळं मुंबईच्या चकरा माराव्या लागायच्या. फरक एवढाच होता, की कमलेश्वरांना ना दिल्लीत चैन पडायचं, ना मुंबईत; कारण मी नकळत त्यांच्या हातात एक

विलक्षण गुंता सोपवून दिला होता.

प्रत्येकाच्या तोंडून 'मी लहान, माझी मुलं लहान' हे वाक्य माझ्या कानांवर पडायचं. त्याच्यावर इलाज काय, हे समजायचंच नाही. वाटायचं, की आपल्या मुलांना घेऊन कुठंतरी लांब पळून जावं. अशा ठिकाणी जिथं कोणीही मला किंवा माझ्या दुःखाला ओळखत नसेल. जिथं लोकांना माझ्या दुःखाची तीव्रता आपल्या दुःखापेक्षा जास्त अवघड वाटणार नाही. इच्छा अशी असायची, की ओमप्रकाश, कमलेश्वर, जवाहर चौधरी, राज बेदींसारख्या लोकांना राकेशजींच्या अभावामुळं स्वतःला वाटणाऱ्या दुःखानं रडायला, विचार करायला किंवा स्वतःसाठी काहीतरी ठरवायला वेळ मिळावा, पण त्यांच्या चेहऱ्यावरची वेदना सर्व काही व्यर्थ करून टाकायची आणि बळजबरीनं चुपचाप जगायला शिकवायची.

एक वेळ अशी येते, की जेव्हा काही शिल्लक उरत नाही. सगळे प्रश्न निरर्थक बनून जातात. दुःखांचं दुःख वेगळंच असतं पण जेव्हा सुखही दुःखात रूपांतरित होतं, तेव्हा अशा दुःखांची प्रेतं खांद्यांवर घेऊन इकडून–तिकडं जाताजाता, माणूस आपल्याच थकव्यानं चूर होऊन जातो. त्याचा हा अनुभव त्याला शिकवितो, की आता अनुभूतींनाच गाडून टाकायला हवं. आपलं दुःख हलकं करणारा मित्र म्हणजे आपलं काळीजच असतं; पण त्यालाच परकं बनावं लागलं तर....?

'मोहन राकेश स्मृती नाट्य महोत्सवा'च्या वेळी 'दिशान्तर' नाट्यसंस्था अगदी धूमधडाक्यानं, जोरात नाटकांची तयारी करत होती. वडोला, रामगोपाल बजाज, मीना विल्यम्स, रत्ती बार्थोलोमियो यांसारखे रंगकर्मी, सुधा आणि शिवपुरी आपल्या संपूर्ण 'दिशान्तर' मध्ये गर्क झाले होते.

शिवपुरी परिवार माझ्या छोट्यातछोट्या आणि मोठ्यातमोठ्या गोष्टींकडं सारखंच लक्ष ठेवणारा, त्याचबरोबर मला भेटायला येणाऱ्या लोकांकडं पूर्ण लक्ष देतादेताही स्वतःचं, एक अजब जग वसविणारा, आत्ममग्नसा परिवार होता.

'आषाढ का एक दिन', 'आधे-अधूरे', 'लहरों के राजहंस' या नाटकांच्या तालमीत गुंतलेल्या नट–नट्यांच्या हातात माझी दोन्ही मुलं फिरत होती. त्यांना कुठं माहीत होतं, की त्यांच्या पापांनी निर्माण केलेल्या पात्रांबरोबर ती फिरताहेत म्हणून? त्यांना किती प्रेम आणि माया मिळत होती, त्या पात्रांकडून! त्या वेळी एका अशा सुखाबरोबर एका उत्कट दुःखाचा अनुभव यायचा, की आज जर सुख भीक मागून मिळालं तरी ते नाकारणार नाही. एक खोल जखम घेऊन, एक परकेपणा पांघरून आम्ही जगत होतो, त्यात उधार घेतलेलं जीवनही समाविष्ट होतं. त्यात हसण्यात रडणं आणि रडण्यात हसणं, हेही सामावलेलं होतं. आज मणामणांच्या मातीखाली सुख दडपलं गेलं होतं. आपल्या मुक्कामावर पोहोचता-पोहोचता युगंच्यायुगं निघून जातील, असं वाटत होतं. कधीकधी गाढ नातीही अनोळखी

नात्यांत बदलून जातात. कालपावेतो, जी व्यक्ती इतकी जिवाभावाची होती, ती आज किती परकी वाटत होती! सगळे लोक एकजुटीनं त्या व्यक्तीबरोबरचं आपलं नातं पक्कं करायच्या प्रयत्नाला लागले होते पण एक अगदी प्रिय; पण एकुलतं एक असं नातं होतं; लोकांना आज पुन्हा समजावून सांगायला लागेल, की माझं आणि राकेशजींचं काय नातं होतं, काय आहे आणि काय असेल ते! राकेशजींच्या दोन लाडक्या मुलांची मी आई. किती मोठी पदवी, पण केवढी मोठी जबाबदारी खांद्यांवर असलेली - ही जबाबदारी मी एकटीच्या खांद्यावर पेलू शकेन का? उत्तर असायचं, फक्त एक दाट औदासीन्याचं आवरण -बाकी काही नाही.

स्मशान असो की शामियानातली मैफल - फक्त दोन व्यक्तींची अनुपस्थिती अगदी स्पष्ट जाणवत होती. पहिली म्हणजे बासू भट्टाचार्यांची आणि दुसरी - माझा भाऊ बिंदू याची. दोघांची गटबाजी विचित्रच होती; तरीसुद्धा बाशू कायमचाच वेगळा झाला होता, हे योग्यच वाटलं; पण माझ्या भावाचं नातं मला आजपर्यंत उमगलेलं नाही.

एक दिवस रात्री अचानक भेटायला येणाऱ्यांच्यात बिंदू होता. नेहमीप्रमाणं तो माझ्याकडून काही पैसे उकळायला आला होता. त्यानं माझ्या दुर्दशेबद्दल काही विचारलं नाही, की घरातल्या इतक्या गाढ शांततेचं कारणही विचारलं नाही. जसं काही गंभीर, वेगळं घडलेलंच नव्हतं. आल्याबरोबर म्हणाला, "खूप घाईत आहे. गॅस संपला आहे, चाळीस रुपये देशील?" तो नेहमी दाढी आणि नखं वाढवून अचानक दत्त म्हणून पुढं उभा राहायचा. त्याचं ते तसलं दर्शन झालं, की मी इतकी संतापायची, की त्याच्या हातात पैसे फेकून आपली सुटका करून घेण्यापलीकडं, मला काही सुचायचंच नाही. या एकाच गोष्टीचा त्यानं नको इतका फायदा उठवला की बस!

स्मशान किंवा मैफल या दोन्हींबाबतीत विचारदेखील करणं अवघड होतं. आपले म्हणवणारेही आपल्याच लोकांना कसे ओरबाडून घेत राहतात! त्या दिवशीही बिंदूचं पैसे मागायला येणं माझ्यासाठी एक आव्हानच ठरलं; तसं नात्यांना कुजताना पाहून मला स्वत:ची कातडी सोलून काढल्यासारखं वाटलं. असं ही वाटलं, की एका विधवा बहिणीचा भाऊ तिच्यापेक्षासुद्धा जास्त विधवा, निराधार असू शकतो. मी आपल्या भावाकडून कधीतरी आधाराची अपेक्षा करू शकेन का? आज त्यानं स्वार्थासाठी पैसे मागायला येऊन, अशाच एका नात्याला शेवटची काडी लावून दिली होती.

भेटायला येणाऱ्यांतलं जे नाव सर्वांत वेगळं होतं, ते होतं शीलाजींचं. म्हणजे शीला राकेश ऊर्फ शीला ढोबाल यांचं. जर ओमप्रकाशांनी ओळख करून दिली नसती, तर कदाचित मी त्यांना ओळखलंच नसतं. (आताही त्यांचा चेहरा नीट

लक्षात नाही). खूपच विचित्र वाटत होतं. मला समजत नव्हतं, की राकेशजींच्या मृत्यूमुळं खरोखरच त्यांना काही वेगळं वाटलं आहे म्हणून त्या इथं आल्या आहेत, की फक्त मला बघायला? कारण आजपर्यंत माझा त्यांच्याशी कसलाच संबंध नव्हता. हो, जेव्हा राकेशजी नुकतेच डेहराडूनला गेले होते, तेव्हा त्यांनी मला सांगितलं होतं, की शीलाजी त्यांना म्हणाल्या, आता नवनीतशी त्यांना कशाला आणि काय देणं-घेणं आहे? कारण त्यांना स्वत:ची दोन मुलं-मुलगा-मुलगी आहेत. दुसरी गोष्ट, शीलाजींनी त्यांना विचारलं होतं, की बापाचं नातं तर लावलंय पण आपल्या मुलासाठी त्यांनी असं काय केलंय? यावर राकेशजी म्हणाले होते, की हे त्यांच्या मृत्यूनंतरच शीलाजींना कळेल. या सगळ्या गोष्टी मनात आठवून मी त्यांच्यासमोर बसून राहिले. आता मला हे काही आठवत नाही, की त्या काही बोलल्या की नाहीत? मी मात्र हेही समजू शकले नाही, की मी त्यांच्याशी कसं वागायला हवं होतं? बरं, त्या आपल्या नवऱ्याच्या मृत्यूसंदर्भात, की आपल्या मुलाच्या वडिलांच्या संदर्भात मला भेटायला आल्या होत्या, हेही मला कळलं नाही. फारच विचित्र वातावरण होतं. कदाचित, त्या माझं दु:ख बघायला आल्या असाव्यात. या सगळ्यांत आणखी एक वेगळा चेहरा होता. कान्ता पन्तचा, यांचं येणंही मी समजू शकले नाही. हे दोन चेहरे - त्या दिवशी येण्याची इच्छा त्यांना नक्कीच होती, पण परत कधीही न येण्यासाठी? पण ते येणं फक्त पहिल्यांदा किंवा शेवटच्या वेळीच का? की ते या बातमीची वाटच बघत होते?

एवढंच नाहीतर, जेव्हा मी इंदिरा गांधींनी दिलेल्या डी.डी.ए फ्लॅटमध्ये राहायला आले, तेव्हा एका रात्री दरवाज्यावरची बेल ऐकून चकितच झाले, कारण रात्री दहा वाजता मला भेटायला कोणीच यायचं नाही. मी घाबरतच दरवाजा उघडला आणि समोर उभ्या असलेल्या व्यक्तीच्या चेहऱ्यावर उजेड पडला. तेव्हा मी चमकलेच. मग मी खूप धाडस करून विचारलं, "बाळा, तू कोण आहेस?"

"जी, मी नवनीत आहे!" म्हणजे मुखवटा बापाचा आणि देह मुलाचा. ही घटना जर थोड्या काळाआधी घडली असती, तर कदाचित मी वेडीच झाले असते. तेच रूप, तीच चेहरेपट्टी, तोच बांधा, तेच शरीर - त्याला खोलीत आणून मी त्याला त्याची लहान बहीण आणि भाऊ दाखवला. ती दोघं झोपली होती. मग त्याच्या वडिलांचा - राकेशजींचा - उभा पूर्णाकृती फोटोही त्याला दाखविला. तो "नेहमी येत राहीन" असा वायदा करून परतला; पण पुन्हा कधीही न येण्यासाठीच. मला नवनीतचं स्वत:हून भेटणं आणि नंतर कधीही न येणं, हेही आजपर्यंत समजलेलं नाही. माझी दोन्ही मुलं आजही नवनीतची आठवण काढतात, त्याला भेटू इच्छितात. त्यांना त्याच्यात आपला मोठा भाऊ शोधायची खूप इच्छा आहे.

आता मित्रांपुढं सर्वांत मोठी समस्या ही होती, की माझ्या निर्वाहाचा प्रश्न फक्त

१५ टक्के रॉयल्टीच्या बळावर कसा सुटणार? राकेश कसं आणि काय निभावत होता, याचा विचार न करता त्यांच्या मित्रांनी माझ्या उदरनिर्वाहासंबंधी विचार करणं सुरू केलं. माझी ही अडचण नव्हती, असं नाही; पण एकदमच घर, रोजचा खर्च, मुलांचं संगोपन, पालन-पोषण या सगळ्यांचा माझ्यावर जो मानसिक ताण पडत होता, तो मला पिळून काढत होता. एक धास्ती वाटायची; जिच्याशी मी सकाळ-संध्याकाळ झगडत होते. मस्तकात ठाणठाण असे घणाचे घाव पडायचे. असं वाटायचं, की जीवन हा एक चक्रव्यूह आहे आणि त्याला भेदताना मी बेशुद्ध होऊन प्राण सोडेन, पण त्याच्या बाहेर कधीही पडू शकणार नाही.

इकडं मम्मीपुढं एक वेगळीच समस्या उभी ठाकली होती. ती म्हणजे माझी धाकटी बहीण सुनीता ऊर्फ बबूचं लग्न. जाण्याआधी राकेशजींनी लग्नाची तारीख ठरवली होती; पण आमचे मेहुणे राजेन्द्र पॉल माझ्या बहिणीबरोबर हे सांगायला आले, की लग्न एक वर्ष पुढं ढकलावं लागेल, पण मी आणि राकेशजी असल्या गोष्टी मानत नव्हतो. मी पॉलला असं समजावलं, की ज्या दिवशी राकेशजींनी ठरवलं होतं त्याच दिवशी लग्न का करू नये? कारण त्यापेक्षा दुसरा सुंदर दिवस असूच शकत नाही आणि शिवाय अशा समजुतीत असं काय ठेवलं आहे? वर्षभरानंतर काही राकेशजी परत येणार नाहीत, की वर्षभरानं आपण त्यांना विसरून जाणार नाही. त्याचबरोबर मी ज्या अवस्थेत होते, त्यामुळं मला असं वाटत होतं, की मम्मीनं आता धाकट्या बहिणीचं लग्न करून द्यावं. म्हणजे कुठलीही, गोष्ट आता अडून राहता कामा नये. जे काही उरलेलं आहे, तेही आता पुरं करून टाकलं पाहिजे, निभावलं पाहिजे.

माझ्या या निर्णयामुळं मम्मीची एका परीनं सुटका झाली, तर दुसऱ्या परीनं ती उदासीन झाली; कारण एका बाजूला एका मुलीचं दुःख पाहायचं, की दुसऱ्या मुलीचं सुख साजरं करायचं? कधीकधी कशा परिस्थितीच्या कसोटीतून तावून-सुलाखून निघायला लागतं? जेव्हा परिस्थिती एकाच जागेवर-'जैसे थे' या बिंदूवर येऊन थांबते तेव्हा न्याय-अन्यायात फरक करणं अवघड असलं, तरी परिस्थितीचं आव्हान पेलावंच लागतं. आपल्याच लोकांना नको असलेल्या दुःखांची देवाणघेवाण करून सत्त्वपरीक्षेची साखळी अगदी व्यवस्थितपणे चालूच राहते.

या निर्णयानं सगळ्यांचच समाधान झालं - मम्मीचंही; पण तिचा चेहरा मात्र नेहमी संतप्तच असायचा. त्याच्याकडं लक्ष न देता मी मम्मीबरोबर स्वाभाविक गोष्टी करायला लागायचे. उदा. हुंड्याची तयारी, देण्याघेण्याची तयारी, मुलीला सासरी पोहचविण्याची तयारी. यातल्या कुठल्याही गोष्टीसाठी मम्मी तयार नव्हती; ना मानसिक दृष्टीनं; ना आर्थिक दृष्टीनं. मम्मीला लहान मुलासारखं समजावायला लागलं.

समजावता-समजावता दमछाक होऊन मी म्हणायची, ''मम्मी, तुला आठवतं का? माझ्या लग्नासाठी तुमच्याजवळ फुटकी कवडीही नव्हती, पण आता तुमच्याजवळ एका फुटक्या कवडीच्या रूपानं मी आहे ना?'' मग मी आणि मम्मी हमसाहमशी रडायचो.

पॉलचं कुटुंब अगदी प्रामाणिक आणि समजूतदार होतं. पॉल जेवढा आपल्या कुटुंबात लाडका होता, तेवढीच माझी बहीणही तिच्या कुटुंबात लाडकी होती. त्या दोघांना स्वत:च्या कुटुंबाला काहीही सांगण्या,करविण्याचा हक्क होता. लग्नाच्या बाबतीत परस्परांशी चर्चेची, ही काही पहिलीच वेळ नव्हती. फरक एवढाच होता, की आता बहिणीची वरात मम्मीच्या घराऐवजी शिवपुरींच्या घरातून निघणार होती, कारण पाठवणी मम्मीऐवजी माझ्यातर्फे केली जाणार होती.

मी मम्मीबरोबर कित्येक रात्री बसून पाठवणीचा कार्यक्रम ठरवायची. ती कितीतरी रडायची; त्रागा करायची, पण मला दगड व्हावं लागलं. नाहीतर आम्ही मिठाच्या खड्याप्रमाणं कधीच विरघळून गेलो असतो. सुधा आणि शिवपुरी आम्हाला केवढा मोठा आधार होते, हे सांगणं अशक्य आहे; पण माझी लाडकी 'पुरू' आपल्या वडिलांची अत्यंत लाडकी होती. तिच्या नजरेपासून तरी मी स्वत:ला लपवत राहायची. तिच्या ऋणाखाली दबलेली मी कधी मुक्त होऊ शकेन की नाही, असं वाटायचं.

ऋतू-शिवपुरींची मुलगी - दरवाजा उघडल्याबरोबर ओळखायची आणि ओरडायची, ''पापा आले, पापा आले.'' आणि आपल्या पापांच्या कुशीत शिरायची.

पूर्वा सावध व्हायची, तिला समजायचं नाही, कोणाचे पापा आले ते. दु:ख कधीकधी येतं आणि जीवनात असं अडकून बसतं, की आणखी काही नाही झालं तरी त्याच्यामुळं दमछाक मात्र नक्कीच होते. मी रात्रभर जागून आपल्या कच्च्याबच्च्यांच्या जीवनातला अंधार अजमावायचा प्रयत्न करायची. हे विसरून, की रात्रभर जागलं तरी नशीब जागं होत नाही.

इकडं पूर्वाच्या शिक्षणाचा धुव्वा उडाला होता. मला आजही आश्चर्य वाटतं, की इतकी मोठी दुर्घटना घडूनही माझं लक्ष परतपरत पूर्वाच्या शिक्षणाकडं वळायचं. लोक कदाचित अवाक होतील म्हणून सांगतानाही लाज वाटायची, पण आज वाटतं की तुम्हाला ढीगभर संकटांच्या फेऱ्यात टाकून जाणारे निघून जातात. लोक माझी दु:खं समजू शकत होते; पण मनात असूनही माझी दु:खं सोसू शकत नव्हते, कारण दु:खं वाटता येत नाहीत.

मी साड्यांची मोठी ट्रंक आईपुढं उघडली. त्यातून तिनं निवडून-निवडून साड्या काढून घेतल्या. या साड्यांची मला आता गरज नव्हती. एक हजार रुपयाचा नाजूकसा सेटही बहिणीला दिला. दुष्काळात तेरावा महिना अशी अवस्था, पण

करणार काय? परीक्षेत पास-नापास हे होतच असतं.

आज विचार करताना वाटतं, की तेव्हा लहान होते म्हणून घाई–घाईनं नात्यागोत्यांचं मोजमाप करत होते, पण प्रौढ होईपर्यंत त्या नात्या-गोत्यांना शोधताशोधता आज म्हातारी झाले.

रात्री बहिणीला अळिता-मेंदीनं सजवायचं काम चालू होतं. पहिल्यांदा सुधानं उटणं लावलं होतं. सगळी जवळची-जवळची माणसं आली होती - पण भाऊ बेपत्ता. अर्थात त्याचं नसणंच चांगलं होतं - ही गोष्ट वेगळी. सुधानं मग मलाही मेंदी लावायचा प्रयत्न केला, तेव्हा मी प्रतिकार केला; वाद घातला. आता आठवलं की वाटतं, काय हरकत होती? मेंदी लावली काय, न् लावली काय; हाताला असली नाहीतर नसली तर त्यानं काय मोठा फरक पडला असता!

नन्दनजींचे उपकार होते म्हणून 'टाइम्स ऑफ इंडिया' चा कॅमेरामन हजर होता. माझ्याकडून जेजे होऊ शकलं तेते मी केलं. कुठलंही काम टाळलं नाही. आलेल्या लोकांचा आदर सत्कार, मान-पान तर केलंच, पण आईच्या हातातही जे देता येईल ते दिलं. सगळ्या घोळक्याच्या मागोमाग मंडपातदेखील जाऊन पोहोचले. जर मन इतकं उदास नसतं, तर तो दिवस मनात वेगळ्याच तऱ्हेनं साठवून ठेवला असता; पण जेव्हा मनच बेइमान होतं, प्रसंगात साथ देत नाही, तेव्हा फक्त आणखी एक वेदना तीव्र आघात करत राहते.

एका बाजूला घरात लग्नाचं वातावरण होतं आणि दुसऱ्या बाजूला नन्दन, नेमी आणि कमलेश्वर हे माझ्याबरोबर कुठल्या ना कुठल्या इंटरव्ह्यूमध्ये किंवा 'मोहन राकेश स्मृती अंक' किंवा 'मोहन राकेश नाट्य सम्मेलनां'त गुंतलेले होते. मला चांगलं आठवतंय, की मला शिवपुरींनी जी लहान खोली दिली होती, त्यात नंदननं हुंदक्यांसकट माझा इंटरव्ह्यू घेतला होता. काहीकाही आठवणी कशा शाईप्रमाणं मनाला माखून टाकतात?

बहिणीच्या पाठवणीनं कुठल्याकुठल्या गोष्टींसाठी कितीकिती रडवलं, हे लिहिता येत नाही. सांगणं आणि सहन करणं, हे दोन्ही शाप भोगल्यासारखंच. मंडपात तरी मम्मीचा चेहरा खुलायला हवा होता, पण खुलणं तर लांबच, चेहऱ्यावर पराकाष्ठेची प्रेतकळा पसरलेली. तिच्या चेहऱ्यावरचं दुःख आजही माझ्याजवळच्या फोटोत साठवून ठेवलंय. मम्मी गेल्यावर त्या मंडपातल्या फोटोवरूनच तिचा एक फोटो घ्यावा लागला. आजही मी ती व्यथा बघतबघतच माझं आयुष्य कंठत आहे.

कधीकधी आनंदातही एक परकेपणा, एक अनोळखीपणा सामील होतो. असंच काहीसं वातावरण राकेशजींच्या जाण्यानंतर लगेचच निर्माण झालंय, असं वाटायला लागलं. वाटलं, बहीण-मेहुणेसुद्धा आज अनोळखी होऊन गेले आहेत.

आई-वडील आता एकटेपणाला कसं सामोरे जाणार? कारण मला स्वत:चंच काय होणार, हे माहीत नव्हतं. मी आणि माझी लहानलहान मुलं कुठं, कुठल्या घरी, कुठल्या अनोळखी घरात वा गल्लीत जीवनाचा श्रीगणेशा करणार आहोत? का कोण जाणे असं वाटलं, की आम्ही सगळेच आता एकमेकांचा निरोप घेत आहोत.

नाट्यसमारंभ अगदी धूमधडाक्यात साजरा झाला, संपलाही. वर्तमानपत्रं आणि मासिकांचा जोरसुद्धा आता थंडावला होता. आता मला स्प्रिंगडेल स्कूलमध्ये पूर्वाला नेऊन पोहचवणं आणि आणणं हे काम करायला लागायचं. परीक्षा जवळ आली होती आणि माझी इच्छा अशी होती, की नर्सरीचं सर्टिफिकेट घेऊन पूर्वाला मॉडर्न स्कूलमध्ये घालावं, कारण स्प्रिंगडेल बाराखंभ्याहून खूप लांब पडायचं आणि त्यांची बसही त्या बाजूला येत नव्हती.

इकडं इंदिरा गांधींना भेटायचा दिवस जवळ येत होता. सगळ्यांनी मला पढवून ठेवलं होतं, की मी त्यांच्याकडं एक घर मागावं आणि तसंच झालं. घर तर मिळालं, पण ती संध्याकाळ मी कधीच विसरू शकणार नाही. इंदिराजींनी चहासाठी बोलवलं होतं. बाकीच्या गोष्टी तर झाल्याच; पण ज्या गोष्टी मला आठवतात त्या म्हणजे, "हे बघा, तुमच्यावर आकाश कोसळलंय, पण तुम्ही खूप लहान आहात; पदरात लहानलहान मुलं आहेत, तरी तुम्हाला उभं राहायचंय... भक्कमपणे." मी ऐकलं कमी, समजले जास्त. एक पूर्ण प्रौढ,परिपक्व स्त्री. तिच्या असण्यातच सगळं काही होतं. त्यांचे शब्द, आवाज, उच्चारातला भारदस्तपणा, किती तेजस्वी! जणू मला अस्त्र-शस्त्रांनी समर्थ बनविणारा! एक अस्सल पोलादी व्यक्तिमत्त्व, जे कॅन्सर, टी.बी, हार्टअ‍ॅटॅक, एडस यांसारख्या किरकोळ रोगानं हरू शकत नाही; कारण ती एक अशी तलवार होती, की जिला दुसरी तशीच तळपती तलवारच मोडू शकली असती. एक अशी 'जोन ऑफ आर्क', जी उधारीचं आयुष्य जगत नव्हती, जी फक्त आपल्या मनाचा आवाज ऐकायची. जी आकाशवाणी झाली तरी डगमगणारी नव्हती. तो एक मैलाचा दगड होता, जो आज 'शक्तिस्थळ' बनून दुर्बलांना शक्ती देत आहे.

पण लगेच दुसरा वज्राघात! पहिलीत जाण्यासाठी मॉडर्न स्कूलमध्ये हिंदी लेखन-वाचन येणं गरजेचं होतं. स्प्रिंगडेल स्कूलमध्ये पहिलीत गेल्यावर हिंदी लेखन-वाचन सुरू व्हायचं. म्हणून मी आता सकाळ-संध्याकाळ हिंदीचं पुस्तक घेऊन पूर्वाला शिवपुरींच्या घराबाहेरच्या खाटेवर बसून शिकवायचे. तिला एक महिन्यात हिंदी भाषा शिकवायची होती. ते जवळजवळ अशक्यच होतं. पूर्वाचं मन शिकण्यात कमी आणि इकडंतिकडं करण्यात जास्त रमत असायचं. दुसरी कुठली

वेळ असती तर कानच उपटले असते, पण आज....

शेवटी पूर्वा मॉडर्न स्कूलमध्ये दाखल झाली. एक मोठ्ठं ओझं डोक्यावरून उतरल्यासारखं झालं. प्रवास खूप लांबचा होता, मात्र पाया भक्कम घातला गेला होता. माझं मस्तक आजही श्री.एम.एन.कपूरसाहेबांच्या आठवणींनी नम्र होतं. जरी त्यांचे शतश: आभार मानले; तरीही त्यांचे उपकार मी कधीही विसरू शकणार नाही. फक्त त्यांचेच नव्हे, तर ज्याज्या लोकांनी माझ्यासाठी थोडं-बहुत केलं, त्या सर्वांचे उपकार मी कधीच विसरणार नाही; कारण माझी खात्री आहे, की प्रत्येक व्यक्तीच्या जडणघडणीत कळत-नकळत अनेक लोकांचा हात असतो. मी आजही त्या सगळ्या लोकांची अत्यंत ऋणी आहे, कारण त्यांनी आपापल्या पद्धतीनं माझ्या जीवनासाठी योगदान दिलं आहे. मग भले ती माझी मोलकरीण असो किंवा फळभाजीवाला असो, ज्यानं उदार अंत:करणानं माझी उधारी सोसली किंवा माझी कुत्री, जिनं मला वेळोवेळी आधार दिला; त्या सगळ्यांपुढं मी नतमस्तक आहे किंवा ती चिमणी, जिला दाणे घालायला विसरल्यावर तिनं चिवचिवाट करून माझ्या जबाबदारीची जाणीव करून दिली, तिच्या पुढंही मी नम्र आहे.

आणि कपूर साहेबांनी तर माझ्या दोन्ही मुलांच्या शिक्षणाची सोय करून दिली-तीसुद्धा मोफत. या सुसंधीला माझ्या मुलांनी कधीही वाया घालवलं नाही. त्यांनी, विशेष करून माझा मुलगा 'शालीन' यानं १० वी आणि १२वी त मॉडर्न स्कूलमध्ये पहिला नंबर पटकावला, आपल्या शाळेचं आणि पित्याचं नाव झळकावलं. पूर्वाला पहिला नंबर मिळाला नाही, पण ती नक्कीच सुलक्षणी होती म्हणून मॉडर्न स्कूलनं त्यांना लक्षात ठेवलं आहे. मी स्कूलच्या सगळ्या स्टाफची आणि माझ्या मुलांची आभारी आहे.

असं म्हणतात, की ईश्वरानं जर तुमच्याकडून काही हिरावून घेतलं, तर तो नक्कीच काही देतोही. मी त्या परमेश्वराचीही आभारी आहे; कारण त्यानं माझ्याकडून पुष्कळ काही हिरावून घेतलं, पण पुष्कळ काही दिलंही. त्याच्यावर माझा अमर्याद विश्वास आहे आणि त्यामुळं माझ्यात अपार बळ आलं. त्या परमेश्वरानंच मला एक कोवळं, निर्मळ, स्वच्छ हृदय दिलं, जे प्रत्येक वेळी प्रत्येक गोष्टीमुळं तुटतं; परत जुळतं; जोडलं जातं. परत तुटतं; एक असं हृदय, जे प्रत्येकाच्या हृदयाशी जोडलं जातं आणि प्रहार झेलल्यावर लगेच मोडून जातं. कितीतरी वेळा स्वत:ला कठोर बनवण्याच्या उत्कट इच्छेसाठी... पण मनानं ऐकलं नाही.

शिवपुरींच्या मॉडर्न स्कूलच्या क्वार्टर्सशेजारच्या क्वार्टरमध्ये चतुर्वेदी कुटुंब राहात होतं. अभय चतुर्वेदीही तिथं शिक्षक होते. त्यांना खेळाची खूप आवड होती. क्रिकेटप्रेमींनी त्यांना टी.व्ही.वर क्रिकेट कॉमेंट्री करताना नक्की पाहिलं असेल. त्यांचा मुलगा अभिनव पूर्वापेक्षा २/३ वर्षांनीच मोठा होता. तो रोज सकाळी

उत्साहानं शिवपुरींच्या क्वार्टरमध्ये फिरायचा आणि अगदी तत्परतेनं पूर्वाला आपल्याबरोबर बसमध्ये जवळ बसवून शाळेत घेऊन जायचा. बस बाराखंभा शाळेतूनच निघायची आणि रस्त्यात मुलांना गोळा करतकरत हुमायून रोडवरच्या मॉडर्न स्कूलमध्ये पोहोचायची. अभिनव चतुर्वेदीला टी.व्हीच्या मालिकाप्रेमींनी 'हमलोग'सारख्या मालिकांत नक्की पाहिलं असेल.

एके दिवशी संध्याकाळी श्री.कपूर फिरतफिरत शिवपुरींकडं आले. माझ्यासंबंधी विचारल्यावर कळलं, की मी माझ्या खोलीत आहे. माझ्या खोलीत मला शांतपणे खोलीच्या छताकडं बघत राहिलेलं पाहून म्हणाले, "असं नाही चालणार... उद्यापासूनच तुम्ही पूर्वाच्या शाळेत शिकवायला जायचं, मनसुद्धा रमेल आणि वेळही चांगला जाईल." मलासुद्धा सूचना आवडली; पण त्या दिवसांत माझ्या पोटात एवढं दुखायचं, की सरळ उभं राहणंदेखील अशक्य व्हायचं. संपूर्ण दिवस कुक्कू (शिवपुरींचा भाचा) लिंबू-सोडा करून द्यायचा; तरीही काही फरक पडायचा नाही. शेवटी एक दिवस डॉक्टरकडं गेले तर त्यांनी सांगितलं, की माझं दुखणं टेन्शनमुळं आहे. हे औषधानं जाणार नाही. मन रमवा आणि आनंदानं राहायला लागा. मग मी कपूर साहेबांना याबाबत काहीही न सांगता होकार दिला. सुखदुःखाचं एकमेकांशी वैर आहे म्हणून एकाला मिळवण्यासाठी दुसऱ्याला पिटाळून लावावं लागतं.

शाळेच्या वातावरणात खूपच स्फूर्ती असते, मला नव्यानं तिची सवय करायची होती. मुलांप्रमाणं मलाही सुट्टी आवडायची. तिथं जिन्यावर बसून, बागेत मुलांना खेळताना पाहून 'शैली' ची आठवण यायची. तो तेव्हा दोन वर्षांचा होता, सूरजसिंहला (नोकर) आपलं सर्वस्व समजायचा, कारण मी त्याला त्याच्यावरच सोपवलेला होता. पूर्वा मुलगी होती, म्हणून तिला स्वतःच सांभाळलं. तेव्हा मी राकेशजींबरोबर जास्त बाहेर जाऊ शकायचे नाही. तरी अम्मांचा मोठा आधार होता, पण शैली मुलगा होता. त्याच्या मुलगा असण्याचा जास्त आनंद म्हणजे त्याला अम्मा आणि सूरजसिंहाच्या भरवशावर सोडता येत होतं आणि त्यामुळंच आता मी आरामात पूर्वाबरोबर शाळेत येऊ शकत होते.

जिन्यावर बसून खेळणारी मुलं छान दिसायची. वाटायचं, शैली कधी मोठा होईल; कधी शाळेत येईल; कधी असा खेळेल? सूरजसिंहाला विसरून मला आपली आई समजेल? पण जेव्हा तो पापांबद्दल विचारेल तेव्हा....?

दोन्ही मुलांचं नशीब वेगवेगळं होतं. पूर्वाला पापांचं प्रेम मिळालं आणि तिनं ते गमावलंही. शैलीला मिळालंच नाही, मग गमावणार तरी कसं? पण कधीकधी स्कूलमधून आल्यावर शैली सांगायचा, की शाळेतील सगळ्या टीचर्सना 'पापा' माहिती आहेत. तेव्हा असं वाटायचं, की जणू तो म्हणतोय की तो सोडून

सगळ्यांना पापा माहिती आहेत. हळूहळू दोघांनाही घरापेक्षा बाहेरूनच आपल्या वडिलांची ओळख व्हायला लागली. जणूकाही ती आपल्या पापांबरोबरच मोठी व्हायला लागली. मला बरं वाटायचं.

बातमी कळाली, की 'डी.डी.ए' त फ्लॅट मिळाला आहे. घर पाहायला गेले तर आनंदात विरजण पडलं. ज्या घराची प्रतीक्षा करत मी शिवपुरींच्या घरी वेळ काढला, त्याचा आनंद नंतर मिळाला, पहिल्यांदा तो छूमंतर झाला. अगदीच लहान, तंग, कोंदट, बेढब आणि घाणेरडा होता तो फ्लॅट. अगदी माझ्या नशिबासारखा. ज्या मन:स्थितीत मी होते तिचा साक्षात्कार होणं किती भयानक होतं ! आत्तापर्यंत स्वत:चं एक घर मिळावं म्हणून मी किती अधीर झाले होते आणि मुलांजवळ बसणं, वाचणं, झोपणं यांसारख्या आवश्यक गोष्टींसाठीही मी बेचैन व्हायची. माझी इच्छा होती, की उन्हाळ्याच्या सुट्टीत मुंबईला जाण्याआधी एक चांगलं घर शोधून काढावं म्हणजे एका तऱ्हेनं मुलं रुळतील आणि त्यांची ताणातून सुटका होऊ शकेल.

त्या वेळी डी.डी.ए. मध्ये जगमोहन होते, ते आमचे चांगले मित्रही होते. त्यांनी एक सल्ला दिला. ''त्या फ्लॅटला कुलूप लावून त्याची किल्ली यमुना नदीत का फेकू नये? मग तू अगदी टिंबकटूला जाऊन राहिलीस तरी चालेल.'' त्यांच्याकडून असा परवाना मिळाल्यावर मी कुठंकुठं घर नाही शोधलं? भीष्म साहनींच्या घराजवळ राहायची इच्छा होती पण मग मॉडर्न स्कूलचं काय करायचं? म्हणून शेवटी साउथ एक्स्टेंशनमध्ये एका नव्या 'बरसाती' त (गच्चीवरच्या खोल्यांत) आसरा घेतला. दोन लहानलहान खोल्या आणि पुढं-मागं हॉल. तिथं मुलं सकाळ-संध्याकाळ सायकल चालवायची. घर एकदम नवं होतं, माझ्या कल्पनेच्या अगदी विरुद्ध, म्हणून मला परकंच वाटलं. तिथं आम्ही जवळजवळ तीन महिने राहिलो, तरी मला ते एक दिवसही आपलं वाटलं नाही.

हो, इथं हे सांगायला विसरलेच, की वीरेन (राकेशजींचा धाकटा भाऊ) सध्या दिल्लीतच होता. भावाचा अंतिम संस्कार करून तो अजून मुंबईला परतला नव्हता.

पूर्वाचं मन तिच्या वर्गात रमत नव्हतं. ती सारखा आपला वर्ग सोडून माझ्या वर्गात येऊन बसायची. तिला तिच्या वर्गात नेऊन सोडायला मला किती आर्जवं, प्रेम, माया करायला लागायची. आजसुद्धा मला तिच्या क्लासटीचर सौ.कृष्णन आठवतात. त्यांनी पूर्वाला रोज कडेवर घेऊन गाणं म्हणायला सुरुवात केली होती. ''पुरवा सुहानी आई रे... पुरवा.'' पूर्वाला त्यांची कितीतरी मदत आणि मानसिक आधार मिळाला. मी एक तीव्र वेदना घेऊनच स्वत:च्या वर्गात परतायची. पुन्हा कधीतरी पालकांशी त्यांच्या मुलांच्या समस्यांबद्दल चर्चा करताना, आपल्या मुलांच्या समस्यांनी त्रस्त व्हायची. अशात एक दिवस मधल्या सुट्टीत एका मुलानं माझं लक्ष

वेधून घेतलं. मी त्याला जवळ बोलावून विचारलं, "बेटा, तू किती वर्षांचा आहेस?" "मॅडम, मी आठ वर्षांचा आहे." मी विचारात बुडायची. आजपासून सहा वर्षांनी शैली इतका मोठा होईल. मग आणखी मोठ्या मुलाकडं लक्ष जायचं, तो आवडल्यामुळं. मग हे कळायचं, की तो बारा वर्षांचा आहे. मग काय....

जीवनात हळूहळू बदलाची सवय होते, कारण जीवनाचं दुसरं नाव 'बदल' आहे आणि मृत्यू शेवटचा थांबा आहे; पण या सत्याला विसरून किंवा सोसून जगणं, शक्य आहे का?

साऊथ एक्स्टेंशनमध्ये वीरेन भेटायला यायचा, ते मुलांना खूप आवडायचं; खासकरून पूर्वाला. ती फक्त वेळ घालवायला काकाच्या मांडीवर बसून गोष्टी ऐकत बसायची. कधीकधी मी चिडायची, कारण मला वीरेनशी काही कामाच्या गोष्टी बोलायच्या असत आणि त्या राहून जायच्या. या गोष्टींतली एक म्हणजे तो आमच्याकडं येऊन आमच्याबरोबर का राहात नाही? कारण या वैराण भागात गुदमरून जायला व्हायचं, पण कदाचित दीर-भावजयीच्या नात्यामुळं वीरेनची अडचण झाली असणार, त्यामुळंही असेल. मुंबई न सोडण्याची आंतरिक इच्छा किंवा तो कधी, कुठं बांधून राहिला नव्हता, म्हणूनही असेल; फक्त यासाठीच ही गोष्ट आमच्यामध्ये कधी निघालीच नाही आणि एकटेपणातही कोणी वाटेकरी मिळाला नाही. तसा एकटेपणाच्या बाबतीत मी कधी विचारही केला नव्हता, पण मुलांचं एकटेपण मात्र फार बोचायचं. काहीही झालं, तरी रडतखडत का होईना वीरेनशी नातं चालूही राहिलं असतं, पण एकदा त्यानं वेगळाच सूर लावला. मला तो म्हणाला, "तुम्हीसुद्धा भाईसारखंच बोलायला लागलात." जर तो हे चेष्टेनं म्हणाला असता तर गोष्ट वेगळी, पण त्याच्या बोलायच्या पद्धतीत जो कांगावा होता, त्यामुळं मी म्हणाले, "असं म्हणून तुझा माझ्यावर आरोप करायचा हेतू असला, तर मला ती शाबासकीच वाटेल." त्यानंतर वीरेन कधीही आला नाही, कुठं दिसला नाही, की त्याच्याबद्दल कधी ऐकायलाही आलं नाही. आम्ही एकमेकांना दुरावलो, पण ते मित्र दुरावल्याप्रमाणं नाही, म्हणून खूप वाईट वाटतं. जशी एखादी मोटार अनेक छोट्यामोठ्या खिळ्यांनी वेगवेगळे भाग जोडून बनवली जाते, तसंच ढीगभर सुखदु:खांचे प्रसंग जोडून जीवन तयार होतं आणि ज्याप्रमाणं अनेक वस्तूंच्या शेवटाचा काळ येऊन ठेपतो, त्याप्रमाणं नात्यागोत्यांचाही शेवट येऊन ठेपतो. फक्त समजायला वेळ लागतो, एवढंच.

वीरेन निघून गेला, हे एका प्रकारे चांगलंच झालं. शेवटी नात्या-गोत्यांच्या व्यवहारात, तो आमच्या लुळ्या-पांगळ्या जीवनाचा आधार बनून थोडाच राहणार होता? एक भुकेला जर कधी दुसऱ्यांची भूक भागवू शकत नसला, तर मग मानमर्यादेचा भ्रम हवाच कशाला? त्याचाही भंग कधीतरी होणारच ना? किती

अंधार, किती शांतता, किती एकटेपणा? फूत्कारामुळं श्वास कसा गुदमरून जातो! इतक्या मोठ्या जगात मी एकटी, रिक्त असूनही सतत युद्धाची घोषणा कशी करत राहणार? प्रत्येक वेळी एक थर आणखी खोल जायचा आणि त्याच्या खाली दु:खद शांतता आणि मौन असायचं.

ओमजींची सूचना होती, की मी राकेशजींच्या काही मित्रांना चहापाण्यासाठी बोलवावं. म्हणून मी ती अमलात आणली, पण त्या संध्याकाळच्या अनुभवाचा परिणाम मात्र माझ्यावर फार खोलवर झाला. राकेशजींच्या मित्रांबरोबरची संध्याकाळ किती विचित्र, नीरस आणि त्रासदायक वाटली! त्या रात्री मी पहिल्यापेक्षा जास्त एकटेपणा अनुभवला. मी माझ्या निष्पाप मुलांना पुन:पुन्हा कुशीत घेऊन रडत राहिले. आज मनात विचार येतो, की अश्रू ढाळणं हे ऐच्छिकही असू शकत होतं; कारण अशा परिस्थितीत सत्यानाशाच्या टोकाला येईपर्यंत जगत राहायचं असतं. काही असो, काही ना काही हालचाल करत राहणंसुद्धा योग्यच असतं, नाहीतर जबाबदाऱ्यांचा भडिमार एकटेपणाशी जुळला, तर तो अंतिम घातक घावही ठरू शकतो.

परीक्षा संपल्यावर मुंबईला जाणाऱ्या 'राजधानी' एक्सप्रेसमध्ये बसल्यावर कितीतरी लोक आठवायला लागले, त्यात एक राकेशजी होते. कितीतरी वेळा त्यांनी मला मुंबईला पाठवलं- बोलावलं, पाठवलं- परत बोलावलं, पण आज फक्त प्रवास होता. मुलांचं मुंबईला येणं फक्त भाई-भाभींच्या आग्रहामुळं नव्हे, तर आमच्याही आंतरिक असहायतेमुळं आवश्यक होतं. रात्री जेव्हा गाडीचे दिवे मंद झाले, तेव्हा मीही थोडी विसावले. बाहेर गाडीच्या चाकांचा संघर्ष माझी सोबत करत होता, मला रडवत होता आणि त्यामुळंच माझ्या मनाला मोकळंमोकळं करत होता.

ज्या लोकांवर तुम्ही बेहद्द प्रेम करत असता, त्यांच्या बाबतीत कधीकधी त्यांच्या प्रेमापासून स्वत:ला वाचवायची वेळ आणि थांबा येऊ शकतो. गाडी आता कोणत्याही क्षणी बॉम्बे सेंट्रलवर थांबणार होती आणि माझा भावनावेगही आता आवरायला हवा होता.

प्लॅटफॉर्मवर सगळे जण म्हणजे भाई-भाभी, कमलेश्वर, गिरधारी, पुष्पा भारती आले होते, पण सांगण्या-ऐकण्यासारखं काहीच नव्हतं. परिस्थिती विचारणंही अवघड वाटत होतं. त्यातल्या-त्यात समाधान एवढंच होतं, की सगळी वाट मुलांशी खेळण्यातच संपली. जो आपलेपणा इतरांच्यात वाटला जाऊ शकत नाही, तो परकेपणासुद्धा बनू शकतो. मी प्रश्नांना घाबरलेली आणि मित्र उत्तरांना घाबरलेले. जणू आमच्यामध्ये एक असा पूल तयार झाला, की कोणीच तो ओलांडायची तयारी दाखवायला तयार नव्हतं. राकेशजींच्या गोष्टी निघाल्या, तरी मनाला त्रास आणि त्यांच्याबद्दल काही नाही बोललं गेलं; तरीही त्रासच -म्हणजे अगदी मरणाचा त्रास.

मला समजत नव्हतं, की मी मुंबईला यायला हवं होतं की नको होतं? जर इथं आले नसते, तर घरात मुलांनी काय केलं असतं? काळ तर आमच्यासाठी थबकलाच होता. मुंबई तीच होती; पण जी एके काळी सुट्टीतलं विश्रामस्थान-हॉलिडे रिसॉर्ट होती, ती आज एका धर्मशाळेप्रमाणं भासत होती. जणू इथं आम्ही फक्त आसरा घ्यायलाच आलो होतो.

इथं राहताना कधीकधी वाटायचं, की कदाचित अनीता आणि मुलं आली आहेत, हे समजल्यावर कुठल्याही दरवाजानं राकेश येतील. ही गोष्ट मी फोनवर जेव्हा कमलेश्वरांना अगदी पूर्ण खात्रीनं सांगितली, तेव्हा त्यांनी मला 'गेलॉर्ड' मध्ये भेटायला बोलावलं.

'गेलॉर्ड' मध्ये फारच शांतता होती. त्यामुळं चहाशिवाय दुसरी कुठली गोष्ट होऊ शकली नाही. मग ड्राइव्ह करत 'गेटवे' वर पोहचलो, तर तिथं फारच दंगा होता - तिथं फक्त मोटरबोट, पोहणारे आणि उड्या मारणारे या लोकांना पाहाण्याशिवाय दुसरं काही घडू शकलं नाही, पण सगळ्यांपेक्षा एक वेगळीच गोष्ट लक्षात आली; की मला सारखं असं वाटत राहिलं, की मी कमलेश्वरांबरोबर नाही, तर राकेशजींबरोबर फिरते आहे. असं का? माझी ही अगदी अंतरंगातली इच्छा होती म्हणून, की मी या दोघांचं नाव बरोबर वाचतवाचत मोठी झाले म्हणून? यावर मी 'हत्यारा' आणि 'अक्स' या कथा लिहिल्या. त्या नंतर 'सारिका' मध्येच प्रकशित झाल्या होत्या.

त्या दिवशी काहीच बोलणं न झाल्यामुळं, कमलेश्वरांनी मला आणि मुलांना वॉर्डन रोडवरच्या आपल्या घरी बोलावून घेतलं. खरं तर मुंबईच्या इंडस कोर्टाचे काही नियम आणि बंधनं असल्यामुळं बहुतेक वेळा आम्ही भाई-भाभींकडंच राहायचो. पहिल्यांदाच मी मुलांबरोबर कमलेश्वरांकडं गेले.

रात्री कमलेश्वर आणि मी त्यांच्या अभ्यासिकेत बसलो. दोघांकडं सांगण्यासारखं खूप काही आणि न सांगण्यासारखं त्यापेक्षा कितीतरी जास्त होतं. प्रश्नोत्तरांपासून सुटका करून घेण्याचा यशस्वी तोडगा ड्रिंक्स बनवणं हा होता. तेव्हा आठवलं, की ड्रिंक्स तयार करण्याचं काम नेहमी माझं असायचं. राकेशजींचं म्हणणं असायचं, की मला त्याचं योग्य प्रमाण कळतं. एक दिवस जवाहर चौधरींनी मला ड्रिंक्स बनवताना पाहिलं. त्याबरोबर ते ओरडले, "यार, तू अनीताला ड्रिंक्सपण बनवायला सांगतोस? आमच्या घरी हे काम मुली करत नाहीत." तेव्हा राकेशजी म्हणाले, "अरे मित्रा, ही जर बाकी सगळी कामं करू शकते, तर ड्रिंक्स का नाही बनवू शकणार?" आणि मग तेच सुप्रसिद्ध सातमजली हास्य व्हायचं. त्यामुळं बहुतेक सर्व प्रश्नांची उत्तरं सापडायची.

त्या एकत्र कुटुंबात मी फक्त राकेशजी, कमलेश्वर, भीष्म साहनी, शीला साहनी यांच्याबरोबरच ड्रिंक्स किंवा चुकून कधीतरी सिगरेट प्यायची. सिगरेटची

सवय मला राकेशजींनी लावली नसली, तरी 'अंधेरे बंद कमरे'तील नीलिमा ऊर्फ रेखा खेरी ऊर्फ रेखा मल्होत्राने लावली होती. ती नेहमी राकेशजींना सनातनी, बुरसटलेले असं म्हणायची. परिणामी राकेशजी हरले. हा ग्रुप अगदी वेगळा होता. त्यात 'अंधेरे बंद कमरे'' या कादंबरीतली जवळजवळ सगळी पात्रं समाविष्ट होती. त्यातल्याच एका पात्राला शुक्लाला भेटून खूप बरं वाटलं. कधीतरी राकेशजींना तिच्याशी लग्न करायची इच्छा होती. ती नीलिमा ऊर्फ रेखाची धाकटी बहीण 'शील' होती. काही का असेना, या गटानं मला वेगळंच प्रेम, लाड, स्नेह, सिगारेट आणि शराब दिली. याचा अर्थ असा नाही, की सिगारेट आणि दारू हे माझ्या जीवनाचा अपरिहार्य भाग झाले होते, पण या ग्रुपमध्ये बसल्यावर हे सगळं योग्यच वाटायचं. राकेशजींच्या वेगवेगळ्या मित्रांना अंतच नव्हता. अनेक वकीलसुद्धा त्यांचे मित्र होते. त्यात सुप्रसिद्ध श्यामानंद जालान होते, ते एक यशस्वी वकील असूनही राकेशजींचे घनिष्ठ मित्र होते आणि त्यांच्या नाटकाचे यशस्वी नायक आणि यशस्वी दिग्दर्शकही होते. असेच काही मुंबईचे धनाढ्य मित्र होते. त्यात गिरधारीलाल वैद आणि कलकत्त्याचे उद्योगपती सुरेखा हेही होते. यात काही बुद्धीजीवी राजकारणीही होते. उदा. इंदिरा गांधी, कर्ण सिंह, गुजराल बंधू, भगवत झा आझाद, डॉ. सिंघवी, उषा भगत, वसंत साठे इत्यादी. शिवाय साहू जैन आणि बिर्ला हेही वेगळेच मित्र होते. हे फक्त राकेशजींना त्यांची गरज होती म्हणून नव्हे किंवा राकेशजी एक समर्थ लेखक होते म्हणून नव्हे, तर ते एक समर्थ माणूस होते म्हणून त्यांच्याशी मैत्रीने जोडले गेले होते.

राकेशजींचं नाव कुठल्याही संस्थेशी जोडलं जाणं किंवा एखाद्या वृत्तपत्राशीही जोडलं जाणं, हा फक्त एक योगायोग नसायचा; तर एक खरी घटना असायची. ज्याप्रमाणं माझं त्यांच्याशी नातं जुळणं हा केवळ एक योगायोग नव्हता, तर एक वास्तव घटना होती, ती नंतर एक अपघात ठरली. या अपघातामुळं आसपासचे लोक गंभीर जखमी झाले, काही अपंग होऊन गेले तर काहींचा मानसिक तोलच ढळला आणि जे या अपघातापासून दूर होते, ते गप्पच बसले, अवाक झाले.

हं, तर मी आणि कमलेश्वर सगळं विसरून ड्रिंक्स रिचवत आणि धूर सोडत बसलो. धूर आणि आम्ही कशा तऱ्हेनं खोलीत अडकलो, ते भाभींनी दरवाजा उघडल्यावरच लक्षात आलं. धुराची वावटळ आता विरून जाण्यासाठी बेचैन झाली. जणू कुठल्यातरी वेदनेपासून सुटका शोधतेय! तिच्या सुटकेतच आमची सुटका होती, कारण आता एअरकंडिशनचा परिणाम जाणवायला लागला आणि त्याची अगदी खूपच गरज होती. भाभी जेव्हा जेवण ठेवून गेल्या तेव्हा आमच्यामध्ये परस्पर सहजतेचा अनुभव परत आला. त्या वेळी मी जे काही बरळले आणि वेळोवेळी टेलिफोनवर कमलेश्वरांजवळ बोलले त्याचा परिपाक 'चंद सतरें और....'

या माझ्या आत्मकथनाच्या रूपात प्रकट झाला, कारण कमलेश्वरांचीच तशी सूचना होती.

पण ‘चंद सतरें....’ लिहिणं म्हणजे सरळ रस्ता नव्हताच, तर एका पूर्ण मोठ्या डोंगराला उडवून सपाट करणारी एक लांबलचक साखळी होती. तिच्यामध्ये बेशुद्ध पडल्यावर आवश्यक असणारी संवेदनाही सामील झाली असती. संवेदना म्हणजे एक प्रकारचा धोकाच. मी पहिल्यांदाच सांगितल्याप्रमाणं मला कमलेश्वरांमध्ये राकेशजी दिसायचे. अशा स्थितीत संवेदनशील असणं, हे फार भयंकर ठरलं असतं. कदाचित, त्यानंतर पूर; पुरामागून पूर आला असता... कारण सत्य हे होतं, की कमलेश्वर हे कमलेश्वरच होते, राकेश नव्हते.

कधीकधी मी घाबरून जायचे, की ‘सतरें और सतरें’ पूर्ण होईल की नाही? पण मी कमलेश्वरांना तसं वचन दिलं होतं आणि ‘सारिका’त तसं जाहीरही झालं होतं. त्यामुळंच मला अखेरच्या ओळीपर्यंत पोहोचता आलं.

जेव्हा कमलेश्वर इंडस कोर्टात हप्ता घ्यायला यायचे, तेव्हा त्यांना वाटायचं, की मला आनंद मिळण्याची नितान्त गरज आहे. आनंद, तोही कमलेश्वरांच्या समवेत? यापेक्षा आणखी सुखद काय असूं शकतं? पण मला स्वत:च्या तीव्र इच्छेला मुरडून टाकावं लागायचं आणि म्हणावं लागायचं, “की मग ‘चंद सतरें....’च्या पुढच्या प्रकरणांचं काय होणार?” कमलेश्वरांच्यात एक जबरदस्त आकर्षण होतं; अनेक बायकांना त्यांच्याबद्दल वाटणाऱ्या आकर्षणात ते मला दिसायचं. पण तेच आकर्षण राकेशजींची सावली बनून माझ्यासाठी किती विषारी, किती घातक ठरू शकलं असतं, हे कळायला मला फार वेळ लागला नाही. शेवटी मी त्यांची मित्रायणी म्हणजे मित्राची बायको होते, मैत्रीण नव्हते. मित्रायणीच्या नात्यानं त्यांच्याशी जोडली जाऊ शकत होते, जशी राकेश असताना होते, पण आता मला स्वत:चाच भरवसा वाटत नव्हता म्हणून त्यांच्यापासून दूर जाण्यातच आम्हा सर्वांचं भलं होतं. जीवनाचे ढंगदेखील किती वेगळे असतात? पण त्या ढंगांना जाणण्यासाठी बेढंग होऊन चालत नाही. जर मी कमलेश्वरांपासून इतकी दूर गेले नसते, तर इतकी मोडले नसते, पण असं झालं नसतं, तर कसं झालं असतं आणि तसं झालं नसतं, तर कसं झालं असतं? या म्हणण्याला तरी काही अर्थ नसतो. जीवन शेवटी किती संधी देतं जगायला? इतक्या विचित्र परिस्थितीतही राकेशजींनी मला आणि मुलांना आपलं नाव, ओळख आणि पत्ता दिला. शेवटी मीसुद्धा किती लायक होते? जग परवानगी देऊ दे किंवा न देऊ दे, पण या जगाच्या असण्यातच सर्व काही आहे. आम्ही, तुम्ही आणि आपण सर्व शेवटी फक्त एक फिलॉसॉफी म्हणून शिल्लक राहतो.

“चंद सतरें....” मुंबईच्या त्याच फ्लॅटमध्ये लिहून पूर्ण केलं. जिथं मी राणी

बनून आले होते आणि दासी बनून परतले होते. फ्लॅट छोटा होता - दोन बेडरूम्स, एक हॉल. एका बेडरूममध्ये भाई-भाभी, दुसरीत त्यांचा मुलगा तुषार आणि माझी दोन मुलं, हॉलमध्ये सूरजसिंह आणि आया. मी रात्रभर किचनमध्ये झुरळाच्या पटावर बसून वेड्याप्रमाणं आपल्या 'आठवणी' लिहून पूर्ण करायची.

दिवसभरात इस्मत आपा (चुगताई) यायची. ती शेजारी राहायची. आली की मिठी मारायची. भाई-भाभी जणू शब्दच हरवून बसले होते. रोज संध्याकाळी भाभी, मी आणि सूरजसिंह मुलांना बँड स्टँडवर घोडेस्वारी करायला घेऊन जायचो. घोडे जेव्हा दिसेनासे व्हायचे, तेव्हा मी अगदी बेचैन व्हायचे. त्यांना परतताना पाहिलं, की जीवनातील आशा परतून यायची.

"चंद सतरें...." म्हणजे कधी काळी निघून गेलेला काळ होता, आज त्याचं कलेवर खांद्यावर घेऊन मी त्याला गाडायचा प्रयत्न करू पाहत होते. इतके आवडते लोक आसपास असूनही किती एकटी होते मी! लहानपणी कोणत्याच खेळण्याशी खेळू न शकलेली मी, आता उरल्या-सुरल्या लहानपणाला पायदळी तुडवत होते.

एवढं नक्की होतं, की दुःखांमुळं मला आणखी दुःखी व्हायचं नव्हतं, कारण नशिबापुढं याचना करण्यात अर्थच नसतो. मुलं समोर होती. त्यांच्याकडून त्यांचा आनंद, त्यांचं हास्य हिसकावून घ्यायचं नव्हतं आणि अनेक वर्षांच्या अयशस्वी प्रयत्नांना पूर्ण करायचं होतं. अगदी जसं प्यायला पाणी नाही म्हणून तोंड धुवायला सोडा मागावा तसं. कुठं जीवनाचे धक्के आणि कुठं शतकांपासून पसरलेल्या स्वप्नांच्या सावल्या. मी आपलं बालपण आठवायची नि वाटायचं, प्रत्येक वेळी प्रत्येक प्रसंगी मलाच का झुंजावं लागावं? इतकं सगळं आणि फक्त मी? इतकी जबर लढाई आणि लढणारी एकटी मी? मी कुणाचं काय घोडं मारलं होतं? फक्त हसायची इच्छा आणि सुटकेचा शोध होता; पण आज या सगळ्यांच्या विरुद्ध एक संकल्प होता, की कुठलीही हार ही शेवटची नसते आणि जरी पिस्तुलात एकच गोळी उरली असली, तरीसुद्धा युद्ध जिंकता येऊ शकतं.

रात्रीचा गडद गहिरेपणा आणि दिवसाची भगभगीत तडफड. जीवन निर्लज्जच आहे, कसंही निघून जाईल, पण एकेका पळाचा हिशेब आणि एकेका क्षणाचा हवाला घेऊनच... 'चंद सतरें'... चं लेखन सुरू होतं.

या सगळ्यांतच दिल्लीहून धाकट्या बहिणीचा फोन आला, की ती काही दिवसांच्या सुट्टीसाठी मुंबईत येतेय. मी भाभींना विचारलं, तर त्यांनी होकार दिला; पण चकित होऊनच, कारण आत्ता कुठं बहिणीचं लग्न झालं होतं आणि पॉलला सोडून ती मुंबईत सुट्टी कशी साजरी करणार होती? भाभींना वाटलं, की काहीतरी बिनसल्यामुळं ती येत असेल. त्यांनी मला विचारलं, पण माझ्याजवळ काहीच उत्तर नव्हतं.

बहीण आल्यानंतर घरातला कार्यक्रम काही वेगळाच झाला. ती नाश्ता करून रोज सत्यदेव दुबेबरोबर फिरायला निघून जायची आणि संध्याकाळी परतायची. मला माहिती होतं, की हे भाभींना आवडणार नाही, कारण त्यांनी आजपर्यंत मला कधीही कुणाबरोबर एकटीला जाऊ दिलं नाही. याशिवाय, भाभी सत्यदेव दुबेला बहिणीच्या आधीपासून ओळखत होत्या. शिवाय, माझी बहीण भाभींकडं राहात असल्यानं त्या तिची जबाबदारी आपल्यावर आहे, असं समजत होत्या. म्हणून एक दिवस त्यांनी ही गोष्ट बहिणीला स्पष्ट सांगितली. या गोष्टीचा परिणाम आमच्या नात्यावर काय होईल, हे मला चांगलं कळत होतं. म्हणून पॉलबरोबरही किती प्रमाणात संबंध ठेवायचे, याचा विचार माझ्या मनात चालू झाला होता.

पॉल आमचा किती आवडता मित्र होता! आमच्याबरोबर घालविलेल्या कितीतरी अत्यंत प्रिय अशा संध्याकाळचा साक्षी आणि भागीदार! किती पत्त्यांचे डाव आणि किती होळ्यांचा साक्षीदार! त्याचं लाजरं आणि खळीनं शोभून दिसणारं गोड हास्य फारच छान वाटायचं! राकेशजींचा खूपच लाडका, आवडता पॉल! ज्या रात्री अम्मा गेल्या, त्या वेळी तो आमच्याबरोबर चोवीस तासांची सोबत द्यायला आला होता, पण अम्मा तो काळ निभावू शकल्या नाहीत. अम्मांच्या जाण्यानं राकेशजींचं सर्वस्व लुटलं गेलं. जर त्या वेळी पॉल नसता तर! त्या विचारांनीच थरकाप उडतो. पॉल आमचा किती मोठा आधार होता! कमलेश्वरांच्या मुंबईला जाण्यानं उत्पन्न झालेली पोकळी फक्त पॉलनं भरून काढली होती, यात शंकाच नाही. आता पॉलशिवाय सगळं अपूर्ण वाटायचं. राकेशजी आणि पॉलनं अनंत काळ एकमेकांबरोबर घालवला. असा कुठलाही विषय नव्हता, जो त्यांनी एकमेकांबरोबर वाटून घेतला नाही– मग तो व्यक्तिगत असला तरीदेखील. फक्त वाईट एवढंच, की ज्या वेळी राकेशजी गेले, त्या वेळी पॉल हजर नव्हता.

पण लग्नानंतर त्यालाही परकंच बनावं लागलं. राकेशजींच्या नसण्यामुळं त्याला मी आणि माझ्या मुलांची काळजी घ्यायला लागावी, असं मलाही वाटत नव्हतं; कारण आता त्याला त्याचं कुटुंब होतं आणि राकेशजी असतानाच पॉलच्या लग्नावरून गैरसमज झाला होता आणि आता तर गैरसमज निर्माण होऊ देण्याची शक्यताच नव्हती.

जीवनात नाती कधी, कोणतं रूप घेतील, याविषयी जाणणं फार अवघड आहे. फक्त एवढंच नाही, तर दुःखालाही झटकून नात्यांबरोबरच गाडून टाकावं लागतं. बोलण्यात आणि सोसण्यात खूप फरक असतो, कारण दुःख जेव्हा दाबून टाकलं जातं, तेव्हा ते आणखीनच धुमसत राहातं.

स्वतःच्या आसपास पसरलेल्या गर्दीला मी विखुरताना पाहिलं. ज्याची काडीकाडी जमवून आम्ही आमचं सोनेरी जग वसवलं होतं, ते सगळं आज कोसळत

असल्याप्रमाणं वाटलं. या काड्यांना पुन्हा एकत्र जमवता येत नाही म्हणून नव्हे, तर काळाची मागणी काही वेगळीच होती. आम्ही सगळेच आपापल्या नवीन मेणकापडात -रेनकोटात म्हणा हवं तर, गुंडाळले जात होतो आणि आमच्या दिशा अगदी विरुद्ध आणि सर्वस्वी वेगळ्या होत्या. वाटलं होतं, की वेळ मिळाला तर पुन्हा घरट्यासाठी काड्या गोळा करता येतील, पण काळ कोणासाठीच थांबत नसतो.

राकेश आणि कमलेश्वर ही दोन्ही नावं अशा तऱ्हेनं गुंफली गेली होती, की जणू दूध आणि पाणी. आता दूध आणि पाण्यात नीरक्षीरविवेक करणं निरर्थक होतं आणि जर तशी पाळी आली असती तर... पण कमलेश्वर प्रत्येक गोष्टीत "जर राकेश असता... जर राकेश असता" म्हणायचे. का कोण जाणे, कमलेश्वरांची प्रत्येक गोष्ट खरी वाटत असूनही, हा त्यांचा पलायनवादच वाटायचा. त्यांना असं म्हणण्याचा मोह व्हायचा, की जरी राकेश नसले तरी कमलेश्वर तर आहेत ना? मग ते का पलायन करू पाहताहेत? त्यांना कुठल्यातरी गोष्टीपासून स्वत:ला वाचवायचंय का? फक्त "जर राकेश असता" म्हणण्यानं सगळं काही होऊ शकत नाही ना?

इतका सगळा विचार मनात केल्यावर स्वत:बद्दलच पश्चात्ताप व्हायचा. असं वाटायचं, की मी तरी शेवटी कमलेश्वरांकडून काय अपेक्षा करते आहे? हा माणूस आज राकेश बनू शकतो का? – नाही. असं जर आहे तर मग त्या व्यक्तीत मला जे राकेश दिसतात, त्यांचं काय करू? त्यासाठी कमलेश्वर जबाबदार नाहीत; कारण ते एक असं प्रतिबिंब आहे, जे कधीही भंगणार नाही; कारण माणूस मरून जातो, पण त्याचं प्रतिबिंब तुमची सोबत सरणापर्यंत करतं.

कमलेश्वरांमध्ये मला राकेशजी दिसताहेत, हे जाणवल्यावर मला स्वत:ला नीट समजवावं लागलं, की राकेश असोत अथवा त्यांचं प्रतिबिंब... कमलेश्वर स्वत: एक पूर्ण वेगळा, दुसराच माणूस आहेत आणि मला या माणसापासून दूर, खूप दूर जायचं आहे; कारण कमलेश्वर हे अत्यंत प्रिय मित्र असूनही, एक असं एकुलतं-एक नातं बनलं होतं, की जितक्या लवकर ते तुटेल तेवढं चांगलं होतं. वरवर पाहता कोणाला कोणाला कुठंही फारसा फरक-वेगळेपणा दिसला नसेल (कमलेश्वरांना देखील नाही) पण आतल्या-आत मी अशी खचले, कोसळले की जणू राकेशजींनी माझ्यासाठी पुन्हा एकदा प्राणत्याग केला असावा, पण या संदर्भात दुसऱ्याला फसवण्यापेक्षा मी स्वत: फसणं योग्य मानलं.

"चंद सतरें...." लिहून मी माझ्या भूतकाळापासून स्वत:ला जवळजवळ संपूर्ण तोडल्याचा अनुभव घेतला; पण म्हणून जेव्हा मी मुंबईहून परतले तेव्हाही मला खात्री वाटत नव्हती, की यानंतरच्या आयुष्यात मिळणाऱ्या धक्क्यांनी माझी पापणीसुद्धा लवणार नाही.

साऊथ एक्स्टेंशनमधल्या माझ्या फ्लॅटमध्ये एक घटना घडली नसती तर कदाचित, मी माझ्या स्वत:च्या फ्लॅटमध्ये इतक्या लवकर मुळीच आले नसते, कारण माझ्या कुटुंबातला उरलेला सेनापती सूरजसिंह अचानक दगाबाज, विश्वासघातकी निघाला. एक एकाकी स्त्री आपल्या दोन निष्पाप बाळांबरोबर मालकीण म्हणून कशी राहू शकते, हेच सूरजसिंहाला खपत नसावं. रात्री डोळा लागतालागता मला खोलीत कोणीतरी दुसरंच आहे, या जाणिवेनं जाग आली. डोळे उघडले तर समोर सूरजसिंह! झीरो पॉवरच्या बल्बच्या प्रकाशातही त्याचे लंपट डोळे चकाकत होते. कसला बहाणा करून मी सूरजसिंहाला खोलीच्या बाहेर काढलं, ते काही मला आठवत नाही. मात्र, बाहेर काढूनही मला प्रत्येक क्षणी भीती वाटत राहिली, की तो आता कधीही, कुठलीही काच फोडून आत येऊ शकेल, पण तसं झालं नाही, हे माझं नशीब! सकाळ झाल्याबरोबर मी शेजारी जाऊन ओमजींना फोन केला. तेव्हा अरविंद ताबडतोब आपल्या डी.सी.पी. मित्राबरोबर जीप घेऊन आला. पोलिस आल्याबरोबर मी सूरजसिंहाला मोजून एकामागोमाग लगावल्या आणि तो गेल्याबरोबर स्फुंदून-स्फुंदून रडले. ज्या वेळी मी सूरजसिंहाला मारत होते, त्या वेळी माझा मुलगा शैली हमसाहमशी रडत होता. त्याची आईच त्याला कायमची सोडून गेली असावी, अशीच त्याची भावना झाली आणि सूरजसिंहानं त्याच्या याच दुबळेपणाचा फायदा घ्यायचा प्रयत्न केला होता.

पण या दुर्घटनेला फक्त सूरजसिंहाच्याच उर्मटपणापर्यंत किंवा आगाऊपणापर्यंत मर्यादित मानता येणार नाही, कारण हे युगानुयुगापासून चालत आलेल्या परंपरेचं एक विकृत उदाहरण होतं. जिथं पुरुषांच्या हातात लगाम असतो. मग तो नोकर असो की मालक, त्यांना कुठलाही विवेक नसतो. मी अनेक मित्रांच्या निकट सहवासात राहिलेली आहे, पण त्यांनी माझ्या एकटेपणाचा असा फायदा कधीही करून घेतला नाही. उदा. कमलेश्वर, निर्मल, भीष्म सहानी, शिवपुरी, भगवत झा आझाद, पी.के इत्यादी. उलट, त्यांनी मला भक्कम आधार आणि खूप आवडत्या आठवणींचा खजिना दिला. त्या आठवणी आजही मी मोठ्या प्रेमानं जपल्या आहेत; पण आपल्या प्राणापेक्षाही प्रिय मित्रांपासून मला असहायपणे दूर राहावं लागलं, याचं खूप वाईट वाटतं आणि वाटतच राहील; कारण आईच्या वेळचा काळ असो की माझ्या. आजही समाजात धोब्यांची 'चलती' आहे, कारण राम आणि रावण एकमेकांच्या सहवासात असतात आणि सीता नेहमीच एकटी असते...आपल्या मित्रांपासून वेगळं व्हायचं, म्हणजे मी नि:शस्त्र होण्यासारखं होतं, अशा स्थितीत कुठल्यातरी धोब्याची शिकार व्हायचं, ही काही फार अपवादात्मक गोष्ट नाही आणि मी तर अपवाद नव्हतेच नव्हते. सूरजसिंहासकट अनेक धोबी मला आपल्या मार्गात भेटले, कारण मी आपली अस्त्रं-शस्त्रं अगदी उत्कृष्टपणे बासनात गुंडाळली

होती. सर्वांत कळस म्हणजे हे धोबी पूर्वी कधीतरी राकेशजींनी दिलेल्या स्कॉलरशिपवर जगणारे धोबी होते.

डी.डी.ए.च्या फ्लॅटमध्ये मी आणि मुलांनी रक्षाबंधनाच्या दिवशी म्हणजे १३ ऑगस्ट १९७३ ला प्रवेश केला. या प्रवेशासाठी आणि इतर अडचणींत मला फक्त ओमप्रकाशजींनी साथ दिली. घराची दुरुस्ती, सुतारकाम आणि विजेची कनेक्शन ही सगळी कामं करवून घेऊन, त्यांनी फ्लॅटची चावी माझ्याकडं सुपूर्द केली. आज ते नाहीत, पण त्यांच्या आठवणी, त्यांनी उचललेल्या जबाबदाऱ्या, त्यांचं प्रेम आजही मनात सांभाळून मी जगते आहे आणि त्याबरोबरच एक असं दुःखही मनात बाळगून आहे, की काही कारणांमुळं खूप दिवस मला त्यांच्या सोबतीचा लाभ मिळाला नाही.

डी.डी.ए. चा फ्लॅट घाणेरडा होता, ते वेगळंच. त्याच्या खिडक्या एवढ्या अरुंद होत्या, की खोलीत हवेचं नावसुद्धा नव्हतं; पण आम्ही मानसिक समाधान मानायला शिकून घेतलं, कारण घरात हवा असो की नसो, आज आम्हाला फक्त श्वास घ्यायला खिडकीची गरज होती.

या घरात राकेशजींच्या घरातलं पुष्कळ सामान मावलं नाही, म्हणून सुरुवातीला घर मोकळं ते मोकळंच राहिलं. एका खुर्चीचा आवाजही एखाद्या युद्धाच्या घोषणेपेक्षा कमी भयंकर वाटायचा नाही. रिकामं घर, रिकामं मन, त्यातून उत्पन्न होणारा आक्रोश अन् हाका. मला भीती वाटायची, की हे आवाज माझ्या मुलांना ऐकायला येऊ नयेत आणि त्यांनी घाबरून ओरडू नये. ओमप्रकाशजींच्या मदतीनं मी फितीनं मोजूनमापून सामान भरणं आणि नवीन सामान करून घ्यायला सुरुवात केली.

शैलीला सूरजसिंहाच्या आठवणींतून बाहेर काढायला फार वेळ लागला नाही, कारण पोलीस आल्यामुळं त्याच्या डोक्यात बसलं होतं, की सूरजसिंह बहुधा आमच्या घरी चोरी करत होता, पण या सगळ्यामुळं त्याला बराच काळपर्यंत पोलिसांची भीती वाटायची. कलकत्त्यात मी एका पोलिसाशी त्याला शेकहँड करायला लावला आणि पोलिसानं त्याला आपला मित्र मानलं, तेव्हा ती भीती दूर पळाली.

स्वतःच्या टेलिफोनसाठी अर्ज केला तेव्हा कळलं, की आमचं कनेक्शन कट झालंय. तोपर्यंत आम्हाला हे माहीतच नव्हतं, की टेलिफोन चालू ठेवण्यासाठी त्याचं भाडं भरत राहिलं पाहिजे. त्या दिवसांत टेलिफोन मिळणं सोपं नसल्यामुळं, गरज पडल्यावर मी बाहेर पडून कुठूनही ओमजींना फोन करायची किंवा वेळोवेळी तेच हालहवाल विचारायला घरी यायचे, पण फोन नसल्यामुळं अडचण कायम राहिली. जेव्हा मी 'ईस्ट ऑफ कैलाश' मध्ये राहायला आले, तेव्हा ते अगदी उजाड, निर्जन जंगलच होतं. तिथं फक्त काही डी.डी.ए. फ्लॅट्सच डेव्हलप झाले

होते. रोड लाईट्स नव्हते, की खाण्या-पिण्याची काही व्यवस्थाही नव्हती.

अगदी संघर्षानं भरलेलं जीवन. छोट्या सुईपासून घरातली कुठलीही वस्तू आणण्यासाठी मला कासवगतीनं सेंट्रल मार्केटपर्यंत जावं लागायचं, कारण आतमध्ये कुठली बस, रिक्षा काहीच फिरकायचं नाही. संध्याकाळ झाली, की आसपासचे थोडेसे लोक दरवाजे बंद करून संन्यास घ्यायचे, कारण संध्याकाळची शांतता एखाद्या राक्षसासारखीच वाटायची.

अशा परिस्थितीत, आणीबाणीच्या वेळी टेलिफोन नसणं, ही एक असहायताच होती, कारण तोपर्यंत 'ईस्ट ऑफ कैलाश' चं नाव जणू साऊथ दिल्लीच्या नकाशावर कोरलेलंच नव्हतं. वाटायचं की, आपण कुठल्यातरी वैराण प्रदेशात अडकलोय. जीवन जेव्हा परीक्षा घेतं तेव्हा अगदी तावून-सुलाखून आणि कोणतीही कसर न ठेवता घेतं.

बरोबर या दरम्यानच शिवपुरींच्या कुटुंबाचा मुंबईला कायमचं राहायला जायचा बेत ठरला. ही एकच जागा अशी होती, की जिथं कधीकधी मुलांना घेऊन जाता यायचं; पण ज्याप्रमाणं मी म्हटलं, की जीवनाचं दुसरं नाव 'बदल' असतं आणि 'बदल' हा अनीताच्या नशिबात एक फार महत्त्वाचा अटळ भाग होता, पण शिवपुरींच्या मुंबईला जाण्याचा एकमेव फायदा म्हणजे त्यांचा फोन आणि फ्रीज माझ्याकडं आले. माझा फ्रीज मम्मीला देऊन मी त्यांचा फ्रीज विकत घेतला. याशिवाय, शिवपुरींना मुंबईला जाण्यासाठी जितक्या पैशांची मदत करू शकत होते, तेवढी केली, कारण त्या परिवाराचं माझ्यावर कितीतरी कर्ज होतं! त्यांना एका नव्या शहरात - तेही मुंबईत रिकाम्या हातानं जाणं कठीण होतं, पण त्याचबरोबर दिल्ली माझ्यासाठी वैराण झाली. शिवने लाख सांगितलं, की मीही मुंबईला यावं, पण माझी इच्छा असूनही ते शक्य नव्हतं. म्हणून फक्त आणखी एक रिकामा कप्पा - आणखी एक धक्का आणि या सगळ्यांत असहाय आणि अगतिक अशी मी!

घर नव्यानं परत वसवायचं किंवा उभं करायचं; असं घर, की ज्याची केवळ दुरुस्तीच नाहीतर मुळापासून नव्यानं उभं करायचं; त्यामध्ये स्वत:ला आणि मुलांना रोज नव्यानं एक कार्यक्रम आखून द्यायचा, हेही सामील होतं. प्रत्येक सकाळ म्हणजे एक आव्हान; त्यात पूर्वाला वेळेवर बाहेर रिंगरोडवर पोहोचवायला लागायचं म्हणजे ती स्कूल बस पकडू शकेल आणि प्रत्येक संध्याकाळी दिवसभराच्या लढाईनं त्रस्त आणि गंभीर व्हायचं. पूर्वा कशीबशी शाळेत जायची. मि.कपूर यांच्या सांगण्यावरून मी ट्रेनिंग कॉलेजला जायला सुरुवात केली होती. सूरजसिंह नसल्यामुळं मी पहिल्यांदाच डॅडींना माझ्याकडं बोलावून घेतलं. मम्मी दिवसभर ऑफिसमध्येच असायची म्हणून संध्याकाळी मी त्या दोघांसाठी डॅडींच्या हाती गरम जेवण आणि

दूध पाठवून द्यायची. या सगळ्यांत फक्त शैली तीन वर्षांचा होण्याची मी व्याकूळ होऊन वाट पाहत होते. मी विचार करायची, की माझं ट्रेनिंग संपलं की कुणाच्या मदतीची गरज भासणार नाही. आम्ही तिघंही सकाळी घरातून बाहेर पडू शकू आणि एकत्रच परतही येऊ. बस... फक्त आणखी एक वर्ष... त्यानंतर आयुष्य कदाचित आपला वेग घेऊ शकेल.

मला लहानपणापासून क्रिकेटचा शौक होता आणि आजही आहे. अशासाठी की हाच एक खेळ मला अगदी जीवनाशी समांतर वाटतो, कारण इथं प्रत्येक खेळाडू शतकाचं स्वप्न घेऊन येतो. इथं आसपास किंवा प्रत्येक वळणावर नेमलेल्या शत्रूची पर्वा न करता बॅट फिरवत राहातो. खेळ त्याला कधी यशस्वी तर कधी अयशस्वी ठरवतो, पण तो मैदानात उतरायचं कधी सोडत नाही. प्रत्येक वेळी एका शून्यानं सुरुवात. किती प्रोत्साहक खेळ! मीसुद्धा शतकासाठीच खेळायला उतरले, प्रत्येक वेळी मला दोनच रन्स काढायला मिळायच्या, कारण दुसऱ्या बाजूला कोणीच नव्हतं; पण फील्डिंग, अंपायरिंग मात्र पूर्ण असायचं. प्रेक्षक अनंत आणि शतक संकटात सापडलेलं, कारण अंपायरिंग नेहमीप्रमाणं कधी खरं, तर कधी चुकीचं असायचं. कितीतरी आग्रह, विरोधाला न जुमानता अंपायर आपल्या लक्ष्यावर अढळ असायचा. त्यामुळं शत्रूच्या डोळ्यांतील चमकेशिवाय आणखी काही हातात पडायचं नाही, पण मैदानात उतरणं मात्र चालूच राहायचं.

ट्रेनिंग सुरू केल्यावर सगळा वेळ त्यातच जायचा. मी शैलीला डॅडींजवळ सोडून सकाळीसकाळी क्लासेसना जाऊन यायचे, पण प्रॅक्टिकलचं काम एवढं असायचं, की आल्याबरोबर दुपारी कामाला लागलं नाहीतर, कधीकधी रात्री १२ वाजेपर्यंतही काम संपायचं नाही. हे ट्रेनिंग आर्थिक दृष्टीनंसुद्धा एवढं महाग पडेल, हे माहीत नव्हतं. त्यात जास्त पैसे पेपरवर्क, तक्ते, बाहुल्या आणि खेळणी बनवायला लागले. वेळ जात होता ते वेगळंच, पण एका दृष्टीनं हे चांगलंच होतं. भूतकाळ विसरण्याचा हा उत्तम उपाय होता. सकाळी कॉलेजला जायची घाई तर दुपारी घरी परतायची, पण शैलीनं कधीच तक्रारीला जागा ठेवली नाही. घरात बसून तो ब्लॉक बनवायचा आणि ब्लॅकबोर्डवर रोज एक नवीन ड्रॉईंग काढायचा. म्हणून त्याचं डॅडींवर एवढं ओझं नव्हतं. फक्त एकमेकांची सोबतच खूप होती. असे दिवस निघून जायला लागले. पूर्वाला सोडायला सकाळी डॅडी सायकलनं बस स्टॉपपर्यंत जायचे आणि दुपारी घ्यायला.

सगळं कसं नेमानं व्यवस्थित चाललं होतं. अशातच एक दिवस मी मम्मीच्या घरून डॅडींच्या परतण्याची वाट पाहत होते. पहिल्यांदा मी मुलांना जेवायला घालून झोपवायची आणि स्वत: डॅडींबरोबर जेवायची. त्या दिवशी प्रॅक्टिकलचं काम लवकर संपलं होतं. मी विचारात पडले होते, की उरलेल्या रंगांचं काय करायचं?

इतक्यात मनात विचार आला, की आरशावर मुलांची नावं का लिहू नयेत आणि त्याबरोबर दोन फुलंही काढावीत. त्याप्रमाणं आरशावर पूर्वा आणि शैली असं लिहिलंनलिहिलं तोच कुणीतरी कुजबुजलं, "माझं नाव लिहिणार नाहीस?"

मी चकित होऊन आसपास पाहिलं, तर कोणीच नव्हतं. मुलं झोपली होती आणि डॅडी अजून परतले नव्हते, पण तेवढ्यात पुन्हा एकदा, "माझं नाव नाही लिहिणार का गं?"

पुन्हा कानावर प्रश्न पडला. या वेळी मात्र माझ्या हातून रंग सांडून फरशीवर पसरला. मी एवढी घाबरले, की तिथून हलणं मुश्किल झालं. मग रंगांची बशी एवढ्या जोरात खाली पडून फुटली, की मी ओरडलेच. मुलं उठली नाहीत, हे नशीब आणि डॅडीदेखील वेळेपूर्वीच परतले.

माझा पांढराफटक चेहरा बघून डॅडी म्हणाले, "बरी आहेस ना?" पण तोंडाला कोरड पडली होती आणि जीभ जणू टाळ्याला चिकटून बसली होती. डॅडी परत आल्यामुळं मी थोडी सावरून त्यांना सर्व काही सांगितलं, पण डॅडींचा विश्वास बसला नाही.

त्यानंतर, रात्री एकटं बसणं मला जवळजवळ अशक्य झालं. जर माझ्याजवळ कोणी असेल तर राकेशजी यायचे नाहीत, पण जर मी एकटी असेन तर त्यांची चाहूल लागायला सुरुवात व्हायचीच. जर डॅडी मम्मीकडं गेले, तर मला माझ्या शेजारणीला बोलवायला लागायचं, कारण रात्र झाली रे झाली, की मी पांढरीफटक पडायला लागायचे. डॉक्टरांना माझी तब्येत दाखवली तर त्यांनी मला 'वेस्परेक्स' नावाचं औषध सुरू केलं. ते एक असं झोपेचं औषध होतं, की एकदा दिल्यावर केमिस्ट प्रिस्क्रिप्शन फाडून टाकायचा आणि रोज नवीन प्रिस्क्रिप्शन आणायला लागायचं. त्यामुळं काळजी वाटायची, पण सुटकादेखील मिळायची.

मम्मीला राकेशजींचं असं येणं जरासुद्धा आवडत नव्हतं. ती अगदी व्याकूळ होऊन प्रार्थना करायची, "पहिल्यांदा अम्मा यायच्या आणि त्या आपल्या मुलाला घेऊन गेल्या. आता तो यायला लागलाय, त्याला माझ्या मुलीला घेऊन जायचं असेल."

मम्मीला समजावणं व्यर्थ होतं, की राकेशजी आपल्या मुलांना पूर्णपणे कसं अनाथ होऊन देतील? आणि स्वत: जाणंदेखील त्यांच्या हातात होतं का? कारण त्यांच्यासारखी जगण्याची तीव्र इच्छा-लालसा मला दुसऱ्या कोणातच पाहायला मिळाली नाही. कुठलं नवं हॉटेल उघडलंय आणि सर्वांत आधी राकेश तिथं पोहोचले नाहीत, हे शक्यच नव्हतं. जशी जगण्याची लालसा होती, तसाच चांगलंचुंगलं खाण्याचाही शौक होता. फक्त एवढंच नाहीतर, काळाच्या कितीतरी पुढं जाऊन जगण्याचं सामर्थ्यही त्यांच्यात होतं. जेव्हा आज मी एखाद्या पूर्ण

कुटुंबाला एकत्र हिंडता-फिरताना किंवा ड्रिंक्स घेताना पाहते तेव्हा लक्षात येतं, की हे जीवन त्यांनी मला तीस वर्षांपूर्वीच मिळवून दिलं होतं. त्यांना प्रत्येक गोष्टीची जणू घाई होती आणि त्यांचं घाईघाईनं निघून जाणंही यातच सामावलेलं होतं.

या परिस्थितीशी जमवून घेतलं, तर एक नवीच परिस्थिती समोर येऊन उभी ठाकली. ''चंद सतरें....'' चं तिसरं किंवा चौथं प्रकरण 'सारिका'त चालू असेल, त्या वेळी मम्मी दिल्ली ॲडमिनिस्ट्रेशनमध्ये प्रेस ऑफिसर होती. तिचं काम सगळ्या वृत्तपत्रांवर आणि मासिकांवर सरकारी देखरेख करणं हे होतं. हे उघड होतं, की 'सारिका'तली प्रकरणं संपूर्ण कार्यालयात वाचली जायला लागली. राकेशजी मम्मीचे जावई आहेत, हे सगळ्यांना माहीत होतं; पण जे त्यांना माहीत नव्हतं, ते आता खुद्द तिच्या मुलीकडूनच कळायला लागलं.

दुटप्पी समाजात जर कोणी सफाई द्यायला लागलं, तर त्याला 'नंगा' म्हणजे नागडा ठरवलं जातं; पण जर नग्न व्हायचीच वेळ आली, तर ती किती तीव्र आणि अपार यातनांची प्रक्रिया असू शकते आणि त्यातून जिवंत बाहेर येणं तितकंच अटळ कसं असतं, या गोष्टीबद्दल मात्र अज्ञान असतं. कसं का होईना, हे मी उदाहरण म्हणून सांगत नाही किंवा ही तार्किक सफाईसुद्धा नाही; कारण त्या दिवशी डॅडी मला हे सांगायला परतले होते, की ते आता परत चाललेत आणि आता यापुढं माझ्याबरोबर राहू शकणार नाहीत. त्यामागचं कारण ''चंद सतरें...'' होतं आणि ही गोष्ट निर्विवाद खरी आहे, की तुमच्या जवळच्या लोकांनाही तुमच्याकडून सहनशीलतेची अपेक्षा असते, पण तुम्ही एक जरी उसासा सोडला, तरी त्यांना तो सहन न होऊन त्यांच्यात मोठीच खळबळ माजते आणि ''चंद सतरें...'' म्हणजे माझा मोठाच उसासा आणि 'उफ' भीतीचभीती होती.

डॅडी निघून गेले होते आणि मुलं झोपली होती. मी दरवाजा बंद करून स्वत:ला सगळ्या बाजूंनी चादरीत लपेटून एक गाठोडं करून घेतलं होतं. घाबरून मी घड्याळ बघत राहिले, पण राकेशजी आले नाहीत, का आले नसावेत? कदाचित ते माझं आणखी शोषण होताना पाहू शकले नसते. हे समजून जीवघेण्या हुंदक्यांनी मला थोपटून-थोपटून झोपवलं होतं. जेव्हा दरवाज्यावरची बेल वाजली, तेव्हा हे लक्षात आलं. घंटेच्या आवाजानं चेहरा पुन्हा नव्यानं पांढराफटक व्हायला लागला. घाबरत-घाबरत किचनपर्यंत गेले. खिडकीतून बाहेर पाहिलं, तर सकाळ झाली होती. बाहेरची आकृती ओळखायचा प्रयत्न केला, तर डॅडी आहेत, असं वाटलं. जीवात जीव आला आणि मोठ्या आत्मविश्वासानं विचारलं, ''काही राहिलं होतं का?'' डॅडी खुर्चीवर हताशपणे बसले आणि मग एक श्वास घेऊन त्यांनी विचारलं, ''काल रात्री राकेश इथं आले होते का?''

आता न घाबरता मी उत्तरले, 'नाही.' तर डॅडी म्हणाले, ''येतील तरी कसे?

कारण काल रात्री ते आमच्याकडं आले होते आणि चांगलं सुनावून गेले, की अशा स्थितीत मी अनीता आणि मुलांना एकटं कसं सोडून आलो, वगैरे, वगैरे.''

मी चांगलीच चकित झाले आणि राकेशजींच्या त्या आभासमय प्रतिबिंबासाठी परत वेडी होऊन ढसाढसा रडले. कालपर्यंत ती प्रतिमा माझ्या किती जवळ होती. आजही जवळ आहे आणि कायम जवळच राहील. मी त्याच्यासाठी कुठंकुठं भटकणार नाही? ते कोणकोणत्या रूपात येतील, तेव्हा मी त्यांना ओळखू तरी शकेन का? की पुन्हा शिवपार्वतीचा उखाण्याचा खेळ खेळला जाईल? पशुपतीचा?

मग रोजच्याप्रमाणं डॅडी पूर्वाला बसस्टॉपवर सोडायला गेले आणि मी कॉलेजला- एका अशा सावलीबरोबर, की जी आजही आपलं वचन पाळण्यासाठी दक्ष आहे. जितकी जवळ तितकीच दूर....

पुन्हा एक दिवस जेव्हा डॅडी परतले, तेव्हा बहुतेक कपाळावर आठी पडलेली होती. मी आपल्या प्रॅक्टिकलमध्ये गुंग होते, मुलं झोपून गेली होती. मी डॅडींकडं पाहिलं नाही. तेवढ्यात, त्यांचा 'उसासा' कानावर आला. मी जेव्हा मान वर करून त्यांच्याकडे पाहिलं, तेव्हा ते खूपच त्रस्त दिसले. "काय झालं?" विचारल्यावर कळलं, की बबू (धाकटी बहीण) ऊर्फ सुनीता पॉलशी भांडून घरातून निघून गेली आहे, बहुतेक स्टेशनच्या दिशेनं ...'' त्यावर माझं "हे असं तुम्ही कसं म्हणता?'' -त्यावर चर्चा, वादविवाद, किती सांगायचं? नवरा-बायकोचं भांडण अगदी स्वाभाविक आहे, हे मोठे लोक विसरून तरी जातात किंवा मग स्वीकारू तरी शकत नाहीत, कारण त्यांना दु:खापासून मुक्त राहायचं असतं. सगळ्यांप्रमाणंच हे काही बबू-पॉलचं पहिलं भांडण नव्हतं. याआधी मुलांच्या वाढदिवसाला दोघं खूप उशिरा आले होते. केक कधीचाच कापला गेला होता आणि पार्टी जवळजवळ संपली होती. दोघं आधीच भांडलेले वाटत होते. मग उरलेले पाहुणे निघून गेल्यावर त्यांची खूपच भांडाभांडी झाली. हा गोंधळ ऐकू जाऊ नये म्हणून मी टी.व्ही.चा आवाज मोठा केला. इतक्यात, मम्मीनं वेगात येऊन झटकन बबूच्या थोबाडीत मारली. परिणाम असा झाला, की बबू पॉलला तिथंच सोडून सँडल्स हातात घेऊन एकटी घरातून निघून गेली. त्यांच्या परस्परांतील तणावाचं दु:ख जितकं झालं नसेल, तितकं वाईट अशासाठी वाटलं, की हे सगळं माझ्याच घरी का झालं? शिवाय, मम्मीचं सगळ्यांसमोर तिला थोबाडीत मारणंही, मला मुळीच बरोबर वाटलं नाही; पण त्याचबरोबर हेही खरंच होतं, की पॉलबरोबर बहिणीचा सगळ्यांच्या समोरचा आगाऊपणातरी कुठं बरोबर होता?

अशा परिस्थितीमुळं एक गोष्ट स्पष्ट झाली, की मला बबू आणि पॉलपासून लांब राहिलं पाहिजे. त्यातल्या-त्यात पॉलपासून, कारण पॉल कधीतरी माझा फार आवडता मित्र होता आणि मैत्रीत भेसळीला जागा नसते. प्रत्येक गोष्टीत स्वार्थ,

प्रत्येक स्वार्थात अप्रामाणिकपणा आणि प्रत्येक खोटेपणाला खरेपणाचा दर्जा द्यायला झटणारे आम्ही... मी पॉलला स्पष्ट सांगितलं, की आज आपल्यात मागचं कुठलंही नातं शिल्लक राहिलेलं नाही. (तसंही ते राकेश असतानाच संपलेलं होतं.) आणि आजचं नातं? ते तर जन्मलेलंही नाही.'' तरी पॉल रेटून म्हणालाच, ''पण माझी काही कर्तव्यं....'' ''कुठलंही कर्तव्य नाही आणि जर तुला असं वाटत असेल, तर मी तुला त्या कर्तव्यातून मुक्त करते.'' आमच्या नात्यात तसासुद्धा कोणताच 'हो' कार उरला नव्हता, तर मग 'न' काराची तरी प्रतीक्षा कशाला करायची? त्या नात्याला एका वळणावर सोडून देणंच इष्ट होतं; कारण लांब राहून अंतरंग जुळलेलं असायला माझा काही आक्षेप नव्हता, पण कुठलाही गैरसमज माझ्या दृष्टीनं सगळ्यात जास्त घातक असतो आणि दोघांबद्दलचा गैरसमज आता पुष्कळच वाढला होता, उरलेल्यासाठी आता जागाच नव्हती, कारण त्याचे अवशेष आता उरलेलेच नव्हते.

डॅडींच्या शंकेचं निवारण करताना मी त्यांना समजावून सांगितलं, की विवाहित जीवनाची एक विशिष्ट प्रक्रिया असते, कारण लग्नानंतरच एकमेकांना चांगलं समजून-उमजून घेता येतं. त्यांत प्रेम, आपुलकी, मान-अपमान सगळं सामवलेलं असतं आणि काळाच्या ओघातच सगळं काही सावरायला लागतं, पण बाहेरचे लोक त्यात दखल देत नसले, तरच ते रुळावर येतं. ही समस्या व्यक्तिगत आहे आणि ती ज्याची त्यानंच सोडवायची आहे.

खरं-खोटं, न्याय-अन्याय यात फरक करताकरता मी आत्तापर्यंत फार दमले होते. गोते खाऊनखाऊन थकून आणि मोडून गेले होते. वाटलं, की कुठल्याही वेळी स्वत:च्याच थकव्यानं मरून जाईन, पण जीवन, नाती-गोती, प्रेम आणि मान-अपमान इतक्या सहजासहजी मरू देत नाहीत. तावून-सुलाखून परीक्षा घेत राहातात. आपल्या वाट्याला आलेल्या ज्यादा रिकामपणाचं घाण्याच्या बैलासारखं ओझं वाहताना इकडून-तिकडं, आपल्याच आसाभोवती डोळ्यांना झापडं बांधून फिरत राहणं म्हणजे फक्त आपणच निर्माण केलेला चक्रव्यूह!

हे सगळं पुरेसं नसल्यामुळंच की काय - ओमप्रकाशजींना हार्ट अटॅक आला. त्या वेळी कमलेश्वर दिल्लीला आलेले होते, म्हणून आम्ही दोघं ओमप्रकाशजींना भेटायला त्यांच्या घरी जायचो. ओमजी या अवस्थेतही बिछान्यात पडूनच राकेशजींच्या उरलेल्या पुस्तकांवरच चर्चा करायचे. तेव्हाच राकेशजींच्या डायरीचा निर्णय घेतला गेला, की ती १० वर्षांनंतरच प्रकाशित करावी; तिचं संपादन कमलेश्वरच करतील आणि हेही ठरलं, की ती डायरी 'राजपाल ॲन्ड सन्स' छापतील. मला हे समजल्यावर आश्चर्य वाटलं, की डायरी ओमजी छापणार नाहीत, कारण, 'राजपाल' मला पाच हजार रुपये ॲडव्हान्स देणार होते आणि ओमजींना माहीत होतं, की त्या

वेळी मला पैशाची किती गरज होती! मी आणि कमलेश्वर ओमजींकडं पाहतच राहिलो. मला त्यांच्यासारखी व्यक्ती शोधूनही सापडली नसती. मग राकेशजींच्या अप्रकाशित 'पैरतले की जमीन' या पुस्तकाचा निर्णय ऐकवला गेला. ते नाटक पूर्ण करण्याची जबाबदारीही कमलेश्वरांवर येऊन पडली. त्याचबरोबर राकेशजींच्या उरलेल्या अप्रकाशित कथा राजपालांना द्यायच्या; त्याचा परिणाम असा झाला, की एका अगदी नवीन प्रस्तावनेसह, सूचीसह 'मोहन राकेश की सम्पूर्ण कहानियाँ' मधल्या कथा पहिल्यांदाच एका संग्रहाच्या स्वरूपात नवीन सजावटींसह प्रकशित झाल्या. हीसुद्धा कमलेश्वरांची जबाबदारी होती. ढीगभर कागद, डायऱ्या, पतझड का रंग भंग, पुन्हा असे मसुदे होते, की ज्यांच्यामुळं राकेशजींच्या लेखन प्रक्रियेवरही प्रकाश पडत होता. ओमजी, कमलेश्वर आणि मी तासन्‌तास बसून कथा निवडायचो. मग पत्रांचा ढिगारा निवडला. जर अश्कजी पर्सेंटेजच्या बाबतीत अडून बसले नसते, तर राकेशजी आणि अश्कजींच्या पत्राची एक दीर्घ साखळी केव्हाच प्रकाशित झाली असती. त्यातही ओमजी मला त्यातून जास्तीतजास्त अर्थलाभ व्हावा म्हणून झटत राहिले. आज ते नाहीत, पण त्यांची एक-एक गोष्ट माझ्या कणाकणात भरून राहिली आहे. भाभीजींचे फोन आजही येतात आणि मला त्यांच्या कुटुंबाबाबत सर्व माहिती मिळते आणि मीसुद्धा माझ्या कुटुंबाबद्दल सांगते. आजच्या जमान्यात त्या जुन्या नात्यांना कसंबसंच निभावणं चालू आहे. ऐकायला बरं वाटतं, पण कधीकधी ऐकणं हेही फार विषण्ण करतं.

अशातच एक दिवस मी जेव्हा ओमजींची हालहवाल विचारायला गेले तेव्हा कळलं, की त्यांचं आजारपण ऐकून बबू-पॉल भेटायला आले होते. त्याबरोबरच बबूनं त्यांच्याकडं तक्रारही केली, की मी तिच्याकडं वेळोवेळी काही ना काही मागत असते. मी हे ऐकून थक्क झाले, कारण आत्ताआत्ताच त्यांचं लग्न झालं होतं आणि मी स्वत:च्या समस्यांनी ग्रस्त असताना तिच्याकडं काय आणि कधी मागायला गेले असेन? म्हणजे मागण्या न मागण्याच्या प्रसंगानं मला फारसं दुखावलं नाही, पण त्यामुळं मला माझी बहीण मात्र परकी झाली! खरं तर, मागणं हे नाराजीचं कारण होऊ शकत नाही, कारण हक्कानं मागण्यांमुळं प्रेम वाढतं, पण हा तोडगा बहुतेक अशासाठी असावा, की मला तिच्या घरी जायला लागू नये आणि कदाचित, मला घरी येऊ न देण्याचा तिचा दृढनिश्चयही असावा.

संकल्प केले जातात आणि मोडलेही जातात, पण मनाचा कल काय आहे, ही विचार करण्यासारखी गोष्ट आहे. तुमच्या सहवासानं भंगलेल्या हृदयाचा अनियमित रक्तदाब ठीक कसा होणार? म्हणूनच जेव्हा मला कळलं, की पॉलला 'रिमोटाइज्ड' आहे, तेव्हा दृढनिश्चय केलेला असूनही मी मुलांना घेऊन एक-दोन वेळा त्यांच्या घरी 'नारायणा'ला गेले होते. बरं नसतानाही तो प्रेसला गेलेला

असायचा आणि त्याची भेट व्हायचीच नाही, ही गोष्ट वेगळीच. इच्छा असूनही मी पॉल आणि राकेश कुटुंबाचा स्नेह किंवा मैत्री वाढवू शकले नाही. याचं कारण हेच, की प्रत्येकाच्या जीवन जगण्याच्या काही अटी असतात आणि कोणतंही नातं एकतर्फी जिवंत राहू शकत नाही.

पॉलला 'रिमोटाईड्स' (संधिवाताचा एक असाध्य प्रकार) झाला आहे, हे ऐकून दुःख खूपच तीव्र झालं. हा आजार जरी त्यांच्या घराण्यात आनुवंशिक असला, तरी त्याच्या दोन्ही भावांनी त्या आजारावर मात केली आणि आजही ते जिवंत आहेत. फक्त पॉलचा निष्काळजीपणा किंवा बेपर्वाई आणि कामाच्या अतिरिक्त ताणामुळं पॉलवर आजारानं मात केली. काही असो, मम्मी पॉलच्या तब्येतीसाठी शुभचिंतन म्हणून रोज पाठ करायला जाते, हे ऐकून फार बरं वाटलं.

याआधी जेव्हा त्यांच्या मुलीचा–सोनलचा जन्म झाला, तेव्हा पहाडगंजमध्ये त्यांचं पहिल्यांदा 'जीवन नर्सिंग होम' आणि मग घरी जाऊन अभिनंदन करून आले होते. पॉलशी भेट होऊ शकत नव्हती, एवढंच नाहीतर त्याच्याशी भरभरून बोलूसुद्धा शकले नाही. जुना काळही आता निघून चालला होता, याचं दुःखही अमर्याद होतं. पुन्हा वाईट अशासाठी वाटायचं, की आम्ही कधी राकेशजींच्या आठवणीही काढू शकलो नाही. आणखी कितीतरी, बरंच काही होऊ शकलं असतं, पण त्याला सवडच नव्हती.

पॉल आणि बबूच्या जीवनापासून लांब राहण्यानं मला काही कुठली पदवी मिळाली असं नाही, त्यापासून काही मिळालं तर नाहीच, उलट बघताबघता पॉल कायमचा निघून गेला; नाहीतर लंडनला ऑपरेशन करून घेऊन परतल्यानंतर, जेव्हा त्याला 'प्रेस एन्क्लेव्ह' मध्ये भेटायला गेले होते, तेव्हा खूप प्रसन्न आणि निरोगी वाटत होता, पण अचानक त्याच्या बहिणीच्या यजमानांच्या मृत्यूनं त्याच्यावरही प्रहार केला.

पॉल गेल्यानंतर कितीतरी लोकांची आठवण आली. मी गच्चीवर जाऊन आकाशातील ताऱ्यांमध्ये त्यांची ओळख पटवायचा प्रयत्न केला. दादी-माँ, अम्मा, राकेशजी, चमन, ओमजी, डॉ.मदान, भाई (राज बेदी), भाभी, डॅडी आणि आता पॉल. वाटलं, चंद्र तर राकेशजी आहेत आणि त्यांना शोधताशोधता सगळे तारे होऊन तिथं पोहचले आहेत.

मग आठवलं, की राकेशजी म्हणायचे पतिपत्नींना एकमेकांची खरी गरज म्हातारपणात असते. त्यांचे डोळे खूप अधू होते. मला म्हणायचे, की मी जेव्हा आंधळा होईन, तेव्हा तुला डिक्टेट करीन. माझी लाठी, माझा आधार तू होशील... कितीकिती शपथा घ्यायला लावायचे, पण मी त्यांना काय फसवणार? आज मी जी झिजतझिजत जगते आहे– झिजतच कशी मरेन, कोण जाणे.

पॉलच्या जाण्याआधी १९८५ मध्ये डॅडी निवर्तले. मम्मीला खूप जोराचा दमा झाला होता. डॅडी मम्मीला घरून इस्पितळात आणि इस्पितळातून घरी नेत आणि आणत. आम्हाला फोन आला, की आम्ही बहिणी इस्पितळात पोहचत असू आणि बाकी सर्व सांभाळत असू. कधी इमर्जन्सीत तर कधी वॉर्डमध्ये नाहीतर, मग औषधांच्या लांबचलांब रांगेत. तेव्हाच कळलं, की डॅडींच्या पाठीच्या कण्यानं आता 'राम' म्हटला आहे आणि आता ते व्यवस्थित उभंही राहू शकत नाहीत. हळूहळू बिछान्यावर पडणं, ही गोष्टही अवघड झाली.

पॉलनं त्यांना 'एम्स'मध्ये दाखल केलं, पण अवस्था दिवसेंदिवस बिघडतच गेली आणि मग एके दिवशी 'एम्स' मध्ये गेले तर तिथं गोंधळच-गोंधळ उडाला होता. वर डॅडींनी प्राण सोडला होता आणि खाली इंदिरा गांधींचं शव पंचनाम्यासाठी आणलं होतं. असं वाटलं, की मी आपले दोन्ही हात एकदमच गमावले आहेत. त्यामुळं मी अगदी स्तब्धच झाले!

माझ्यासाठी इंदिराजी किंवा तेजी बच्चन या दोघींचं फक्त 'अस्तित्व' ही फार महत्त्वाचं होतं. मला आठवलं, की मी नेहमी बच्चनजींकडं गुलमोहर पार्कमध्ये जायची. थोडा वेळ बसून परतायची. तेजीजी तक्रार करायच्या, की मी काही बोलत का नाही? पण बच्चनजी म्हणायचे, की "ती कितीतरी सांगून जाते, तुलाच ऐकू येत नाही." किती ही आपुलकी!

डॅडी-आपल्या कुटुंबातली सगळ्यांत जास्त निरोगी, सरळ, सहज आणि सभ्य व्यक्ती होती. काही सांगितल्या, ऐकल्याशिवायच निरोप घेऊन गेले. मम्मीच्या नशिबात सगळ्यांचं मरण पाहायचं लिहिलेलं होतं. आपल्या दोन्ही जावयांना, नवऱ्याला निरोप देऊन मग ती स्वत: निघून गेली. चारही बाजूला शांतताच - काहीच उरलेलं नाही.

मला आठवतंय, की 'होली फॅमिली'त मी तासन्तास मम्मीजवळ बसून तिचं बोलणं ऐकायची, तिचे केस विंचरायची. मम्मीला बहुतेक कळलं होतं, की ती आता जाणार आहे. राकेशजींनी मला लिहिलेली पत्रं, तिनं आधीच परत दिली होती. मग मी खूप पूर्वी भरलेली काही कुशनकव्हर्स आणि चादरी, त्यासुद्धा तिनं मला देऊन टाकल्या. त्या इतके दिवस कशा टिकल्या, याचं मला आश्चर्य वाटायचं. मग तिनं त्या वेळी पहिल्यांदाच आणि शेवटचे मला कपडे घेऊन दिले. ते मी हॉस्पिटलमध्ये घालून गेले, की तिला खूप आनंद व्हायचा.

माझ्या पन्नासाव्या वाढदिवसाची पहिली आणि शेवटची पार्टी 'निरुला'त होती. हॉस्पिटलमध्ये मम्मी बेधडक बोलायची आणि मी ऐकायची. नंतर जीजी माणसं सोडून गेली, त्यांच्या आठवणी काढूनकाढून आम्ही दोघी जेवढं रडता येईल तेवढं रडलो. त्या वेळी बबू हॉस्पिटलमध्ये सारखी येऊ शकायची नाही, कारण पॉल

गेल्यावर प्रेसचा भार तिच्यावरच पडला होता. आईच्या बिछान्याशेजारील खिडकीबाहेरच्या उंच झाडाशी आता माझं खूप दिवसांचं नातं जुळलं होतं. ते एक पेंटिंगच वाटायचं. मम्मीपासून अश्रू लपवून मी त्या झाडाला अश्रूंचा अभिषेक करायची, पण मम्मीचे अशक्त हात मला अचानक पकडून बळजबरीनं परत येण्यासाठी असहाय बनवायचे. त्या वेळी मी परमेश्वराकडं सहनशक्ती मागायची. मम्मी वेगात वाहून जाऊ पाहत होती; पूर्ण वेगानं-कोणत्याकोणत्या गोष्टींतून मोकळं होण्यासाठी, कोण जाणे! अशा वेगात वाहतावाहता एक दिवस पूर्ण वाहून गेली, पण मला बरं वाटलं, कारण मम्मी मुक्त झाली होती. मात्र दु:ख अशासाठी झालं, की जेव्हा मम्मी जवळ यायला लागली होती, तेव्हाच ती खूपच दूरदूर निघून गेली.

जेव्हा मम्मी एकटी पडली, तेव्हा तिनं आपल्या मुलाला आणि सुनेला आपल्याजवळ बोलावून घेतलं. तिची शेवटची इच्छा हीही भयंकर घातक चूकच ठरली. घरी तर मम्मी आयुष्यभर स्त्रियांच्या आर्थिक स्वातंत्र्याच्या गोष्टी करायची, पण दुसरीकडं पुत्र-प्रेम आणि पुरुषाला उत्तम आणि श्रेष्ठ दर्जा द्यायची. पुत्रप्रेमातून ती आयुष्यभरात कधीही बाहेर पडू शकली नाही. त्याचा परिणाम तिला वेळोवेळी भोगावा लागला; तरीही तिचं माझ्या भावाबद्दलचं प्रेम अगदी व्यवस्थितपणे चालू राहिलं. त्याचमुळं तिचा मुलगा कधी मोठा झालाच नाही. एक असा मुलगा, की ज्यानं माझ्या वडिलांच्या अंत्यसंस्काराच्या वेळी मुलाचं कर्तव्य न करण्याचा जो तमाशा केला, तो तर अगदी बघण्यासारखा होता... तरी मम्मी कायम अगतिक राहिली. फक्त इतकंच नाही, तर मुलगा इतका खोलात बुडत राहिला, की स्वत: मरण्याआधी मम्मीच्या प्रचंड कष्टाच्या कमाईचं घरही त्यानं विकून टाकलं. मम्मीला हे समजत नव्हतं, असं नाही; पण सगळं कळून-सवरून ती काहीही अमलात आणू शकली नाही, कारण फक्त एक आंतरिक अगतिकता,आणखी काही नाही.

अशाच प्रकारच्या अगतिकतेचे शिकार बासू भट्टाचार्यही होते. 'अमर' आणि 'मानसी' सारख्या पात्रांचे जन्मदाते. स्त्री आणि पुरुषामधलं नातं चांगलं समजू शकणारे -पण स्वत:च्या जीवनात मात्र फक्त एक गरगरीत-शून्यच ठरले. राकेशजींचा खूप प्रिय मित्र आणि सखा, पण जीवनातली असहायता अशी, की तिथंही एकाऐवजी दोन सिंहासनं झाली. बासूच्या जाण्याची बातमीही मुळीच सुखद नव्हती आणि ज्या रिंकीशी त्यानं घटस्फोट घेतला, तीच त्याच्या शेवटच्या वेळी हॉस्पिटलमध्ये धावाधाव करत होती. जीवन हे असंच असतं ना?

दुसऱ्या उन्हाळी सुटीत मी मुलांना घेऊन पुन्हा मुंबईला गेले. आठवणी ताज्या झाल्या आणि मी पुन्हा पिळवटून निघाले. मला समजायचं नाही, की आठवणी जास्त चांगल्या वाटतात, की पिळवटून निघणं जास्त त्रासदायक असतं? अगदी

आंबट- गोड गोळ्यांप्रमाणं! कधी आंबटढाण चव तर कधी गोड-मिट्ट! आणि कसंही असलं तरी त्यातून सुटका अशक्य!

इकडं ओमजींनी एक ज्यादा जबाबदारी माझ्यावर देऊन रवाना केलं होतं - जरी त्यांनी पूर्ण स्वातंत्र्य दिलं असलं, तरी कमलेश्वरांकडून - गरज पडली तर पिस्तुलाची नळी रोखून - 'पैरतले की जमीन' पूर्ण करवून घेऊनच परतायचं! इच्छा असूनही मी ओमजींना सांगू शकले नाही, की कमलेश्वर समोर असल्यावर जर बंदूक उलटी चालली तर... मग ओमजी मलाच खड्ड्यात ढकलणार! म्हणून त्यांच्यासमोर कोणत्याही सबबी न सांगता, त्यांना आश्वासन देऊन मी मुंबईला निघाले. ओमजींची समस्या अशी होती, की ते आताशा फक्त एका बाजूचा विचार करायचे आणि ते विसरून जायचे की, ज्या व्यक्तीकडून ते काम करून घेऊ पाहत होते, ती एकतर्फी तर दूरच, पण बहुतर्फी होती. त्या बहुढंगी व्यक्तिमत्त्वाला कामासाठी निव्वळ प्रवृत्त करायचं नव्हतं, तर ते काम पूर्ण करून घेण्यासाठी नियंत्रणात ठेवायचं होतं. त्यासाठी एक बंदूकच काय मशीनगनही वापरली असती तरी... कसंही का असेना, कमलेश्वरांना 'सारिका', 'स्क्रिप्ट्स', संवादांपासून थोडं दूर करून आपल्याकडं वळवण्यात मला खूपच वेळ लागला आणि मग अनेक बैठकांनंतर नाटक लिहून पूर्ण झालं. हे जरी झालं, तरी मी इथं स्पष्ट सांगू इच्छिते, की कुणाच्याही अपुऱ्या लेखनावर दुसऱ्याकडून काम म्हणजे लेखन करवून घ्यायचं, हा फक्त अत्याचार नव्हे, तर घोर अन्याय आहे. जो करतो त्याच्यावर आणि ज्याच्यासाठी केलं जातं, त्याच्यावरही. त्या वेळी या नाटकावरच राकेशजी काम करत होते, ही गोष्ट वेगळी. म्हणजेच फक्त सहानुभूती असलेले लोकच काहीही बघू किंवा विचार करू शकत नव्हते. हा फक्त प्रेमाचा नजराणा होता किंवा फक्त एक ऐतिहासिक घटना होती. आणखी काही नाही.

या कामाबरोबरच वेळेचा अगदी सदुपयोग करून घेऊन मी कमलेश्वरांकडून माझ्या कथासंग्रहासाठी प्रस्तावना लिहून घेतली. ती त्यांनी अगदी मनापासून लिहिली. माझे त्यांना धन्यवाद.

एका दृढनिश्चयानंच मी दिल्लीला परत जायचं ठरवलं, की माझ्या परतण्याबरोबरच कमलेश्वर त्यांच्या 'खोई हुई दिशा'त हरवतील आणि आता आमच्या इच्छेप्रमाणं त्यांना कोणीच परत बोलावणार नाही आणि जर कधी ते परतून आलेच, तर ते कोणीतरी दुसरीच व्यक्ती बनून परततील.

मध्ये ट्रेनिंगच्या काळातच 'बिर्ला कला मंदिरा' ने मला 'आधे अधूरे' च्या पारितोषिकासाठी निमंत्रण दिलं आणि मी मुलांसमवेत काही दिवस कलकत्त्याला गेले. 'बिर्ला कलामंदिर' ने कलकत्त्यात मला राहण्यासाठी आपल्या गेस्ट हाऊस मध्ये बोलावलं असलं, तरी मला श्याम आणि चेतनाकडं राहायला जास्त आवडलं.

मुलांनाही त्यांच्याकडं राहायला फक्त चांगलंच वाटलं नाही; तर अगदी वेगळं वाटलं, म्हणून फारच आवडलं. चेतनानं त्यांना खूप फिरवलं, खिलवलं आणि भरपूर खरेदी करून दिली. प्लॅनेटोरियम पाहून मुलं चकितच झाली. चेतनानं जेव्हा पूर्वाला घागरा आणि चोळी शिवून दिली, तेव्हा शैलीनंसुद्धा त्याचीच फर्माईश केली. नकोनको म्हटलं तरी तो ऐकेना. संपूर्ण कलकत्ताभर तो घागरा-चोळी आणि बांगड्या घालून फिरत होता. त्यानंतर त्याला मुंबईत आल्यावर अपघात झाला, तेव्हा डॉक्टरकडं नेलं. त्यावेळी त्याची घागरा-चोळी पाहून डॉक्टरांनी कागदावर मुलाच्याऐवजी मुलगी म्हणून लिहिलं, तेव्हा आम्ही पोट धरून हसलो. ते बघून शैली इतका जोरजोरात रडला, की बाप रे! त्याला शांत करायला किती कष्ट घ्यावे लागले! म्हणून त्या वेळी तरी घागरा-चोळी सुटली, पण दिल्लीला आल्यावर परत अगदी व्यवस्थितपणे....

कलकत्त्यात असताना जर कुठली चांगली गोष्ट घडली असेल, तर ती म्हणजे 'कलामंदिर' नुसत्या गर्दीशिवाय काही प्रिय मित्रांमुळंही भरून गेलं होतं. ज्यांच्यामध्ये सगळ्यांत वेगळे होते, ते पी.के म्हणजे किरण जैनचे पती आणि 'इंडिया कार्बन' चे जी.एम. ते राकेशजींचे फार जवळचे नसले, तरी त्यांच्या प्रिय मित्रांपैकी ते एक होते. ते व्यावसायिक दौऱ्यांसाठी नेहमी दिल्लीला यायचे. त्यांनी दिल्लीला आल्यावर माझ्या घरी यायचंही कबूल केलं.

कलकत्त्याला जाईपर्यंत माझे केस जवळजवळ पूर्ण पांढरे झाले होते. श्यामनं चेतनाला सांगून माझ्या केसांना रंग लावायला लावला. फक्त काही सामाजिक समस्यांमुळं श्याम, चेतना कलामंदिरात आले नाही, पण कलकत्त्याच्या उरलेल्या मित्रांशी पुन्हा एकदा नव्यानं सूत्रं जुळली. उदा. प्रतिभा अग्रवाल, पी.के. जैन, शम्भू मित्र, त्रिपति मित्र, सुरेखा शास्त्री वगैरे. सर्वांत कळस म्हणजे शम्भूदांकडून बक्षीस मिळाल्यावर स्वत:ला कृतार्थ वाटलं. कलामंदिरातील उसळत्या गर्दीच्या प्रेमाच्या वर्षावानं, मला थोडं स्वत:बाहेर आल्यासारखं वाटलं. या वातावरणात मुलं आणि मी एक नवीन उत्साह घेऊन राजधानीत परतलो.

मग एक दिवस मुलांबरोबर चित्रपट पाहायला जाताना आमची रिक्षा ज्या पेट्रोल पंपावर पेट्रोल घ्यायला थांबली, त्याच पेट्रोल पंपावर जतीन दास त्याच्या कारमध्ये दिसला. जेव्हा राकेशजी 'सारिका'त होते, तेव्हा त्यांनी जतीनला प्रमोट करण्यात काही कसूर केली नाही, कारण जतीनमध्ये प्रतिभा आहे, हे ते ओळखून होते. म्हणून मुंबई सोडून दिल्लीला येईपर्यंत जतीन नामवंत कलाकार झाला होता. त्यामुळं राकेशजींनी सहज म्हटल्यावर जतीननं आमच्या दिवाणखान्यात बसून एक मोठ्ठं पेंटिंग केलं आणि ते आम्हाला भेट म्हणून दिलं होतं. ते आमच्या दिवाणखान्याची शोभा वाढवत होतं.

योगायोगानं, त्या दिवशी जतीनला पाहून खूप आनंद झाला. अनेक मित्रांना माहीतच नव्हतं, मी कुठं आहे ते. म्हणून जतीनला मी 'साऊथ'ला शिफ्ट केलं आहे, हे ऐकून खूप बरं वाटलं, कारण तो निजामुद्दीनला राहत होता. आता त्यानं मला वरचेवर त्याच्या प्रदर्शनांना 'कुमार आर्ट गॅलरी'त बोलवायला सुरुवात केली.

मी एका लेखकाची पत्नी असल्यामुळं असेल, बहुतेक लोक मलाही बुद्धिजीवीच समजायचे. आता आठवलं, की 'आयफॅक्स' मध्ये नाटक पाहून आल्यावर आम्ही सवयीनं 'प्रेसक्लब' ला जायचो. तिथं राजेन्द्रनाथ, राजेन्द्र पॉल, रमेशचंद्र, पद्मा, प्राण तलवार, गुलाटी, टी.पी. जैन इत्यादी लोक ड्रिंक्स घेताघेता पाहिलेल्या नाटकावर खूप चर्चा करायचे. म्हणून एक दिवस कुठल्यातरी नाटकावर प्रचंड वाद विवाद चालला होता, पण मी आणि रमेश वेगळी चर्चा करत होतो. आता ही गोष्ट जाहीरच होती, की रमेश मित्रांच्या वेगवेगळ्या टीका ऐकून त्यांचं मिश्रण करून स्वत:ची एक वेगळी समीक्षा बनवून प्रसिद्ध करायचे. अचानक सगळे लोक गप्प बसले आणि आमच्या लक्षात आलं, की आम्ही दोघंच बोलत आहोत. तेवढ्यात राकेशजी म्हणाले, "यार ., रमेश, आज तू अनीताची समीक्षा छापू नकोस हं!" हे ऐकून जोराचा हशा पिकला. हा माझ्या बुद्धिजीवी असण्याचा पुरावा.

असाच एक गैरसमज जतीनचाही होता. मी जेव्हा त्याची पेंटिंग्ज बारकाईनं पाहायची, तेव्हा तो विचारायचा, 'कैसी लगी?' तेव्हा मी स्पष्टपणे जतीनला सांगायची, की मला पेंटिंग्ज समजत नाहीत, पण रंग आणि डिझाईन्स फारच सुंदर आहेत. जतीन विचारायचा, की मी फक्त पाहूनच प्रशंसा करते का? कारण समजल्याशिवाय कुठल्याही गोष्टीची प्रशंसा करता येत नाही.

मी विचारायची, "मग समजणं आवश्यक आहे का?" जतीन म्हणायचा, "नक्कीच." त्याच्या आवाजात एक प्रकारचा जोर असायचा; पण मी जतीनला कधीही समजावू शकले नाही, की माझ्यात लिहा-वाचायची किंवा कला समजण्याची मुळीच बुद्धी नाही. म्हणून तोसुद्धा फसून म्हणायचा, "विनयी असणं हीसुद्धा एक कला आहे आणि ती तुझ्यात आहे."

हा गैरसमज भगवत झा आझाद आणि रत्नाकर पांडे यांचाही होता. जेव्हाजेव्हा माझ्यासमोर ते आपल्या कविता वाचून दाखवायचे, तेव्हा मी घाबरून जाऊन आझाद साहेबांना म्हणायची, "ऐकायला तर खूप छान वाटतात, पण समजत नाहीत." तर ते रुंद तोंड उघडून हसून म्हणायचे, "तुझ्यापेक्षा जास्त श्रेष्ठ बुद्धिजीवी आणखीन कोण असणार?" मला समजायचं नाही, की नुसतं "जीवी" असणं पुरेसं का नसावं? आणि बुद्धी तर फार वरच्या पातळीची गोष्ट होती. म्हणून भगवतजींबरोबर मला कविता-रसिक आणि बुद्धिजीवी म्हणवून घेण्यापेक्षा त्यांच्या घरचं जेवण आणि त्यांची कुत्री जास्त श्रेष्ठ वाटायची. कॉन्फरन्समध्ये जायला मी

घाबरायची, तिथं बोलायचा प्रसंग आला तर? मी माझा बचाव कसा करू, हे मला समजायचं नाही पण, हे सांगणं फार कठीण! पण प्रत्येक वेळी एक भीती; एक संकट वाटायचं, की कधी ना कधी हे रहस्य उलगडेलच. यांच्यातच डॉ. इंद्रनाथ मदान होते, ज्यांच्याबद्दल मला आजही आदर वाटतो आणि तेव्हाही वाटायचा. त्यांनी मी लिहिलेल्या काही कथांची तोंडभरून स्तुती केली आणि दुसऱ्या काही बुद्धिजीवींबरोबर चंदीगढचं आमंत्रण दिलं. त्यात राकेशजी, डॉ.नामवरसिंह, राजेन्द्र, मन्नू भंडारी, कमलेश्वर, हिमांशू जोशी, रवीन्द्र कालिया, ममता अग्रवाल इत्यादी लोक सामील होते; पण जर डॉ. मदान मला म्हणाले असते, की मी स्टेजवर काही सांगावं, तर मला नाही म्हणता आलं नसतं. नशीब माझं, की प्रत्येक स्टेशनवर कालिया माझी खबर विचारायला यायचा आणि अचानक माझा आवाज बसला. मला वाटलं, कॉन्फरन्सच्या आधी माझा आवाज बसला हे फार बरं झालं आणि त्यामुळं डॉ.मदानांच्या आशेवर पाणी पडलं नाही. चंडीगढहून परतल्यावरच माझा आवाज परत आला, पण कुठल्याही कॉन्फरन्ससाठी मुळीच नाही.

जतीन आणि वर्षा आम्हा दोघांनाही खूप आवडायचे. मला आजही तो दिवस आठवतो. दोघांनी प्रेमविवाह केला होता आणि आम्हाला भेटण्यासाठी ते मुंबईच्या फ्लॅटमध्ये आले होते. त्या वेळी आम्ही मुंबईला आलो होतो. जतीननं वर्षासाठी स्वत:च्या हातांनी इंद्रधनुष्याच्या रंगांत साडी रंगवली होती. त्या साडीत सजलेली वर्षा लाजत, स्मितहास्य करत जतीनबरोबर भेटायला आली होती. भाभींनी खूप रुचकर जेवण केलं होतं आणि ती संध्याकाळ अगदी आनंदानं भरून गेली होती.

पण 'कुमार आर्ट गॅलरी'त जायला लागल्यावर पुष्कळ गोष्टी स्वच्छ दिसायला लागल्या. त्या दोघांमध्ये काहीतरी बिनसलं होतं. वर्षा मला कधीच आर्ट गॅलरीत दिसली नाही. मग एक दिवस जतीन आला. त्याच्या आदल्याच दिवशी तो माझ्याशी भांडला होता, की मी त्याचं पेंटिंग बेवारशाप्रमाणं घराच्या बाहेरच्या भिंतीवर कुजण्यासाठी का लावलं? आणि मला कलेची कदरच कशी नाही? जर पेंटिंग या घरासाठी मोठं होत होतं, तर ते परतसुद्धा करता आलं असतं; वगैरे वगैरे.

मी खूप दुखावली गेले. मी त्याआधी जतीनला एवढा संतापलेला कधीच बघितलं नव्हतं. माझ्याही मनात कुठंतरी काहीतरी तुटल्यासारखं झालं, की जतीननं घर जरी लहान असलं, तरी मला लहान आणि संकुचित का मानलं? सगळे निर्णय काय एका झटक्यात घ्यायला लागतात? मला वाटलं, की आता जतीन पुन्हा कधीच भेटायला येणार नाही, पण दुसऱ्याच दिवशी जतीन आला, तेव्हा मी अवाकच झाले आणि लगेचच आश्चर्यचकितसुद्धा, कारण आल्याबरोबर त्यानं माझ्या मांडीवर डोकं ठेवलं आणि तो "सॉरी, सॉरी" म्हणत राहिला आणि मी "इट्स ओके, इट्स ओके" करत राहिले; पण तेवढ्यात तो म्हणाला, "मला

सांभाळून घे. घर मोडलं ते मोडलं, पण मला मोडायचं नाहीये.'' आता मी परत अवाक झाले आणि त्याचे अश्रूही पुसत राहिले.

वर्षाच्या किंवा तिच्या मुलांच्या बाबतीत अथवा जतीन आणि माझ्या संबंधी विचारांनीही दु:ख अधिकच तीव्र झालं. वाटायचं, या जगात सगळे लोक आपापल्या परीनं किती एकटे आहेत! यात माझी निष्पाप आणि अजाण मुलंही आलीच. खरं आणि खोटं, न्याय आणि अन्याय यांत फरक करणं किती अवघड आहे आणि न परवडणारंही! जतीनचं येणं-जाणं जितकं आवडायचं, तितकं खटकायचंही. हा कसला गुंता होता? आता जतीन मला रोज संध्याकाळी लोधी गार्डनमध्ये 'आशियाना'त न्यायचा. आमच्यातील नि:शब्दताही सुखद होती. हळूहळू 'आशियाना' कमी आणि आम्ही वर आकाश आणि खाली गवत यांच्यामध्ये दबले जायचो. दोघंही एकाच नावेतले प्रवासी तरी रस्ता वेगवेगळा. त्यात बुडू शकत होतो, पण वर येणं....

मग एक दिवस 'आशियाना' तून परतताना गाडी चालवता-चालवता 'सगळं व्यर्थ आहे' या माझ्या म्हणण्याला जतीननं गप्प राहून दुजोरा दिला. दुसऱ्या दिवशी जतीनच्या येण्याच्या वेळी मी घरातून बाहेर पडले. नुकतीच कुठल्यातरी साहित्यिक मेळाव्यात मी भगवत झा आझादांना भेटले होते आणि त्यांनी पुन:पुन्हा आग्रह करूनही त्यांच्या घरी जाऊ शकले नव्हते. त्या संध्याकाळी जतीनला विसरायला, अशोक रोडला आझादांच्या घरी गेले. माझं नशीब की ते घरी नव्हते, कारण माझी मन:स्थिती कुणाशी बोलावं, अशी नव्हतीच. त्यांच्या 'मोती' नावाच्या नोकरानं बाहेर बगीच्यात खुर्ची ठेवली. मी संध्याकाळ मावळताना पाहत राहिले. सूर्य आपल्या पूर्ण सामर्थ्यानिशी बुडताना पाहून वाटलं - जणू सर्वस्वच लुटलं जातंय - बुडून जातंय आणि त्या निर्जन स्थानी, पक्ष्यांच्या घरी परतण्याच्या कोलाहलात आपल्या आणि आपल्या मुलांच्या एकटेपणाच्या आयुष्यासाठी मी ढसाढसा रडले. कालपर्यंत जतीन येत होता, सुन्न घरात आवाज उमटत होते, पण सगळंच एकदम कसं होऊ शकणार? काहीही स्वाभाविक नव्हतं, सगळं काही उधार आणलेलं - आणि जर कधी उधारी फेडायला लागली तर!

जतीन आणि बाशूमध्ये किती साम्य होतं? फक्त बंगाली असणंच नाहीतर संभाषण, एकसारखी आदब! त्याच्याकडं कोणतीही तरुणी आकर्षित होऊ शकली असती. सुंदर चेहरा, स्पष्ट विचार, यांबरोबर बोलण्यात तरबेज आणि स्फूर्तीनं भरलेलं आकर्षक शरीर! रिंकीसुद्धा बाशूमुळं प्रभावित झाली होती. तेव्हा तनुजा आणि शर्मिला टागोरही बाशूच्या संभाषण कलेमुळं आणि सफाईदार वागणुकीमुळं किती आकर्षित झाल्या होत्या! नुसतं पाहतच राहावं! आणि रिंकी? ती तरी कशी अपवाद असणार?

परंतु दुसरीकडं, त्या दोघांच्या बायकाही सुंदर, सहज आणि सरळ होत्या,

बहुधा त्या दोघांपेक्षा जास्त. मी त्यांच्या बायकांकडून काही जास्त माहिती मिळवली नाही, पण माझी खात्री आहे, की बहुतेक इतक्या धुरंधर पुरुषांना इतक्या साध्या बायका सहन होत नव्हत्या; कारण त्या आपल्या नवऱ्यांचा सगळा उद्धटपणा मोठ्या धैर्यानं स्वीकारत राहिल्या. कोणत्याही संवेदनशील व्यक्तीवर सर्वांत जास्त प्रहार दुसऱ्यांच्या थंडपणामुळं होतो किंवा समोरची व्यक्ती जास्त उदासीन राहिल्यामुळं ते दुखावले जातात आणि तोच दोन्ही पुरुषांचा ऱ्हास होता .

ते गाणं आहे ना - "ना ना करते प्यार तुम्हीसे कर बैठे". आज वर्तमानपत्रात जेव्हा मी जतीन, वर्षा आणि नंदिताचा फोटो पाहते, तेव्हा निघून गेलेल्या काळाचा विचार करताना वाटतं - किती काळ व्यर्थ, निरर्थक आणि निष्कारण वाया गेला? मागं राहिलं, हरवलं ते कसं सत्य, शिव आणि सुंदर होतं! कारण एकच - विधाता आपली चाकोरी सोडत नाही.

आता मधूनमधून भगवत झा आणि पी.कें.चं येणं-जाणं सुरू झालं. हे दोघं जेव्हाजेव्हा यायचे, तेव्हा मला आणि मुलांना हिंडवून आणायचे. वाटायचं, आता आमच्या जीवनाला ठिगळं लावणं सुरू झालंय. जे सामान्य जीवनात स्वाभाविक असतं, वाटतं, ते आमच्या जीवनात कृत्रिम आणि नकली, छद्मीसुद्धा वाटायचं. पी.के. मुलांकडं विशेष लक्ष पुरवायचे. एकटे बसले, की आपल्या गमावलेल्या मुलाची आठवण काढायचे. सांगायचे, की तेव्हा त्यांच्याकडे इतके पैसेच नव्हते, की ते आपल्या मुलावर योग्य तो उपचार करू शकतील. इथपर्यंत की जेव्हा त्यांना त्यांच्या मुलावर अंत्यसंस्कार करायचे होते, तेव्हा त्यादिवशी त्यांच्याबरोबर कोणी नव्हतं. ते एकटे पावसात रिक्षातून त्याला घेऊन गेले होते. ऐकून कितीदा श्वास थांबले, रोखले गेले! अशाच माझ्या काही दुसऱ्या गोष्टींबाबत पी.के. मला वास्तवाचं आणखी जवळून दर्शन घडवायचे. त्या दरम्यान त्यांनी मला आणि मुलांना सुट्टीत कलकत्त्याला येण्याचं आमंत्रण दिलं होतं. किरण भाभींनीही असाच निरोप दिला होता.

याआधी राकेशजींना जाऊन एक वर्ष व्हायला आलं होतं, तेव्हा रायपूरमध्ये एका तरुणानं - याचं नाव विसरले - बहुधा प्रकाश असावं - 'मोहन राकेश नाट्य समारोह' ची योजना केली. त्यात त्यानं इतर अतिथींबरोबर मलाही निमंत्रित केलं होतं. त्या छोट्याशा शहरात त्यानं आपल्या पूर्ण तनमनधनानं राकेशजींना अगदी कळसावर नेऊन बसवलं. राकेशजींचं नाटकं करायला नाटक कंपन्या लांबूनलांबून आल्या होत्या. त्यात 'बिर्ला कला मंदिर' ही होतं.

रायपूरचा विमानतळ कुठल्याही पंचतारांकित दिवाणखान्यापेक्षा कमी नव्हता, कारण विमानाच्या मार्गावर - माझ्या स्वागताकरता मणामणांनी फुलं आणि हार घेऊन गर्दीचगर्दी आली होती, पण माझ्यासाठी ती फक्त फुलं नव्हती, तर एक

पूर्ण जीवनदान होतं. तिथली आठवण आजही ताजी आहे. मी याआधीही म्हटलं आहे, की तुमच्या जीवनात लोकांचं जाणता-अजाणता योगदान मिळत असतं. त्याचप्रमाणं, रायपूरची आठवण माझ्यासाठी खूप मोठा आधार झाली होती. याच्यावरच मी 'शहीद' ही कथा लिहिली होती.

इथं नेमिजी, नंदन यांसारखे प्रसिद्ध लोक पाहुणे म्हणून आले होते. छोटं शहर असल्यामुळं तिथल्या प्रत्येक वर्तमानपत्रात माझ्या आगमनाची बातमी आणि फोटो झळकत होता. अनेक वर्षांनंतर जणू रायपूर जागं झालं होतं! वातावरण असं होतं की, तुम्हाला राजा-राणीपेक्षा काही कमी वाटू नये. अगदी असंच ग्वाल्हेरमध्ये झालं, कारण तिथल्या प्रत्येक स्नेह्याने मला 'चंद सतरें...'मुळे ओळखून माझ्यावर खाजगी हक्क मिळवला होता - म्हणून ग्वाल्हेरचं वातावरण काही निराळंच होतं. कसंही करून दुसऱ्या दिवशी 'बिर्ला कला मंदिराची' कंपनी येऊन पोहचली होती. मी पहिल्यांदा उषा गांगुलीला भेटले होते. ती तिच्या तान्ह्या मुलाला घेऊन आपल्या आयाबरोबर आली होती. म्हणूनच मला ती खूप विक्षिप्त वाटली.

तिच्या येण्याआधी मी त्याच सकाळी घरातून बाहेर फिरायला गेले होते. एक छोटं शहर आपल्या खूप साऱ्या पक्ष्यांसह, हिरवळी आणि खुल्या आकाशासह माझं स्वागत करतंय, असं वाटलं त्यामुळं मन आणि शरीर अगदी पुलकित झालं; वेगळीच टवटवी मनावर चढली आणि या ताजेपणात आणि शांततेत आज रंगकर्मींची गर्दी विघ्न आणणार, या विचारानं मन खट्टू झालं; पण याउलट उषाचं येणं जणू 'उषे'चं आगमन होतं.

तिच्याबरोबर काढलेल्या त्या खोलीतली ती पहिली रात्र, मला आजही आठवते आहे. डासांमुळं मच्छरदाणी लावलेली होती; तरीदेखील डासांनी स्वागत करणं सोडलं नव्हतं, पण मी आणि उषा आपापल्या वाट्याच्या डासांना घेऊन एकमेकींना आमने-सामने भेटल्याशिवाय राहिलो नाही. ती एक अविस्मरणीय रात्र ठरली होती.

उषाचा प्रश्न होता, की मी एकटी राहू शकेन का? त्या वेळी तरी मी त्या प्रश्नाला शारीरिक आवश्यकतेवर केंद्रित समजत होते, पण नंतर या प्रश्नाचा व्यापक कॅनव्हास मानसिक अर्थात सामाजिक यातनांशी खूपच जुळलेला आहे, हे लक्षात यायला लागलं.

काही का असेना, नाट्यसमारोह खूपच यशस्वी झाला. छोटं शहर म्हणून तिथं गर्दी होणं स्वाभाविक होतं. छोटंसं नाट्यगृह, तिथं बहुधा रामलीला होत असणार. बाहेर पॉपकॉर्न, कॅम्पा किंवा बर्गरऐवजी गंडेरी, शेंगदाणे आणि चहा मिळत होता. विशेष पाहुण्यांसाठी मिठाई आणि खाऱ्या पदार्थांचा मेनू होता. असं वाटत होतं, की पडदा उघडल्यावर राम, लक्ष्मण, सीता दिसणार; पण आश्चर्याची गोष्ट अशी, की तिथं आज 'आषाढ का एक दिन' अवतरणार होतं. उद्यासुद्धा रामलीलेऐवजी

किंवा तमाशाऐवजी 'लहरों के राजहंस' आणि 'आधे -अधूरे' ही नाटकं होणार होती. खरोखर, जागा अगदी मायावी किंवा इंद्रजालानं भारलेली वाटत होती. हवेत उडणाऱ्या प्रत्येक कागदावर नाटकांची नावं किंवा मग माझा आणि राकेशजींचा फोटो दिसत होता. ज्या हलवायाच्या दुकानात आम्ही जेवण घेतलं, तिथला मालक पेपरात फोटो बघून प्रत्येक गोष्टीत जातीनं लक्ष घालत होता. वाटत होतं, की मी बसल्याबसल्या जादूनं गायबही होऊ शकेन.

त्या युवकानं एकट्याच्या जीवावर त्या छोट्याशा प्रदेशात खरोखरच जादू करून दाखविली. इथं आल्यावर जेवढा आदरसत्कार झाला, त्यापेक्षा खूपच जास्त आदरसत्कार विमानतळावरच्या निरोपाच्या वेळी झाला. मी इतकी सद्‍गदित झाले, की विमानात चढायला मला आधाराची गरज भासली. लांबलांबून आलेले कलाकार मला देवदूतापेक्षा मुळीच कमी वाटले नाहीत. इतका मान-सन्मान आणि इतका ध्यास - त्यांच्या उत्साहाला प्रोत्साहन देण्यासाठी मी नतमस्तक झाले.

राजधानीला पोहोचल्याबरोबर रायपूरचा जो निरोप मी मनात सांभाळून ठेवला होता, तो मुलांना भेटल्याबरोबर पूर्ण वेगानं उफाळून वर आला. मुलांना मिठी मारून ठरवलं, की आता मुलांना सोडून कधी, कुठं एकटी जाणार नाही. ग्वाल्हेरहून निमंत्रण आल्यावर मी विशेष आग्रहानं मुलांना बरोबर घेऊन येण्याची परवानगी मागितली आणि ती विनंती उदारपणे स्वीकारलीही गेली.

एका कूपेत आम्ही तिघं आणि मुलं सातव्या स्वर्गात! एका आईला तिच्या मुलांच्या चेहऱ्यावर फुललेलं हास्य म्हणजे जणू ताजे फुललेले गुलाबच! नशिबाकडून सतावल्या गेलेल्या लोकांच्या स्वभावाबद्दल काय सांगावं? खूश व्हायला एक क्षणही युग बनू शकतो किंवा एक पूर्ण युगही एका क्षणात फुंकरीबरोबर उडून जाऊ शकतं.

इकडं ट्रेनिंग संपत आलं, तेव्हा डॅडी जणू पूर्ण शिक्षा भोगून तुरुंगातून सुटून मम्मीकडं परत गेले. शैलीला पहिल्यांदा 'टागोर इंटरनॅशनल' मध्ये घातलं. तो अजून तीन वर्षांचाच होता. पूर्वा आणि माझ्याबरोबर तो पुढच्या वर्षी मॉडर्न स्कूलमध्ये येऊ शकणार होता. त्यावर्षी मग मी आणि पूर्वा शाळेत जायचो आणि परतताना शैलीला घेऊन ढीगभर मसाला केळी खातखात घरी परत यायचो. घर उघडल्यावर फक्त घड्याळ्याच्या 'टिक-टिक' शी संबंध यायचा. आतापर्यंत घड्याळ आणि कॅलेंडर माझे जीवनसाथी बनले होते.

या दरम्यान नेहमीप्रमाणं परत भाऊ बाहेरच्या आणि घरच्या कर्जाच्या ओझ्यानं वाकला होता. मम्मीनं त्या दिवशी घरी बसून परत एकदा निर्णय घेतला, की ती आता शेवटचं म्हणून त्याचं कर्ज फेडेल, पण त्यानंतर मात्र त्याचं कर्ज फेडणं तिला जमणार नाही. असं ती नेहमीच म्हणत आली होती आणि भाऊ आणि आम्ही

ऐकत आलो होतो; पण का कोण जाणे, मम्मीनं माझ्या कर्जाबद्दल मात्र कधीही विचारलं नव्हतं, ही एक आश्चर्याची गोष्ट होती. मी कधीही त्याची चर्चा केली नाही म्हणून की काय, कोण जाणे! चर्चा केली नाही, कारण त्यामुळं काहीच फरक पडला नसता. कारण मम्मीच्या मते - मुलगा असणंच उत्तम आणि श्रेयस्कर आहे आणि मी त्या कसोटीला कधीच उतरू शकले नाही. काही का असेना, या वेळच्या मम्मीच्या निर्णयात फरक एवढाच होता, की आता भाऊ-भावजय माझ्याजवळ राहतील. मम्मीनं मला असं समजावलं, की मुलाला आधार द्यायला पाहिजेच; पण त्याहीपेक्षा मोठं कारण म्हणजे भावजय गरोदर आहे. कारण जे खरे असूनही तितकेच खोटे असतात, तेच सगळ्यांचे 'खास आपले' असतात. शेवटी मीही भावजयीच्या गरोदरपणाच्या कारणाला महत्त्व देऊन मान हलवली, होकार दिला; पण माझ्यासाठी सर्वांत महत्त्वाचं कारण माझ्या मुलांचा 'एकटेपणा'. आपण सगळे जण कुठंतरी किती स्वार्थी असतो! आपण अशा प्रत्येक मार्गाच्या शोधात असतो, ज्यामुळं आपली समस्या सुटू शकेल, असं आपल्याला वाटतं; पण असे सौदे नेहमी महागात पडतात हे आपण सोयीस्करपणे विसरून जातो.

या दिवसांत पी.कें.चं येणंजाणं चालूच होतं. त्यांचं गेस्ट हाऊस माझ्या घराच्या जवळ म्हणजे महात्मा गांधी रोडवरच्या लाजपतनगरमध्येच होतं. आम्ही जेव्हा बोलत असायचो, तेव्हा वहिनी मुलांना पी.कें. च्या गाडीतून फिरवून आणायची. पी.कें.शी बोलल्यावर मन हलकं व्हायचं. ते कौटुंबिक विषयांवर गप्पा मारायचे, त्या गप्पा मला आवडायच्या. जेव्हा भावाला मुलगा झाला, तेव्हा मम्मीच्या आग्रहावरून मी पी.कें. जवळ भावाच्या नोकरीचा विषय काढला आणि त्यांनी माझं कामही केलं. तेव्हाच मी सावधगिरीची सूचना दिली होती, की नोकरीशी 'माझा भाऊ' असण्याचा काही संबंध असणार नाही. म्हणून नोकरी ही नोकरीप्रमाणंच करावी लागेल. असं वाटायला लागलं, की जीवन लगेच नसलं तरी हळूहळू रुळावर येतंय.

मध्येच आठवलं, की एकदा पी.कें.नी राकेशजींना आणि मला ओबेरॉयमध्ये डिनरला आमंत्रित केलं होतं. तिथं जेवता-जेवता मी काय बोलले मला आठवत नाही, पण पी.कें.चा चेहरा उतरला. आता काय? राकेशजी जेवण मध्येच सोडून आक्रोश करत घरी परत आले. घरात जी ताणाताणी झाली ती वेगळीच, पण मला तेव्हाही समजलं नव्हतं, की मी असं काय बोलले? आता जेव्हा पी.कें. शी भेटी सुरू झाल्या, तेव्हा मी संधी साधून एक दिवस त्यांना विचारलं, की ''त्या दिवशी मी तुम्हाला असं काय बोलले, की तुम्ही आमची रात्र बिघडवली?'' तेव्हा पी.के. हसून म्हणाले, ''फक्त गंमत करायची म्हणून, कारण माझी इच्छा होती की माझ्यावरून तुम्ही दोघांनी रात्रभर भांडावं!'' मी लगेच उठून त्यांच्या पाठीवर गुद्दे घातले आणि म्हटलं, ''आता चाखा त्याची मजा!'' पण पी.के. हसतच राहिले

आणि म्हणाले, "आता काही उपयोग नाही, कारण जे होणार होतं, ते होऊन गेलं." आणि अशा तऱ्हेनं मी पी.कें.च्याबरोबर बसून कितीतरी गोष्टी आठवून कधी हसायचे, कधी रडायचे, कधी हसत सुटायचे, तर कधी....

अशातच एक दिवस त्याच पेट्रोल पंपावर मी जतीनला परत पाहिलं. आता मला पी.के. आणि मुलांबरोबर - एका परक्याबरोबर गाडीत बसलेलं पाहून त्यानं कायकाय अंदाज बांधले असतील, ते सांगणं अवघड आहे. आम्ही एरवी कधीतरी भेटण्याची शक्यता तरी होती, पण त्या दिवसानंतर सगळ्या शक्यता संपल्या; कारण जतीन आल्या पावली परत फिरला होता. मी इथं हे नाकारत नाही, की जतीन बरोबरची संध्याकाळ आणि पी.कें. बरोबरची संध्याकाळ या दोन्हींत खूप फरक होता. जतीन बरोबर असला, की मी सगळं विसरायची. आणि पी.कें. बरोबर सगळं आठवून रडायचे. तशी स्थिती कोणत्याही परिस्थितीत चांगली नसायचीच; कारण घराकडं परतणं तितकंच पोकळ, पण वास्तव असायचं.

पण जतीनपासून तुटण्याचं दुःख अशासाठी झालं, की अजून खूप काही सांगता-ऐकता आलं असतं आणि ते इतकं वाईट, कुरूप तरी झालं नसतं. आजच्या जतीनविषयी काही माहीत नाही. बहुधा नुकतंच भेटल्यावर त्यालाही असंच वाटलं असणार. अलीकडं काही वर्षं तो आपल्या प्रदर्शनांची आणि कॉकटेल्सची नव्यानं निमंत्रणं पाठवायला लागला आहे. मागच्या वीस वर्षांत का नाही पाठवली? कदाचित, त्याला हे बघायचं असेल की मी कशी दिसते? किती म्हातारी झाले? किंवा मग कुठल्या म्हाताऱ्या खोडाबरोबर येते इ.इ. तरीसुद्धा आपापसांत गप्पा झाल्या नसत्या. तो दूर आपल्या मित्रा-चाहत्यांच्या गराड्यात राहिला असता आणि मी आपल्या हजेरीचा ठसा उमटवून आले असते.

अलीकडं वर्तमानपत्रांत आणि मासिकांत त्याच्याविषयी खूप काही वाचलं, ऐकलं; पण माझ्यावर त्याचा काही परिणाम झाला नाही, कारण जो माणूस बुड्याच मारणारा असतो, त्याला या सगळ्या अफवा चिकटलेल्या असतात, मग वर्तमानपत्रं किंवा त्यातल्या हेडलाईन्सनी काय फरक पडतो? अशातच एक नाव कमलेश्वरांचंदेखील यायचं.

जतीनप्रमाणंच लांब राहून मी त्यांच्याही बाबतीत बरंच काही वाचलं, ऐकलं, पण दुसऱ्या लोकांप्रमाणं मला काही आश्चर्य वाटलं नाही. खरं असो की खोटं, पाणबुड्यांना या सगळ्यांपासून वेगळं काढता येत नाही. दुःख अशासाठी होतं, की पाणबुड्या सिंहाचा छावा असतो आणि प्रत्येक मेंढीच्या कोकराला म्हणजेच छोट्या मेंढीला सिंहाच्या छाव्याला भेटण्याचा मोह होतो आणि मग बुडी मारतामारता छोटी मेंढी बुडाली तर नाव मात्र 'सिंहाच्या छाव्या'चंच होतं. असे सामाजिक ठेकेदारांचेच नियम असतात ना?

इकडं उन्हाळ्याच्या सुट्टीत मी आणि मुलं किरण वहिनींच्या निमंत्रणावरून पुन्हा एकदा कलकत्त्याला गेलो. निमंत्रणं आवडायची, पण दान म्हणून दिल्यासारखी वाटायची. म्हणतात ना, 'सगळा मनाचा खेळ!' नाहीतर राकेशजींच्याबरोबर मी कितीतरी निमंत्रणांचा आनंद उपभोगला होता. यात सर्वांत सुखदायी होतं श्रीनगर मध्ये डॉ.करणसिंहाच्या सौजन्यानं मिळालेलं निमंत्रण. निमंत्रणाच्या आनंदाशिवाय इंदिराजींच्या आज्ञेने नं.१ सफदरजंग रोडवरचा - इमर्जन्सीच्या काळात मिळालेला आनंद. तिथं मी त्यांच्या हिरवळीवर बसून त्यांना दर तासानंतर चौकात भाषण देताना पाहायचे. उषा भगतच्या सौजन्याला तर अंतच नव्हता.

कलकत्ता मुलांना खूप आवडलं. पी.कें.च्या मोठ्या मुलीचं लग्न झालं होतं. किरण वहिनी वेळोवेळी त्याचं व्हीडिओ-रेकॉर्डिंग दाखवायच्या. त्यांच्या लेकीला जेव्हा नटवताना दाखवलं जायचं तेव्हा पी.के. म्हणायचे, "किती ओझं लादलं आहे माझ्या लेकीवर!"

ते कुटुंबात खूपच गुंतलेले होते. धाकटी मुलगी तर माझ्या मुलांबरोबर इतकी मिसळली होती, की मुलांना परत यावंसंच वाटत नव्हतं; पण मुंबईला जाणं तर अटळ होतं. किरणवहिनींनी मुलांना प्राणिसंग्रहालयात नेऊन आणलं. सॅटर्डे-क्लब तर मुलांना सर्वांत जास्त आवडला. तिथं पोहणं, स्केटिंग आणि सर्फिंग करणारी मुलं पाहायला त्यांना खूप आवडायचं.

आसपास एवढा आनंद साजरा होत असताना मन अचानक उदास व्हायचं. आपल्या मुलांच्या जीवनातल्या या पोकळीला पाहून वाटायचं, की मी ती कशी भरून काढणार आहे? नाहीतर मग उसन्या जीवनावरच जगायला लागणार, पण उसना भाव, उसनं जीवन याला काही जीवन म्हणता येत नाही. ते इतकं क्षुल्लक, त्रासदायक आणि एकटं करतं की बस! कधीकधी वाटायचं, की आता आणखी कुठं मुलांना घेऊन जायला नको. म्हणजे बाहेरच्या डोळे दिपवणाऱ्या प्रकाशानंतर आमचा अंधार आणखी मिट्ट व्हायला नको, पण हा काही अंधारातून बाहेर पडण्याचा मार्ग नव्हे. तर मग....

दिल्लीला परतलो तेव्हा घराचा नूर काही वेगळाच होता. वहिनीचे ओठ आणि डोळे सुजलेले दिसले. मग कळलं, की मी कलकत्त्याला गेल्यापासून आजपर्यंत भाऊ ऑफिसातच गेला नव्हता. मी जर पी.कें. बरोबर सुट्टीचा आनंद लुटू शकते, तर तो घरी राहून दारूच्या संगतीत सुट्टी का नाही साजरी करू शकत? हे ऐकून मी चाटच पडले.

पी.के. आणि त्यांची मैत्री, बिन्दू (भाऊ) आणि त्याची दारू आणि बायकोला मारहाण यांचा परिणाम घरावर झालेला दिसायला लागला. इकडं भावाच्या सासरकडचे लोक रोज घरी येत होते, ते वेगळंच. मग कळलं, की वहिनीची वहिनी जळून

वारली होती. तिनं आपल्या मृत्युपूर्व जबानीत ज्या नणंदेचं नाव घेतलं होतं, ती माझ्या वहिनीची मोठी बहीण होती, त्या वेळी ती तिहार जेलमध्ये होती. भाऊ हल्लीच खालच्या कुण्या एका डॉक्टरकडून केसच्या संदर्भासाठी 'बर्न्स' नावाचं एक पुस्तक घेऊन आला होता. एक दिवस एका अनोळखी माणसाला बेल वाजवताना पाहिलं, तेव्हा कळलं की तोच हा डॉक्टर! त्याच्याकडून भाऊ ते पुस्तक घेऊन आला होता.

या सगळ्या गोष्टींत भावाला इतका रस होता आणि नोकरी सुटल्याची जरासुद्धा काळजी नव्हती, म्हणून मी ओरडले, "तुझ्याकडं नोकरी नाही, याचं तुला काहीच वाटत नाही का?"

भावाचं तोंड किती फाटकं होतं, याचा अनुभव काही नवा नव्हता. "का? पी.कें.ना कंटाळलीस, म्हणून माझी नोकरी घालवलीस ना? आजकाल भगवत झा येतात ना? आणि एक डॉक्टर मुलगा... तो वेगळाच!" मी तर आता जमिनीत गाडल्यासारखीच झाले. मी ताबडतोब मम्मीला फोन केला, की भावानं माझं घर ताबडतोब सोडलं पाहिजे. एकतर काहीही बरळतो आणि वर दारू पिऊन, दरवाजा बंद करून वहिनीला बडवतो. मम्मी अगदी हताश झाली. करूनकरून ती तरी काय करणार?

त्या दिवशी पी.के. आम्हाला ओबेरॉयमध्ये सर्वांत वरच्या मजल्यावर घेऊन गेले होते. मुलं गच्चीवर खेळायला गेली, तेव्हा मी त्यांना भावाचं बोलणं सांगितलं. पी.के. कोणत्या मूडमध्ये होते, कोण जाणे! कारण हे ऐकल्यावर त्यांनी जळती सिगारेट आपल्या हातावर विझवली. मी इतकी घाबरले, की मुलांना गच्चीवर शोधायला लागले. शेवटी पी.के. आम्हाला घरी सोडून 'अलविदा' करून गेले. घरातील वाईट वातावरणामुळं मी भगवतजींना घरी यायला मनाई केली. त्यांना काय वाटलं कोण जाणे, पण त्यानंतर ते कधीही आले नाहीत.

मुलं इतकी प्रामाणिक होती की लाज वाटावी. शाळेत जायचं आणि यायचं, जेवण करून सरळ गृहपाठ करायचा. त्यांच्या शाळेतून त्यांच्याबद्दल कधी तक्रार आली नाही.

शाळेच्या बक्षीस समारंभाला मी जायची आणि त्यांची नावं ऐकूनऐकून रडायची. त्यांना एकच शौक होता - अमिताभ बच्चनचे सिनेमे पाहायचा. मीही त्यांना नियमानं सिनेमाला घेऊन जायची. नेहमी ॲडव्हान्स तिकिटं आणायची, शाळेतून आल्यावर लवकर-लवकर जेवायला घालायची, कपडे चढवायचे आणि सरळ अमिताभ बच्चनकडं....

आता शंभर टक्के 'बर्न्स' समजण्याशिवाय भावाकडं फक्त दारू आणि मारहाण शिल्लक राहिली होती. मम्मीला त्याचं सुनावून झालं होतं, की कोणी

माईचा लाल त्याला घरातून बाहेर काढू शकत नाही. तो डॉक्टर असलेला तरुण आता दररोज यायला लागला. वहिनी चहा टाकायची आणि मी आपल्या खोलीत बसून माझ्या अकलेला दाद द्यायची. वाटायचं; की ते माझ्या घरात नाही, मीच त्यांच्या घरात राहतेय.

मग एक दिवस भाऊ केसच्या संदर्भात वहिनीबरोबर तिच्या घरी गेला असताना डॉक्टर मुलगा आला. मुलं कॅरम खेळत होती तिथंच तोही खेळायला बसला, मग त्यानं इतकं सुंदर शॉट्स मारले की मुलं चकितच झाली.

याचमुळं पत्ता लागला, की त्याचे आई-वडील झांबियात शिक्षक आहेत आणि हा इथं एका नोकराबरोबर एकटाच राहतो. सध्या एम.बी.बी.एस.च्या फायनलची तयारी करतो आहे. बोलताबोलता मी भावाच्या एकूण रोखाबद्दल सांगितल्यावर त्याला आश्चर्य वाटलं, की मी माझ्या भावाची बळजबरी का सहन करते आहे ? मग भावाला घरातून बाहेर काढायचा असा उपाय ठरला, की डॉक्टर तरुण रोज भावाच्या खोलीत न जाता मुलांबरोबर कॅरम खेळेल.

भावाला हे कसं पसंत पडणार? कारण आता वहिनीऐवजी मी डॉक्टरच्या खाण्यापिण्याकडं लक्ष द्यायचे आणि कॅरमचे शॉटवर शॉट चालायचे. आता कळलं, की डॉक्टर मुलाचं नाव रमणिक ऊर्फ रम्मी आहे. आता योजना अशी होती, की मी, भाऊ आणि वहिनीकडं लक्षच द्यायचं नाही म्हणजे माझ्याऐवजी ते उपरे ठरतील. याचा परिणाम असा झाला, की रात्री वहिनीचा मार आणि भावाची दारू दुप्पट होत गेली. आम्ही इतकं घाबरून जायचो, की मी खोलीतली मारहाण आणि आरडाओरड थांबेपर्यंत रम्मीला थांबवून घ्यायचे. मम्मीला बोलावून घेतलं, तर मी आणि रम्मी यांच्यावर चर्चा सुरू व्हायची आणि त्याच्याबरोबर भाऊ असंही म्हणायचा, की तो तुला नाही, माझ्या बायकोला भेटायला येतो. एकूणच स्थिती फारच वाईट आणि विचित्र झाली होती.

आता मम्मीची अडचण अशी होती, की भावानं घटस्फोट दिल्याशिवायच दुसरं लग्न केलं होतं आणि पहिल्या बायकोचे नातेवाईक मम्मीच्या शेजारी राहत असल्यामुळं कोणत्याही कायदेशीर कारवाईपासून वाचविण्यासाठी भावाला इथं राहाणंच भाग होतं. मम्मीला मुलाची असमर्थता अगदी व्यवस्थित समजत होती, पण माझीही काही असमर्थता असेल, हे तिच्या गावीही नव्हतं. ही आमच्यासाठी नवीन गोष्ट नव्हती.

त्यातच एक दिवस शीला संधूचा फोन आला, की तिच्याकडं पार्टी आहे अणि मी त्या पार्टीला आलंच पाहिजे. मी येऊ शकत नसल्याचं सांगितल्यावर भीष्म सहानींचा फोन आला. भीष्मजींच्याबद्दल माझ्या मनात एवढा आदर होता, की इच्छा असूनही मी त्यांना समजावू शकले नाही, की त्या वातावरणात मला परत जायचं नाहीये.

आता तीन पार्ट्या अशा असायच्या, की त्या प्रत्येकाला फार आवडायच्या, यात शंकाच नाही. त्यात सुरेश अवस्थी, ओमप्रकाशजी आणि शीला संधूच्या पार्ट्यांची चर्चा असायची. शीलाजींची पार्टी मोठ्या प्रमाणावर आणि अगदी सुरुचिसंपन्न असायची. त्यात खूप देणं-घेणं, उंची दारू आणि अत्यंत रुचकर जेवण समाविष्ट असायचं. कधीकधी सरदार जाफरी आणि त्यांची गीतं, तर कधी बन्नेभाई - त्याची उपस्थितीच पुरेशी असायची. शीलाजी ती संध्याकाळ मेणबत्त्यांच्या प्रकाशात साजरी करायच्या.

ओमजींची पार्टी मोठ्या प्रमाणावर नसायची, कारण त्यात फक्त मोजकेच लोक असायचे; त्यांच्यात प्रेमळ भांडणं चालायची; वादविवाद व्हायचे. उदा. ओमजी राजेन्द्रला विचारायचे, "यार, तू एवढा चांगला लेखक आहेस, मग परत प्रकाशक का झालास?" त्यावर राजेन्द्र थोडासा आश्चर्यचकित होऊन उत्तर द्यायचा, "ओमजी, राकेशची मैत्री टिकवून ठेवण्यासाठी प्रकाशक बनणंच आवश्यक होतं." मग त्यावर ठरलेलं मजेदार हास्य! ओमजींचा ग्रुप वेगळाच होता; पण त्यातलं वातावरण घरगुती असायचं, त्यात मधूनमधून हाक यायची, "अहो, पापड आणखी पाठवा ना!"

सुरेश आणि इंदुजाच्या पार्ट्यांचा रंगढंगच वेगळा असायचा. उदा. होळी, दसरा, दिवाळीच्या वातावरणासारखं वातावरण असायचं किंवा कुठल्यातरी पारितोषिक मिळालेल्या लोकांचा सत्कार असायचा. त्यात उमा शर्माचं नृत्य किंवा मग छत्तीसगढी लोकनृत्य समाविष्ट असायचं. हवेत अत्तरं, सुगंध, पानसुपारी आणि भांगही (विशेषत: होळीच्या वेळी) सामील असायची. त्याबरोबरच इंदुजाजींचं अप्रतिम रुचकर जेवण!

याशिवाय नेमिजी, भारतभूषणजींच्या पार्ट्या खूपच घरगुती, प्रेमळ आणि स्निग्ध असायच्या. जाताजाता राकेशजींच्या पार्टीकडं एक ओझरती नजर. त्या पार्टीत थिएटरशी संबंधित लोक असायचे. त्यात अगदी दंगामस्तीही चालायची. पार्टीत सुरेश, नेमी, राजेन्द्र पॉल, राजेन्द्रनाथ, सुधा चोपडा, ओमजी, रमेश - पद्मा इत्यादी असायचे.

मग शेवटी मी शीलाजींच्या पार्टीला गेलेच. वातावरण तेच, चेहरेही तेच. उदा. नामवर सिंह, निर्मला जैन, राजेन्द्र - मन्नू, भीष्म-शीलाजी, अजितकुमार, कैलाश बाजपेयी, कृष्णा सोबती, इत्यादी. आणखीही पुष्कळ.

भीष्म आणि शीलाजींजवळ बसले तर कित्येकांना वाटलं, की मी त्यांच्यावर नाराज आहे. मग भीष्मजी उठून कुणालातरी भेटायला गेले. तेव्हा निर्मलजवळ जाऊन बसले. हळूहळू 'चंद सतरें....' वर गप्पा सुरू झाल्या. त्यामुळं थोडीशी बेचैनी वाढली. मग ड्रिंक्सबरोबर दुसऱ्या विषयांवर चर्चा वाढत गेली आणि आम्ही

आसपासच्या वातावरणाला विसरून आपल्याच बोलण्यात गुंग झालो. या सगळ्यांत बहुधा कितीतरी लोकांनी माझ्याबद्दल वेगळेच तर्क केले असतील, कारण दुसऱ्या दिवसापासून फोनवर फोन यायला लागले, की मी आज संध्याकाळी काय करते आहे? सर्वांत कडी म्हणजे भीष्मजींनी फोन केला नव्हता की निर्मलने! आश्चर्य अशासाठी वाटतं, की हे सर्व माझे इतके जवळचे कधीपासून झाले? काही का असेना, त्या वेळी रम्मी तिथंच होता, म्हणून मी त्याला म्हटलं की आता जर कुठला फोन आला, तर सांग, मी घरात नाही, गळ्यात पडणारी लोढणीच ती, दुसरं काहीच नाही. हे तेच धोबी होते.

आता मी मुलांना घेऊन रोज रम्मीबरोबर सुंदर नगरमध्ये चाट आणि गोलगप्पे (पाणीपुरी) खायला जायची. परत येताना नेहमीप्रमाणं आईस्क्रीमचा पॅक घेऊन यायची. तो मुलांना खूप आवडायचा. त्याबरोबरच पलंगाखाली कोकोकोलाचे क्रेट आणि हापूस आंब्याच्या टोपल्या असायच्या. मुलं एवढ्यानंही खूप खूश व्हायची. रम्मीनं त्याच्या जीवनात इतकं सुखही कधीच पाहिलं नसावं. म्हणून मी जेव्हा त्याला खाताना बघायचे तेव्हा असं वाटायचं, की आजपर्यंत त्यानं कधी काही खाल्लंच नसावं. आश्चर्य वाटायचं, की याच जगात असेही आई-वडील असू शकतात.

याच काळात रम्मीची एल.एस.आर.मध्ये शिकणारी बहीण होस्टेलमधून भावाकडं राहायला आली. मला ती खूपच सरळ आणि साधी वाटली. आता माझ्या खोलीतला दंगा वाढत गेला, तसं भावाला नाइलाजानं मम्मीच्या घरी जायलाच लागलं.

आता मी भूतकाळातील जीवनाला रामराम ठोकला होता; पण रम्मी आणि त्याच्या बहिणीचं येणं अगदी व्यवस्थितपणे चालू राहिलं आणि कॅरमचे शॉटवर शॉटसुद्धा चालूच राहिले. रम्मीच्या बहिणीचं लाडकं नाव मुन्ना आणि कागदपत्रावरचं नाव नीरजा होतं. तिलाही इतकं मोकळं, स्वच्छंद वातावरण कधीच बघायला मिळालं नव्हतं. ती दोघं आपल्या आई-वडिलांपासून लांब, पण आपल्या आजोबांच्या धाकात राहायची. मुन्ना आपल्या मैत्रिणींनी आणि रम्मी आपल्या मित्रांनी घर अगदी खच्चून भरायला लागले. मुलांना आणि मला खूप आवडायचं हे सारं. आता रम्मी जास्त करून कॉलेजवर किंवा आमच्याकडं राहायचा. त्यामुळं त्याच्या नोकरानं आजोबांना काय सांगितलं, कोण जाणे. आजोबांनीही त्यावरून झांबियाला रम्मीच्या वडिलांना कोण जाणे, काय लिहिलं? त्याचा परिणाम असा झाला, की रम्मीला झांबियाहून दरमहा जे सहाशे रुपये यायचे ते बंद झाले. रम्मीनं जेव्हा ही अडचण मला सांगितली, तेव्हा मी त्याला सांगितलं की त्यानं आपल्या परीक्षेकडं लक्ष द्यावं, तोपर्यंत मी त्याला सहाशे रुपये देत जाईन; पण ही गोष्ट त्याहीपेक्षा जास्त पुढं गेली असावी, कारण त्याच्या वडिलांचं पत्र आलं, की आता ते त्याचं काही देणं-

घेणं लागत नाहीत. तसं पाहिलं तर वडिलांच्या अशा वागण्यामुळं रम्मीला काही आश्चर्य वाटलं नाही, की त्याच्या बहिणीलाही, कारण त्यांच्या वाट्याला कधी आई-वडिलांचं प्रेम आलंच नव्हतं.

रम्मीच्या वडिलांच्या पत्राचा मथितार्थ कळल्यावर मी चाटच पडले, कारण रम्मी आणि माझ्यामध्ये तसं काहीच नव्हतं; तसाही तो माझ्यापेक्षा चौदा वर्षांनी लहान होता आणि मी दोन मुलांची आई होते. मी आता अगदीच बुचकळ्यात पडले.

रम्मीचा नोकर निघून गेला होता आणि त्याला पैसे मिळत नव्हते म्हणून पहिल्यांदा रम्मीचं खाणं-पिणं आणि हळूहळू त्याचं राहणंही माझ्याकडं चालू झालं. स्वतःला अगदी एकटा मानून तो निराश व्हायला लागला आणि मी एका जंजाळातून मुश्किलीनं सुटले न सुटले तोपर्यंत दुसऱ्यात अडकायला लागले.

पूर्वी माझा भाऊ दरियागंजच्या युको बँकेत माझे चेक्स जमा करत होता आणि आता रम्मी, कारण बँक त्याच्या कॉलेजच्या जवळच होती. इथं राकेशजींनी खातं उघडलं होतं आणि अन्सारी रोड असल्यामुळं ते ओमजींनाही सोयीचं व्हायचं. बरं 'ईस्ट ऑफ कैलाश' मध्ये अजून कोणतीही बँक उघडलीच नव्हती.

मग हळूहळू दोघांच्या एकाकीपणातून घनिष्ठता वाढत गेली. तसंही रम्मी कुटुंबापासून तुटला याबाबत मी स्वतःला जबाबदार समजायची. हळूहळू शेजाऱ्यांना त्याचं माझ्याकडं राहणं, मुलांबरोबर येणं-जाणं खटकायला लागलं. खरं तर, मला या सगळ्याची पर्वा नव्हती, पण कदाचित कुटुंबापासून तुटल्यामुळं रम्मी आता इथं स्थैर्य शोधायला लागला होता म्हणून शेवटी आम्ही थकून-हरून १९७६ मध्ये विवाह करून टाकला. त्याच्या माता-पित्यांचा संशय आता विश्वासात बदलला होता, पण हा विवाह त्यानं आपल्या माता-पित्यांना धडा शिकवायला केला होता, हे मला मागनं कळलं.

वरच्या मजल्यावर राहणाऱ्या नाट्यसमीक्षक ओ.पी.कोहलींकडं सप्तपदी होणार होती आणि त्यानंतर माझ्या फ्लॅटमध्ये एक छोटीशी पार्टीही ठेवली होती. त्यासाठी मी रमेश-पद्मा, मदन-शक्ती आणि आणखी काही मित्रांना आमंत्रित केलं होतं.

पण अतिशय आश्चर्य म्हणजे अजून सप्तपदीचे फेरे पूर्णही झाले नव्हते, तेवढ्यात माझी दोन्ही मुलं जोरजोरात रडायला लागली. खरं तर, रम्मी त्यांना खूप आवडायचा. त्या वेळी त्यांचं रडणं मला खूप खटकलं. त्यांच्या वयाकडं बघता मी त्यांना हे समजावू शकले नव्हते, की आता आपल्याला स्थैर्याची खूप गरज होती. मी थकून-हरून किनाऱ्याचा आधार शोधत होते; पण मुलं मात्र बुडताहेत, असं मला वाटायला लागलं. का कोण जाणे, पण लग्नाच्या फेऱ्यांनंतर मुलांच्या रडण्यानं माझ्या मनातही शंका उत्पन्न झाली होती.

लग्नानंतर रम्मीची फायनलच्या परीक्षेत दांडी उडाली, तो ई.एन.टी. ला पास झाला नाही. त्याचं म्हणणं असं होतं, की त्याच्या बापानं त्याच्या प्रोफेसरांचे कान भरून त्याला 'फेल' करवलं होतं, कारण आत्तापर्यंत ई.एन.टी.मध्ये कोणी कधीही 'फेल' झालं नव्हतं.

हे प्रकाशकांना कळलं तेव्हा त्यांनी रॉयल्टी पाठवणं बंद केलं. त्यांनी याचं कारण असं सांगितलं, की राकेशजींची गोष्ट वेगळी होती. आता मृत्युपत्रावर प्रोबेट मिळाल्याशिवाय मला रॉयल्टी मिळू शकणार नाही. याच्यामागं ओमप्रकाशजींचा नक्कीच हात होता, हे एक उघड सत्य होतं, कारण त्यांना माझा पुनर्विवाह आवडला नव्हता आणि त्यांनी असा विचार करणं, हा त्यांचा हक्कच होता.

या घोषणेच्या आधी मी रम्मीला नेहरू प्लेसमध्ये एक छोटंसं दुकान खरेदी करून दिलं होतं. अशा आशेनं, की पास झाल्यावर तो तिथं प्रॅक्टिस करू शकेल; कारण त्या वेळी काँग्रेसनं निवासी इमारतीत व्यवसायाला बंदी घातली होती आणि व्यापारी जागांचे दर एकदम वाढले होते. माझं घर विकलं गेलं नाही हे नशीब, कारण दुकान खरेदी करताना घर विकायची बोलणी केली तेव्हा कळलं, की मला घराचे फारसे पैसे मिळण्याजोगे नव्हते. अशा परिस्थितीत माझ्यासाठी हे अजाणता मिळालेलं वरदानच होतं. म्हणून ते सोडून मी माझे दागिने विकले आणि बँकेतून बाकीचे पैसे काढून, एकूण दीडलाखात तो दुकानगाळा खरेदी केला, पण गाळा विकत घेतल्याबरोबर काँग्रेस हरली. परिणाम असा झाला, की व्यावसायिक दर एकदम कमी झाले. तिकडं प्रकाशकांनी पैसे देणं बंद केलं आणि इकडं आमच्या तिसऱ्या अपत्याचं आगमन झालं.

जीवनात काही पावलं चालल्यावर नेहमी पावलं थबकत राहिली. का कोण जाणे, मी स्वत: एका द्वंद्वात सापडत राहिले - एका पेचात अडकत राहिले. या द्वंद्वानं सावलीप्रमाणं माझा पाठलाग करायचं कधी सोडलं नाही. एका बाजूला वकिलाचे पैसे तर दुसऱ्या बाजूला घरातला खर्च आणि तिसऱ्या बाजूला तिसरं मूल... हे ईश्वरा!

प्रोबेटमध्ये दोन वर्षं निघून गेली - कशी याबद्दल काहीही सांगता येत नाही. नर्सिंग होममधून मुलाला कसं सोडवलं, याचंही काही उत्तर नाही. बस, एक स्वप्न होतं, की आता लगेचच रम्मी काहीतरी कमवायला लागेल. इंटर्नशिप आणि हाऊस जॉबचे जे चारशे रुपये रम्मीला मिळायचे ते स्कूटरच्या पेट्रोलपुरते असायचे, हे नशीब, पण आर्थिक संकट जसंच्या तसं कायम राहिलं. प्रोबेटनंतर जे पैसे हातात आले, ते मम्मीनं मागून घेतले, काही स्वत:ला मिळालेल्या डी.डी.ए. फ्लॅटसाठी आणि उरलेले सर्व कर्ज फेडण्यात संपून गेले. इकडं रम्मीनं हाऊस जॉबनंतर झांबियाला जायचं ठरवलं. म्हणून दुकानगाळा कवडीमोलानं विकावा लागला.

म्हणजे दीड लाखांऐवजी फक्त नव्वद हजार हाती आले. ते झांबियाला जायच्या तयारीत खर्च करून टाकले आणि तेव्हा कळलं, की रम्मीचे आई-वडील त्याला झांबियाला जायला आणि नोकरी लागेपर्यंत काहीही मदत करणार नाहीत. म्हणजे मी आत्ता मरते की थोड्या वेळानं, अशी स्थिती!

कारण आत्तापर्यंत एम.बी.बी.एस. मध्ये काही कमाई होत नाही म्हणून रम्मीनं एम.डी. साठी अर्ज केला होता. तर त्या वेळचा 'पॅथॉलॉजी' हा सर्वांत टाकाऊ विषय त्याच्या वाट्याला आला, पण मी समजावलं, की काहीही न करण्यापेक्षा हे चांगलंच आहे ना? असो. दोन वर्षांनंतर रम्मी एम.डी. झाला, पण या दोन वर्षांत जो स्टायपेंड रम्मीला मिळत होता, त्यातलं काहीही घरात आलं नाही. आई-वडील, बहीण-भाऊ यांच्यापैकी कोणीही माझ्यासाठी नव्हतं. हो, डॅडी गेल्यानंतर आपल्या मुलाला आणि सुनेला जवळ ठेवण्यात मम्मीला काही अडचण आली, की तिला हमखास माझी आठवण यायची. आता वहिनीला कमिटीसाठी काही पैसे लागले, की मम्मीचा फोन यायचा किंवा मुलानं जर मम्मीला अडकवायला पोलिस आणले असले, तरी मम्मीचा फोन यायचा. हे सगळं ती आपल्या दुसऱ्या मुलीला का सांगायची नाही, हे मला कधीच कळलं नाही. कदाचित अशासाठी, की अनीता भोळी आहे, कोमल आहे, आपल्याला वश होऊ शकते. त्यामुळं कितीतरी वेळा त्रास व्हायचा, पण मी कधीच कठोर बनू शकले नाही. मम्मीकडूनच ऐकलं होतं, की जो एकदा ओझ्याचं गाढव बनतो, तो कायमचाच ओझ्याचं गाढव ठरतो. माझ्यासाठी मम्मीनं असं सहन केलं असतं? मी आणि डॅडी दोघंही एकाच माळेतले मणी. मला वाटायचं, की मम्मीला विचारावं, "मला तू काय खाऊन जन्म दिलास?" पण आजच्या संदर्भात ही खूपच जुनीपुराणी गोष्ट होती आणि मम्मीजवळ तर आजच्याच प्रश्नांची उत्तरं नव्हती.

इकडं एम.डी. नंतर लॅब टाकण्यासाठी रम्मीला हजारो रुपये हवे होते आणि त्यासाठी रम्मीचे आई-वडील तयार नव्हते की माझेही. इथं मी विश्वनाथजी आणि शीलाजींची आभारी आहे, कारण त्यांनी माझ्यावर अखंड येणाऱ्या मानवी संकटांना लक्षात घेऊन, मला रॉयल्टी ॲडव्हान्स द्यायचं मान्य केलं. मी स्वत: समजू शकले नाही, की इतका अदम्य इच्छाशक्तीचा झरा माझ्यात कुठून आला आणि कसा वाहात राहिला? त्याच्याचमुळं नेहमी ठाम राहायची अपार शक्ती मला मिळाली, कारण तो दुसरा-तिसरा कोणी नव्हता, स्वत:सारखा एकच-एक - माझा भगवंत होता.

रम्मीची लॅब आता जोरात सुरू झाली होती आणि मला वाटायला लागलं, थोड्या काळानंतर का होईना, सूर्याची पहिली किरणं पाहायला मिळतील; पण अंधार तर जणू माझ्या पाचवीलाच पुजला होता आणि पाहतापाहता रम्मी पूर्ण

बदलला होता किंवा आपल्या मूळ स्वरूपात परत आला होता. सकाळपासून बाहेर पडला, की रात्रीच लॅबमधून वर यायचा आणि गुरगुरतच आपली हजेरी चारही दिशांना जाहीर करायचा.

छोटा १९७७ मध्ये जन्मला होता. तो तीन वर्षांचा झाला तेव्हा रम्मी एका नुकत्याच जन्मलेल्या कुत्र्याच्या पिल्लाला घेऊन घरी आला. ही १९८० ची गोष्ट आहे. पिल्लू करंगळीएवढंच होतं. मला हेही कळलं नाही, की पिल्लू कुत्र्याचं आहे की उंदराचं. ते फक्त ११ तासांचंच होतं. त्याची आई नॅन्सी मुलांना जन्म दिल्यावरच मरून गेली होती. तिची बाकीची पिल्लं एकमेकांची नखं चोखल्यामुळं टिटॅनसने मरून गेली होती, पण माझी 'नॉटी' मात्र अगदी वेळेवर माझ्याकडं आली होती. त्यामुळं तिला नाही, तर मलाच जीवदान मिळालं होतं. नॉटीला पहिल्यांदा एका डब्याला भोक पाडून त्यात ठेवलं. संपूर्ण रात्र तिला 'निपल' ने दूध पाजत राहायची. हळूहळू ती माझ्या मुलांबरोबर वाढायला लागली. जसं मी माझ्या मुलांना पहिल्यांदा रांगताना, नंतर बसताना आणि मग चालता-बोलताना पाहिलं, तसंच मी नॉटीला मोठं होतांना पाहिलं. मी तिला जन्म दिला नाही, पण प्रत्येक बाबतीत मी तिची आई होते. कदाचित, म्हणूनच मोठी झाल्यावर तिनंही माझ्या आईची भूमिका निभावली; बहुतेक दुधाचं कर्ज फेडण्यासाठी. ती आता मुलांची आणि माझी अगदी लाडकी झाली होती. तिच्याशिवाय आम्हाला सगळं अपूर्ण वाटायला लागलं होतं. ती जेव्हा माजावर यायची तेव्हा मी तिला अनेक ठिकाणी घेऊन जाण्यात कधीच कसूर केली नाही, पण तिला ते मंजूरच नव्हतं. बहुतेक तिला कळलं असावं, की तिला आणि मला घरातल्या मुलांना सगळी शक्ती एकवटून, खूप कष्टानं मोठं करायचंय. मी तिच्यापुढं आजही नतमस्तक आहे आणि पूर्वीही होते.

पैसे कमावता-कमावता हळूहळू रम्मीचं आमच्याशी वागणं वाईटच नाहीतर, अगदी घृणास्पद व्हायला लागलं. त्याच्याकडं आता एक व्हॅन आणि मारुती १००० मोटार होती. माझा स्वभावही पैसे मागायचा नसल्यामुळं घराची अवस्था वाईटाहूनवाईट होत गेली. अशाच अवस्थेत एक दिवस मी जेव्हा खाली लॅबमध्ये गेले, तेव्हा तो निर्लज्जपणे पैसे मोजत राहिला. आता मीसुद्धा तशाच निर्लज्जपणे त्याच्याकडं घरखर्च मागितला तेव्हा तो म्हणाला, ''पहिल्यांदा देत नव्हतो, कारण माझ्याकडं नव्हते आणि आता देणार नाही, कारण माझ्याकडं आहेत.'' हे ऐकून मी अवाकच झाले! पहिल्यांदा कानावरचा विश्वास उडाला, नंतर स्वत:वरचा. त्याच्याशी कोणत्याही प्रकारचा वाद घालायचा म्हणजे गुंडगिरीला आमंत्रण. ते मला मुळीच सहन झालं नसतं. म्हणून मी नेहमी गुंडगिरी सहन करणंच श्रेयस्कर मानलं, खरं तर, सोईस्कर मानलं.

आता जेव्हा रम्मी वर यायचा आणि आम्हाला नॉटीबरोबर खेळताना बघायचा,

तेव्हा तो अगदी जळायला लागायचा. त्याचा विश्वास बसायचा नाही, की परिस्थिती अशी असूनही आम्ही हसूनखेळून कसं राहतो? मुलं सारखी वेळ जात नाही म्हणायची, म्हणून मी एल.आय.सी.कडून थोडंसं लोन घेऊन एक व्ही.सी.आर. खरेदी केला होता. त्यामुळं आम्ही घरबसल्या अमिताभ बच्चनचे सिनेमे पाहून मनाची करमणूक करून घेत होतो. मी एल.आय.सी. ची एक लाख रुपयांची पॉलिसी घेतली होती. त्यामधून वेळी-अवेळी मुलांसाठी वस्तू खरेदी करताकरता, ती संपतसंपत शून्यावर येऊन ठेपली होती, पण छोटेछोटे आनंद मिळायचे. त्याचा परिणाम असा झाला, की रम्मीचा सोना (लहान मुलगा) आणि नॉटी या दोघांबद्दलचा तिरस्कार वाढतच गेला.

एक दिवस संध्याकाळी वीज गेली होती, तेव्हा घरात उरलेल्या एकमेव मेणबत्तीच्या मदतीनं मी मुलांना जेवायला घालून झोपवलं. रम्मी लॅबमधून वर आला तेव्हा मी त्याला सांगितलं, की मुलांना कसंबसं खायला घालून झोपवलंय आणि आपण लाईट आल्यावर खाऊ. हे ऐकल्याबरोबर त्याचा पारा चढला. त्यानं आपल्या तीन वर्षांच्या मुलाला एका झटक्यात झोपेतून उठवून विचारलं, ''काय रे, तू जेवलास का?'' त्या छोट्या निष्पाप मुलाला हे कळलं नाही, की त्यानं 'होय' म्हणणं अपेक्षित आहे की 'नाही'? म्हणून तो मुकाटपणे निर्दय बापाचा मार खात राहिला आणि मी? मी बघत राहिले. नॉटीही त्याचा आरडाओरडा ऐकून जेव्हा पलंगाखाली जाऊन लपायची, तेव्हा तो काठी मारमारून तिला बाहेर काढायचा. आता तो 'सॅडिस्ट' बनला होता. मोठ्यां मुलांना तो मारू शकत नव्हता, पण ते जेव्हा व्हीडियो किंवा टी.व्ही. बघत असायचे, तेव्हा तो एवढ्या मोठ्यानं ट्रांझिस्टर लावायचा, की त्यांना ऐकू यायचं नाही. मुलं झोपलेली असली, की तो कूलरच्या प्लगच्या पिना काढून बाहेर फेकून द्यायचा. त्याच्या अंगात भूत शिरलेलं असलं, की तो जेवण स्वयंपाक घराच्या भिंतीवर फेकायचा. टॉयलेटमधल्या ॲश ट्रेऐवजी भिंतीवरच सिगारेट विझवायचा. चारही बाजूंना जणू आगच-आग होती. खाली नर्सेसबरोबर मजा मारायचा आणि वर येऊन संशयी बनायचा. कोणालाही कधीही फाडून खाईल, असं श्वापदच होता तो.

मुलांच्या नजरेला मी नजर देऊ शकत नव्हते, कारण जी स्वप्नं मी मनाशी जपून ठेवली होती, ती जळून खाक झाली होती; पण आश्चर्याची बाब अशी, की हे सगळं असूनही ती आपला अभ्यास व्यवस्थितपणे करत होती, पण छोटा मात्र अन्याय सोसत राहिला. तो शाळेत अभ्यासाकडं लक्ष देऊ शकत नव्हता, कारण तो सतत बापाच्या दहशतीनं घाबरलेला असायचा. हाच विचार करत राहायचा, की घरी गेल्यावर वातावरण कसं असेल आणि आज तो कशा प्रकारे विनाकारण मार खाणार आहे.

१९८५ मध्ये जेव्हा शैली दहावीच्या बोर्डाच्या परीक्षेची तयारी करत होता, त्या वेळी रम्मी जाणूनबुजून त्याच्या बिछान्यावर असा पसरून पडायचा, की शैलीला आपल्या चारही बाजूंना पसरलेली पुस्तकं गोळा करणं भाग पडायचं. वाटायचं, की आता पाणी डोक्यावरून जाणार आहे.

राकेशजींनी शैलीचं नाव पहिल्यांदा 'संकल्प' ठेवलं होतं, पण तो पूर्वापेक्षा जास्त शांत आणि सरळ होता, म्हणून त्यांनी त्याचं नाव 'शालीन' ऊर्फ शैली' ठेवलं. नाहीतर, त्यांनी आपण एकदा बोललेली गोष्ट किंवा सिद्धान्त कधीही कोणासाठी बदलले नाहीत. शैलीचं नाव बदलणं हा एक अपवाद होता म्हणून मी हेच नाव सोनाला ठेवलं, जणू त्यांनीच ठेवलं असावं.

शैली 'शालीन' होता म्हणूनच तो गुपचूप तिथून उठायचा; पण मला वाटलं, की आता कुठला ना कुठला निर्णय घेणं भाग आहे.

दुसऱ्या दिवशी मी गगराट ॲण्ड कंपनीमध्ये गेले. तिथं राकेशजींचे एक अगदी जवळचे मित्र बालमुकंद अग्रवाल, हे एक सुप्रसिद्ध वकील होते. त्यांनी राकेशजींच्या मृत्यूनंतर प्रोबेट मिळवून दिलं होतं. त्यांचं म्हणणं होतं, की फक्त मागितला म्हणून घटस्फोट मिळत नाही. विशेषतः, हिन्दू मॅरेज कायद्यानुसार तर ते अगदीच अशक्य आहे. जर दोन्ही बाजूंना घटस्फोट हवा असेल, तर गोष्ट वेगळी. मी रडवेली होऊन विचारलं, "आणखी काही उपाय?" "जर घर तुझ्या नावावर असेल, तर तू पोलीस चौकीत जाऊन त्याच्या नावावर एफ.आय.आर. दाखल कर म्हणजे तुझ्या घरी त्याचं येणं-जाणं बंद होऊ शकेल." आंधळा मागतो एक डोळा... असं मला झालं. मला माहीत होतं, की एफ.आय.आर. नंतर तो शोना आणि नॉटीवर अमर्याद जुलूम करेल, पण त्याशिवाय दुसरा कुठला उपायच नव्हता. मी आल्या पावली पोलीस-चौकीत गेले. लहानपणी ऐकलं होतं, की स्त्रियांनी पोलीस चौकीत जाऊ नये; हे मला खूप मोठं विडंबन वाटलं, कारण आजपर्यंत महिलांसाठी काय उपयुक्त आहे, हे शोधताशोधता माझ्या पायांना फोड आले होते. म्हणून आज माझ्यासाठी पोलीस-चौकीच काय... काहीच निषिद्ध नव्हतं.

"तुम्हाला तुमचे डॉक्टरसाहेब कायकाय करतात?" अशा कितीतरी असभ्य आणि निरर्थक, विसंगत प्रश्नांनंतर एफ.आय.आर. तयार झाला. मला रम्मी आणि त्या पोलिसात काहीही फरक वाटला नाही. फक्त एवढंच, की काही असभ्य लोकांना त्यांचं स्वतःचं वर्णन कुठल्यातरी दुसऱ्या असभ्य माणसाच्या संदर्भात सांगायला लागत होतं. ते एकमेकांकडे कटाक्ष टाकत, उजवीकडून-डावीकडं मग डावीकडून-उजवीकडं डोलत बसून लिहीत राहिले. मग कागदावर शिक्का मारून त्याची झेरॉक्स माझ्याकडं देत म्हणाले, "आता तुम्ही निश्चिंत व्हा, आम्ही कशाला

बसलो आहोत?''

''तुम्ही येताय ना?''

''अगदी नक्की, तुमच्या मागोमागच!''

काम होईल की नाही, हे मला माहीत नव्हतं; पण ऑटोवरचा वारा माझ्या स्वातंत्र्याचा डंका पिटत होता. स्वत:ला इतकं प्रसन्न वाटण्यासाठी किती दिवस जावे लागले? घरी पोहोचल्याबरोबर एका छोट्या बॅगमध्ये कपडे घालून, मी पूर्वाला तिची मैत्रीण-सुजाताकडं महाराणी बागेजवळ सोडून आले. तिघांनाही मी येणाऱ्या संकटाची कल्पना दिली. घरी परतल्यावर विचारच करत होते, की खाली पोलीस आले असावेत किंवा आत्ता येतील; एवढ्यात लॅब असिस्टंटनं येऊन सांगितलं, की जेव्हा डॉक्टरसाहेब बाहेर गेले होते, तेव्हा दोन पोलीस आले होते. आता मला चक्करच यायला लागली. परतल्यावर रम्मीला जेव्हा पोलिसांची बातमी कळेल, तेव्हा तो माझा गळा दाबायला ताबडतोब येईल. मी शैलीला पोलीस-चौकीचा नंबर देऊन सांगितलं, की ''रम्मी आला, रे आला, की तू ताबडतोब पोलिसांना फोन कर.'' आणि मी बिनधास्त झाले, की आज 'एक घाव दोन तुकडे'

नेहमीप्रमाणं रम्मी राक्षसासारखं दाणादाण करत वर आला. म्हणजे आज पोलिसांनी बोलावलं होतं तर! ...का? त्याचा तो संतापलेला चेहरा पाहिल्यावर मला त्याचं अगदी पहिलं-वहिलं रूप आठवलं. तेव्हा तो एक किडकिडीत देहयष्टीचा तरुण होता, पण या नऊ वर्षांत माझ्या मुलांच्या तोंडचा घास खाऊनखाऊन तो आता चांगला गलेलठ्ठ झाला होता. विकृत विचार आणि विकृत सवयींमुळं त्याचा चेहरासुद्धा विकृत झाला होता.

समोर बसलेल्या राक्षसाकडं पाहतापाहता, त्याचं पहिलं रूप आणि संवाद आठवले, ''खाली गेटजवळ उभं राहून रोज संध्याकाळी मी तुम्हाला कोणा ना कोणाच्या गाडीतून फिरायला जाताना पाहायचो.

मी तिथं उभं राहून राहून येणाऱ्या-जाणाऱ्या लोकांत माझी बायको शोधत राहायचो. ती म्हणजे तुम्हीच होता, हे मला कुठं माहीत होतं?'' पुन्हा, ''आई-बापांचं प्रेम कधीही मिळालं नाही. ते दोघं आपल्या मुलांना बेवारशी सोडून स्वत:तच दंग होते... मला तर माहीतच नाही, आई-वडील कसे असतात!''

आजच्या राक्षसाचा त्या गोष्टींशी काही संबंध असेल, असं मला वाटत नव्हतं. वाटलं, आज या गोष्टी त्याच्याऐवजी त्याच्या मुलाचा इतिहास बनल्या आहेत.

अचानक दोन पोलीस येऊन पोहोचले होते. रम्मीचा हात पकडून ते त्याला बाहेर घेऊन गेले. जाताजाता रम्मीनं नॉटीवर झडप घालून तिला पकडलं आणि ती माझ्याकडं बघतच राहिली.

त्या वेळी मी पोलिसांजवळ नॉटीचा मुद्दा काढू शकत नव्हते, कारण सर्वांत आधी त्या राक्षसापासून सुटकेची गरज होती. ती पूर्ण नसली तरी काही अंशी तरी मिळाली असती. आता ते छोटं घर छोटं असूनही मला कुठल्याही ब्रह्मांडापेक्षा कमी वाटलं नव्हतं. ते घर आता घर कमी, पटांगण जास्त वाटत होतं, जिथं आम्ही सर्व जण हातपाय पसरू शकत होतो आणि जगूही शकत होतो. तरी लढाई अजून शिल्लक होती.

नॉटी खाली कैदेत होती. विचार करकरून मन उदास व्हायचं. ते तर राहू दे, पण रम्मी रोज गॅलरीखाली उभं राहून 'शोना' 'शोना' असं ओरडायचा. त्यामुळं शोनाच्या आत्म्याचा नुसता थरकाप उडायचा, पण खाली जाणं चुकायचं नाही. मग चांगला भक्कम मार खाऊन तो परतायचा, सांगायचा की नॉटीनं खाणं-पिणं सोडून दिलं आहे. दिवसा जेव्हा रम्मी खाली नसायचा, तेव्हा मी खिडकीजवळ जाऊन नॉटीला हाक मारली, की ती घसा फाडफाडून सुटकेसाठी ओरडायची.

'प्रिव्हेन्शन ऑफ क्रुएल्टी अगेन्स्ट ॲनिमल्स' संबंधी माहिती कळली तेव्हा मी लाल किल्ल्यात गेले. त्या दिवशी पाऊस 'नुसता' कोसळत होता. मी खूप भिजून तिथं पोहोचले. शिपायांच्या दृष्टीला हे अगदी प्रिय दृश्य होतं. मग -

"कुत्र्याच्या गळ्यात पट्टा आहे?"

"नाही."

"रजिस्टर्ड?"

"नाही."

"मग कुत्रं कुणाचं आहे हे कसं कळणार? तुमचं की डॉक्टरसाहेबांचं?"

"कुत्राच सांगेल."

"आपल्या कुत्र्याला बोलता येतं का?" चिडून हास्य!

"नाही. पण मला पाहताच, बोलावल्याशिवाय ती माझ्याजवळ येईल!"

"बघू या की."

"मग, तुम्ही येताय ना?"

"हो, हो, अगदी, तुमच्या पाठोपाठ येतोच आहोत."

नॉटी मिळेल याची खात्री नव्हती. मी चिंब भिजले होते, पण शरीरात भिनलेली थंडी आता आवडायला लागली होती.

वर सूचना आली, की खाली पोलीस आले आहेत. त्यांचा गाई-म्हशी उचलून नेणारा ट्रक बाहेर उभा असलेला आढळला. छोट्याशा नॉटीच्या सुटकेसाठी मी जिन्यावरून अशी पळाले, जणू एखादी तरुणी प्रियकराला भेटायला धावत चालली असावी. नॉटी मला बघितल्याबरोबर अगदी अडखळत्या चालीनं माझ्याकडं येतायेता धडपडून माझ्या पायांवर येऊन पडली.

"घेऊन जा हो तिला. ही आता मरायलाच टेकलीय." मी नॉटीला हाताच्या कवेत घेऊन तिचे पापे घेतले आणि म्हणाले, "ही कशी मरेल? हिची आई अजूनही जिवंत आहे ना?" हे ऐकून आणि बघून रम्मी दातओठ खात गप्प राहिला.

नॉटीचं घरी येणं, हे जणूकाही लेकीचं माहेरी येणं होतं, पण नॉटी इतकी अशक्त आणि खराब झाली होती; इतकी घाबरलेली होती, की इच्छा असूनही तिच्या शरीराची काही हालचालच होत नव्हती. हे बघून आम्ही सगळे रडायलाच लागलो, पण दुसऱ्याच क्षणी नॉटीच्या परत येण्याचा आनंद त्यावर मात करायचा. शेवटी पूर्वानं बाहेर जाऊन कॉलबेल दाबली तरीसुद्धा नॉटी जागची हलेना. मग पूर्वा बेल वाजवतच राहिली.

शेवटी नॉटी एकदा भुंकतभुंकत दरवाज्याजवळ गेली, तेव्हाच बेल वाजायची थांबली. परत येताना तिला पूर्वानं मिठीत घेतलं होतं. आम्हाला आमची नॉटी; आमचं जग; आमचं सर्वस्व; आमचा स्वर्ग परत मिळाला होता. त्या दिवशी रात्री सगळे एकत्र बसून पोटभर जेवले.

आतापर्यंत मी एक घायाळ योद्धा बनून गेले होते. डावी-उजवीकडं बॅट फिरवत, घुमवतच म्हणाना. आपल्या शतकाजवळ– जिथं अगदी एकटीनं प्रत्येक दार ठोठावत नंतर कशीतरी इन्कमटॅक्सच्या चीफ कमिशनरांजवळ पोहोचून– रम्मीवर छापे घालायला लावले.

त्याबरोबरच ठेचा खातखात 'डेस्यू' (दिल्ली इलेक्ट्रिसिटी सप्लाय अंडरटेकिंग) कडं रम्मीच्या बंद मीटर्ससाठी अर्ज भरला. त्या मीटर्सवर त्याचे अनेक एअरकंडिशनर्स आणि मशिन चालायची. त्यामुळं त्याचं अन्नपाणी तुटलं आणि त्यानं पळून जाऊन गोव्यात आश्रय घेतला.

आज जेव्हा डॉक्टरकडं किंवा कुठंही एकटीला जाताना पाहून मुलं आणि बहीण रोखतात, तेव्हा माझ्या सर्व लढाया एकटीनं लढतानाचे दिवस आठवतात. आज तर एकटीनं जाण्याची सवयच जडली आहे.

"मुलांनी विचारलं, की बाहेर मी कोणाबरोबर जाते आहे?" तर हसून उत्तर देते, "स्वत:बरोबर."

बहीण विचारते, "पिक्चरला कोणाबरोबर गेली होतीस?"

"स्वत:बरोबर!" मी हनुमानाची भक्त आहे. "स्वत: बरोबर" चा अर्थ फक्त मनाची शक्ती हाच आहे. वेळोवेळी ती मला भरपूर मिळत राहिली. त्यासाठी मी आपल्या आराध्य दैवतापुढं नतमस्तक आहे.

स्वातंत्र्य काय असतं, हे आत्तापर्यंत आम्ही चांगलंच जाणून घेतलंय आणि आता आमच्या स्वातंत्र्याला काही सीमाच नाही; पण मी आधी म्हटल्याप्रमाणं, अडीच पावलं चालल्याबरोबर माझे पाय थबकायचेच. तसंच पाहतापाहता डॅडी

निघून गेले, पण अशासाठी बरं वाटतयं, की डॅडी हॉस्पिटलमध्ये असताना मी त्यांच्यासोबत स्वतंत्रपणे वेळ घालवू शकले.

इकडं रम्मी एका तंत्रज्ञ सिस्टरला घरी घेऊन आला होता आणि त्यानं आपला संसार थाटला होता, त्यामुळं मला सुटका मिळाली, पण आमचा छोट्या? तो खेळात निपुण होता आणि मॉडर्न स्कूलमध्ये आंतरशालेय क्रिकेट खेळायचा. तो आता फक्त खेळातच गुंग व्हायला लागला. त्याला शोधायला दररोज संध्याकाळी खाली उतरायला लागायचं.

समजावून सांगितलं तरीसुद्धा तो ऐकायचाच नाही, तेव्हा मी म्हणायची, "पहिल्यांदा तुझ्या बापानं त्रास दिला, आता तू छळ." शेवटी पराभव पत्करून मी त्याला त्याच्या बापाजवळ पाठवलं, रम्मीला आणखी दुसरं काय हवं होतं? हे मात्र मी विसरले. रम्मीनं आता शोनाला नजर कैदेतच ठेवलं.

परिणामी, मला आता त्याचं तोंडही पाहायला मिळेना आणि तो खाली आपल्या नव्या आईचे पाय चाटूनही तडफडतच राहिला, ते वेगळंच!

पुन्हा एकदा पोलीस-चौकी!

"जर तुमच्या मुलानं सांगितलं, की त्याला बापाजवळ राहायचंय, तर?"

"हे तुम्ही बाप नसताना विचारा."

"ठीक आहे हो!"

"मग तुम्ही येताय ना?"

"हो, हो, अगदी तुमच्या मागोमागच!"

आणि आता शोना घरी परतला होता.

१९९१ मध्ये आम्ही पूर्णपणे स्वतंत्र, मुक्त झालो होतो. मी थोडं-फार लिहायला सुरुवात केली होती, तेवढ्यात पाय लगेच अडखळले. अचानक पॉलचा मृत्यू झाला आणि त्यानंतर पाहतापाहता मम्मीचंही देहावसान झालं. मला स्वातंत्र्य मिळालं आणि त्या दोघांना चिरशांती! काळ तर कधीच थांबून राहात नाही आणि नॉटी? तिनं मुलांना मोठं आणि कर्तबगार करून अखेर १९९४ मध्ये मला एकटीला मागं सोडून अनंताकडं प्रयाण केलं. मोठी मुलं मुंबईत होती म्हणून मी आणि शोनानं नॉटीला अखेरचा निरोप दिला. फक्त एक अशी समाधी दिली, की तिनं मला अपार धैर्याची देणगी दिली.

नॉटी ऊर्फ सैतान ऊर्फ मुहब्बत! मी आजसुद्धा तिला कुठलंही अनुरूप नाव देऊ शकले नाही. खरं तर, तिला त्याची जरासुद्धा गरज नव्हती. कुठलं कर्ज फेडायला ती या जगात आली होती, कोण जाणे! जाताना मात्र मलाच तिच्या

ऋणात ठेवून गेली. मी तिला कित्ती म्हणून नावं द्यावीत? उदा. रीत, प्रीत, गीत आणि नॉटी. जेव्हा मी तिला मांडीवर घेऊन रीत, प्रीत, गीत, मीत म्हणायची, तेव्हा ती टक लावून माझ्या डोळ्यांत बघायची आणि मी 'नॉटी' म्हणायची अधीरपणाने वाट पाहायची. मी थोड्या वेळानं 'नॉटी' म्हणायचा अवकाश, ती तिचं डोकं 'हो' म्हणून हलवायची आणि शेपूट भरभर हलवायला लागायची. किती लाडकी, किती सुंदर, किती सुडौल, सरळ आणि सहज मिळालेली, खऱ्या मोत्याच्या दाण्याप्रमाणं दुर्लभही. तिला शोधणं अशक्य होतं, कारण ती अशा अकस्मात मिळणाऱ्या, पदरात पडणाऱ्या वरदानाप्रमाणं होती, जे रोजरोज मिळत नसतं.

तिच्या समाधीजवळ एक नाला आहे, जो मला नेहमी तिची आठवण काढायला लावतो, कारण ती आणि मी मुलांना चोरून खायला घातलेल्या फळांच्या साली, मिठाईचे द्रोण त्या नाल्यात फेकायला जायचो. हा कचरा आम्ही घरातल्या डब्यात न टाकता ओढ्यात टाकायचो, कारण वर आल्यानंतरचं रम्मीचं पहिलं काम असायचं कचऱ्याचा डबा तपासणं. कचरा टाकायला जाताना ती अगदी भिंगरीसारखी पळायची पण परतताना मात्र अशा थाटात चालायची, की जणू एखादा गड सर करून कोणी सेनापती परतत असावा!

कितीतरी दिवस औदासीन्यानं भरलेले असायचे आणि मी दिवे घालवून अंधारात रडत बसायची. दुसऱ्या कोणाला याचा पत्ता लागो वा न लागो, नॉटीपासून कोणतीही गोष्ट लपायची नाही. ती पलंगावर माझ्या कुशीत शिरून माझ्या गालावरचे अश्रू प्यायची. तिचा समजूतदारपणा आणि मला समजावणं, माझ्यात नव्यानं आत्मविश्वास जागृत करायचं. ती किती मोठा आधार होती माझा! तिच्या शरीरात कुणाचा आत्मा होता, हे मला माहीत नाही; पण माझ्यापुरती तरी ती माझा परमेश्वर, माझा भगवंतच होती.

कोणी कुठंही गेलं, तरी तिला त्याचं फारसं काही वाटायचं नाही, पण मी बाहेर पडायला लागले, की तिला भयंकर बोचायचं. तसं पाहिलं, तर दिवसभरात मी पन्नास वेळा तरी कपाट उघडायची, बंद करायची, पण मला हे कळायचं नाही की मी कपडे बदलण्यासाठी कपाट उघडते आहे, याचा पत्ता तिला कसा लागायचा? अगदी गाढ झोपेत असली, तरी तिला ते कळायचं आणि एखाद्या सवतीप्रमाणं ती जाब विचारत असल्याप्रमाणं माझ्यासमोर उभी राहायची आणि परतल्यावर अशी भुंकायची, की जणू आई-बाप काढायला लागावं. मी तिला असंही सुनवायची, की माझे आई-बाप काढायचं काम नाही, मग तर भुंकणं आणखीन वाढायचं. मी जोपर्यंत तिला मांडीवर घेऊन 'सॉरी' 'सॉरी' म्हणायची नाही, तोपर्यंत ती भुंकतच राहायची. ते संपलं, की मग मात्र माझं तोंड असं चाटायची, की त्यातून वाचणं

मुश्किल. मुलं जेव्हा मुंबईला असायची, तेव्हा तिला चिडवायला मी पूर्वा-शैलीच्या आवाजात हाक मारायची, तेव्हा तिचा चेहरा आनंदानं फुलून यायचा आणि कान टवकारले जायचे, पण जेव्हा रहस्य प्रकट व्हायचं, तेव्हा ती मला फक्त गप्प बसवायला चाटायची. जणू म्हणायची ''हाक नको ना मारू, मला कसंतरीच होतं.'' मुलांचे जेव्हा फोन यायचे, तेव्हा उल्हसित होऊन कान टवकारून सगळ्या गोष्टी ऐकायची. किती परिपूर्ण होती ती! छोट्याची तर मैत्रीणच होती - दोघांना एकमेकांशी खेळल्याशिवाय चैन पडायचं नाही. ती एक सुंदर खेळणं -एक मनोरंजन होती.

'नॉट'-एक गोड संगीत, एक शीतल, मंद झुळूक, श्रावण-भाद्रपदातल्या सरी. पक्ष्यांचा किलबिलाट, समुद्राच्या लाटा, पौर्णिमेचं चांदणं, बुद्धाच्या करुणेची बरसात, चंद्राची शीतलता, बासरीची लहरत जाणारी मधुर तान, गडगडणारे ढग -या सगळ्यांत 'नॉट' ला शोधायला लागले, तर नक्की सापडेल; कारण ती एक फक्त सुवास, एक अनुभूती, एक अंगाईगीत, एक सवय, एक नशा होती, जी सुटणं अशक्यच होतं. जर तिनंच सोडलं तरच... ती आणि मी दोघी सिंह राशीच्या. लवकर पराभव पत्करायला तयार नसणाऱ्या. लांब पल्ल्याच्या रेसचे घोडेच जणू! पण आत्तापर्यंत ती खूप थकली होती. तिचा थकवा आणि घाम जेव्हा सोन्यासारखे तावून-सुलाखून निघाले, तेव्हा तिनं १४ वर्षांच्या सतत संघर्ष आणि धडपडीनंतर अगदी आरामात माझ्या हातात प्राण सोडले. मोठी मुलं तेव्हा मुंबईत असल्यामुळं मी आणि छोट्यानं तिच्यावर अंत्यसंस्कार केले.

तिच्या कायमच्या निघून जाण्याची बातमी मी राकेशजींना मनोमन सांगितली होती आणि तिच्याबद्दलचं बाकीचंही सगळं-त्याच्यामुळं ते तिला ओळखू शकले असते.

मम्मीही अशीच काहीशी बऱ्याच धडपडीनंतर मुक्ती मिळवू शकली. दरवाज्याची बेल वाजली की, मम्मीला असं नेहमी वाटायचं, की अनीता तिला भेटायला आली आहे, पण अनीता - ती तर मम्मीच्या मुक्तीच्या वेळीच स्वत: स्वतंत्र होऊ शकली होती आणि तोपर्यंत मम्मी जायच्या तयारीत होती. मी मम्मी जाईपर्यंत तिचा विश्वास कधी गमावला नाही (आणि नंतरही गमावला नसता, जर बहिणीनं तशी परिस्थिती निर्माण केली नसती तर ...) त्यामुळं फक्त मी वाईटच ठरले नाहीतर एक कलंक घेऊन जगत राहिले. त्यात माझ्या बहिणीच्या लग्नातला अपमानदेखील सामावलेला होता. पुन्हा हे रहस्य कधीच उघड झालं नाही, की बबू आणि पॉलच्या लग्नाविरुद्ध मी आणि राकेशजी दोघंच नव्हतो तर त्यापाठीमागं आई होती. तिनं स्वत: पुढं न येता राकेशजींना समजावलं होतं, की पॉल त्यांचा जानी दोस्त असल्यामुळं तो त्यांचं म्हणणं ऐकून कदाचित लग्नच करणार नाही आणि जर खरं काय ते कळलं

असतं, तर कुणाचीही धडगत झाली नसती; कारण एक तर पॉल वयानंही खूप मोठा होता आणि दुसरं म्हणजे आर्थिकदृष्ट्या अस्थिरसुद्धा होता, पण सगळं व्यर्थ झालं आणि इतकं बिघडून गेलं, की आमच्याबद्दल गैरसमज होण्याशिवाय दुसरं काहीच हाताला लागलं नाही. या प्रकरणाला राकेशजींनी स्वत:ची बदनामी समजून गाडून टाकणं जास्त चांगलं हे ओळखलं, नाहीतर उत्तरोत्तर घाणीशिवाय दुसरं काहीच मिळाल नसतं. मी याआधीही सांगितलं आहे, की कितीतरी असं असतं की जे आपण आपल्याबरोबरच घेऊन जातो. राकेशजी काहीसे असेच निघून गेले.

आतासुद्धा मी ही गोष्ट बहिणीला सांगितली नसती, कारण इतक्या वर्षांचा दडपलेला गुंता बहीण आजसुद्धा सोडवू पाहत होती. तिला असं वाटत होतं, की कालच्या गोष्टी आठवून कालच्याप्रमाणंच आपला 'आज' गाडून टाकायचा नाही. आता आज आम्हाला एकमेकींतले घट्ट बंध जाणवतात. मी नेहमी तिच्या प्रेसवर जाते, आम्ही अगणित विषयांवर चर्चा करतो. मम्मी-डॅडींना आठवून रडतो, हसतो किंवा मग सोनलच्या जवळ येणाऱ्या लग्नाविषयी चर्चा करतो. सर्वांत आवडती गोष्ट म्हणजे सोनलचं लग्न दुसरीकडं कुठं नाहीतर, सुप्रसिद्ध समीक्षक श्री.श्यामलाल व्यासांच्या नातवाबरोबर (मुलीचा मुलगा) होणार आहे. अमित (सोनलचा भावी पती) आणि विदुर (त्याचा मोठा भाऊ) दोघं माझ्या मुलांबरोबर मॉडर्न स्कूलमध्ये होते म्हणून चांगले मित्रही आहेत आणि व्यासजींचं कुटुंबही परकं नाही.

मम्मीबरोबर घालवलेले शेवटचे दिवस फक्त या आठवणींनी भरलेले होते. राकेशजींना मम्मीनं अनेकदा कसं लहान आणि क्षुल्लक करून टाकलं, यांविषयीचे अनेक प्रसंग वा घटना आठवून मम्मी स्फुंदून-स्फुंदून रडत राहायची आणि स्वत:ला दोष देत राहायची; कारण मम्मीची खात्री होती, की अम्मांचा मृत्यू आणि पॉलचा अपमान किंवा त्याचा राकेशजींवरचा विश्वास गमावणं, यामुळंच आम्ही राकेशजींना गमावलं होतं. आता या दोन्ही दुर्दैवी घटना इतक्या पाठोपाठ घडल्या, की त्यातून वर डोकं काढायला राकेशजींना कुठला मार्गच सापडला नाही, यात शंकाच नाही, पण मी आधीच सांगितल्याप्रमाणं गैरसमजापेक्षा दुसरी कुठलीही मोठी दुर्दैवी घटना असूच शकत नाही.

स्वातंत्र्य तर मला मिळालं, पण दमणूक आणि ओझ्यानं जड झालेलं. मग त्या ओझ्याला हलकं करण्यासाठी वीस वर्षांनंतर मी पुन्हा लेखणी उचलली आणि आपली पहिली कथा 'सूर्यास्त' लिहिली. तिच्याबद्दल मला खूपखूप प्रशस्तीपत्रं मिळाली. या प्रशंसेच्या साखळीत पहिला आणि शेवटचा फोन सरोज वशिष्ठचा होता, कारण नव्या काळातील लेखकांशी माझा परिचय नव्हता. सरोजनं आग्रह करून मला तिच्या घरी 'सिद्धार्थ एनक्लेव' मध्ये आमंत्रित केलं. तिथून जेवण घेऊन आम्ही कुन्थाजी आणि एल.सी. जैनांच्या घरी पोहोचलो. ते त्याच 'एनक्लेव'

मध्ये राहात होते. त्यांनी कथेवर खूप चर्चा केली. त्यामुळं माझ्यात पुन्हा लिहिण्याची उभारी आली. बऱ्याच काळानंतर त्या दिवशी एक सुंदर दिवस माझ्या वाट्याला आला आणि जेवणही खूप चविष्ट होतं.

तसं 'सतरों पर सतरें ' मी १९८५ मध्ये नॉटी गेल्याच्या काही महिने आधी कुलू-मनाली आणि 'सोलन' मध्ये राहून लिहिलं. कुलू-मनालीला जाण्याचा सल्ला मला चित्रानं दिला होता - ते मला खूपच फायद्याचं झालं, कारण घरात लिहिणं जवळजवळ अशक्यच होतं. मग पॉल, मम्मी आणि नॉटीचं जाणं यात १९९२ साल उजाडलं, पण त्या वेळी प्रकाशित करणं शक्य झालं नाही; कारण वेळेची उपलब्धता आणि मुलांचं पूर्णपणे शहाणं होणं, यासाठी अजून थोडीशी प्रतीक्षा करायला हवी होती.

मम्मीबरोबर मुलांनी खूपच छान वेळ घालवला. वेळेच्या दृष्टीनं जरी कमी असला, तरी तो दर्जाच्या दृष्टीनं अनुपमेय होता. मुलं मम्मीला 'आंटी मम्मी' म्हणायची. ते नाव पूर्वानं ठेवलं होतं. नाव विचित्र असूनही खूप 'पॉप्युलर' झालं होतं आणि सगळ्यांच्या तोंडात बसल्यामुळं त्याची शोभा काही वेगळीच वाटायची. पूर्वा तेव्हा 'जामिया' त होती. तेव्हा स्टुडिओचं काम इतकं असायचं, की आठवडेच्या-आठवडे ती घरी येऊ शकायची नाही. म्हणून झोप आणि थकवा ती 'आंटी-मम्मीच्या' कुशीत शिरून घालवायची. ('जामिया' मम्मीच्या घराजवळ होतं) शैली त्या काळात स्वत: इंग्रजीत कविता लिहायचा, त्यामुळं मम्मीच्या कविता तो आवडीनं ऐकायचा. आंटीमम्मी शैलीच्या कविता मनापासून ऐकायची. कित्ती छान दिवस होते ते. मुलांच्या मनात अजूनही त्यांची आंटी मम्मी घर करून राहिलेली आहे. तसं ती मला सतावल्याशिवाय राहात नाहीत, कारण ज्या गोष्टीसाठी ती दोघं आंटीमम्मीला हसायची, त्या मला वारसा हक्कानं मिळालेल्या आहेत, असं दिसतंय.

जीवनात मम्मी जेजे करू इच्छित होती, ते नाहीच करू शकली; पण जे ती करू इच्छित नव्हती, त्याच गोष्टींनी नेहमी वेढलेली राहिली. त्यामुळं ती असहायही होती. मम्मीबद्दल माझ्या मनात कधीही कटुता राहिली नाही, कारण ती फक्त परिस्थितीची शिकार बनत राहिली आणि त्याची वेदनाही सहन करत राहिली; पण त्यातून बाहेर पडायचा मार्ग न सापडणं, ही तिची स्वत:चीच दुर्बलता होती. मम्मी मनानं स्वच्छ, निर्मळ, शुद्ध होती तर डॅडी शांत नि सरळ होते, पण मम्मीची स्वप्नं मम्मीबरोबरच लयाला गेली.

याच्याशी जोडलेली आणखी एक घटना सांगायला हवी. मुंबईहून जोगिंदर शैली नावाच्या सज्जन गृहस्थांचं येणं, हे आमच्या झोपलेल्या नशिबाला उठवण्यासारखं होतं. त्यांनीच राकेशजींच्या कथांवर 'मिट्टी के रंग' सारखी यशस्वी आणि लोकप्रिय

मालिका बनवली होती. ती दूरदर्शनवर कितीतरी वेळा पुन:प्रक्षेपित झाली आहे. खरं तर, गुलजारभाई त्यांच्या आधीच मालिका बनवणार होते, पण 'स्पॉन्सर' मिळण्याच्या आधीच स्कीम संपली होती. त्यामुळं आम्हा दोघांना खूप त्रास झाला, कारण गुलजारभाईंना मालिका बनविण्याची जबरदस्त इच्छा होती आणि मी तर या कल्पनेत अगदी गुंग झाले होते.

'जोगां' नी राकेशजींना एक झळाळी चढवलीच; पण मला आणि मुलांना एक सोनेरी पहाट भेट दिली. एका दीर्घकालीन कैदेनंतर पूर्वा-शैली आता जोगिंदर शैलींच्या घरी मुंबई बघण्यासाठी गेले. तिथं ते एलिफन्टाची लेणी आणि एस्सेलवर्ल्डची मजा चाखून गोव्यालाही फिरून आले. मला जणू एक नवी सुरुवात मिळाली. राजीव गांधी, शीला दीक्षित आणि शिवशर्मा यांच्यामार्फत सीरियल पास झाली आणि आम्हाला एक लाख रुपये मिळाले. ते मी त्या रम्मीनामक जनावरानं घरात पसरलेल्या कोडाला म्हणजेच घाणीला साफ करण्यासाठी खर्च करून टाकले. जोगिंदर आणि सुषमा हे आता आमचं आणखी एक कुटुंब झालं होतं; कारण पूर्वा जेव्हा मुंबईत एच.टी.ए. मध्ये काम करीत होती, तेव्हा ती सुधा चोपडाकडं राहात होती, पण एच.टी.ए. सोडल्यावर गिरधारीलाल वैद यांच्या सौजन्यानं पूर्वाला 'टटीसा' होस्टेलमध्ये खोली मिळाल्यावरही, तिनं शैली परिवारातच राहणं पसंत केलं. एखाद्या कुटुंबातल्या व्यक्तीप्रमाणं सुषमा आणि पूर्वामध्ये लाडालाडात चेष्टामस्करी चालायची. त्या कुटुंबात कसलीही कृत्रिमता नव्हती. सगळं अगदी फार सहज आणि अनौपचारिक. त्यामुळं तिथं आपुलकी उत्पन्न व्हायची. मग दोन्ही कुटुंबांचं येणं-जाणं, दिल्ली-मुंबई सुरूच राहिलं. मग पुन्हा २००१ मध्ये कळलं, की 'जोग' ही दुनिया सोडून गेले. त्या संदर्भात मुंबईला गेल्यावर कळलं, की माझा भाऊ आम्हाला कायमचा सोडून गेला.

भाऊ कायमचा निरोप घेऊन गेला, पण जातानाही त्यानं आम्हाला बिलकूल सोडलं नाही. आपल्या जाण्याआधी त्यानं घराची आगाऊ किंमत वसूल केलीच होती आणि उरलेली कामं उदा. पैसे वसूल करणं, लाखोंचं कर्ज फेडणं ही कामं उरलीच. उरलेल्या पैशातून वहिनीनं एक घर खरेदी केलं. तो बेपत्ता झाला, ही सूचना मम्मीनं मला स्वप्नात येऊन केली होती. बहिणीला स्वप्न सांगितल्यावर तिनं ऐकल्या न ऐकल्यासारखं केलं. मुलांना सांगितलं, तर त्यांनी हसून घालवलं. मग शोध घ्यायला मी स्वत: गेले, तेव्हा स्वप्नात घराचं जे रूप पाहिलं होतं -तेच समोर दिसलं. घराची पाडापाडी चालली होती, नवीन इमारत बांधण्यासाठी. पडकं घर म्हणजे मम्मीची खोदलेली कबरच होती. जे घर तिनं तीळतीळ करून साठवलेल्या पैशातून खरेदी केलं होतं आणि ते तिनं आम्हा तिघांच्या नावावर केलं होतं.

पुन्हा १९९२ मध्ये आणखी एका सोनेरी साखळीची कडी जुळली. खूप वर्षांनंतर मी एन.एस.डीत 'खूबसूरत बहू' हे रणजीत कपूरचं लोकप्रिय नाटक बघायला गेले. नाटक संपल्यावर कीर्ती जैन, रणजीत कपूर, बजाज आणि मी कॉफी पीत होतो, तेवढ्यात माझ्या तोंडून निघून गेलं, की राकेशजी गेल्याला आता वीस वर्षं होत आली. माझ्या डोक्यात काही उरलेलं नव्हतं. फक्त एवढंच, की राकेशजींच्या बरोबर एन.एस.डी. मध्ये आल्याच्या आठवणी ताज्या झाल्या होत्या.

पण काही दिवसांनंतर मला कीर्तीचं पत्र आलं. त्या वेळी ती डायरेक्टर होती - की एन.एस.डी.ने राकेशजींच्या विसाव्या पुण्यतिथिनिमित्त 'राकेश-महोत्सवा'चं आयोजन करण्याचा निर्णय घेतला आहे. मी थरारून उठले. वाटलं, की आता आणखीन जगायला हरकत नाही. जणू आता काहीही हरवलेलं नाही, कारण अवशेषांच्या रूपात का होईना, खूप काही उरलेलं होतं.

पहिल्यांदा 'मिट्टी के रंग'च्या प्रतीक्षेत मंगळवारची वाट पाहताना एक पूर्ण आठवडा निघून जायचा. आता नाट्य-महोत्सवाची प्रतीक्षा करताना असं वाटायला लागलं, की जणू सगळं जसंच्या तसंच आहे, फक्त मला पुढं होऊन सगळं गोळा करायचंय.

नाट्य महोत्सवाचं वर्णन शब्दांत करता येणार नाही. श्रीराम सेंटरवर खूप गर्दी उसळली होती. मी कितीतरी प्रौढ लोकांना व्हीलचेअरवर बसून येताना पाहिलं. या लोकांपैकी बहुतेक जणांनी पूर्वी कधीतरी एकापाठोपाठ-एक सर्व नाटकं पाहिली असणार आणि आज पुन्हा एकदा सगळी नाटकं एकदम पाहायला मिळत असल्याची लालसाच, त्यांना व्हीलचेअरवरून इथपर्यंत घेऊन आली असणार. मी तर सुगंधाची नशा चढलेल्या भुंग्याप्रमाणं इकडं-तिकडं विहरत होते. याच नशेमुळं माझ्यात आयुष्य जगण्यासाठी भरपूर ऊर्जा निर्माण झाली.

श्रीराम सेंटरच्या लॉबीच्या मधोमध राकेशजींचं पूर्णाकृती चित्र आणि त्याच्या चारही बाजूंनी त्यांच्या नाटकांच्या फोटोंचं प्रदर्शन भरवलं होतं. ते अगदी पाहत राहाण्यासारखं होतं. शिवाय, लोकांची उसळती गर्दी, त्यांचं प्रेम, त्यांचा ध्यास आणि मी? – मदहोश!

मी आजपर्यंत कीर्ती जैन यांच्या ऋणातून मुक्त होऊ शकले नाही. इतक्या मोठ्या प्रमाणातली योजना त्यांनी फक्त तीन महिन्यांत तयार करून प्रत्यक्षात कशी उतरवली असेल? या महोत्सवानं भारून जाऊन मी कीर्ती जैनना म्हटलं, की मला इंडिया इंटरनॅशनल मध्ये एन.एस.डी.ला अगदी खालपासून वरपर्यंत म्हणजे धोबी, पाणीवाले, माळी, चौकीदार आणि चपराशापासून ते कीर्ती जैनांपर्यंतच्या सगळ्या नाटकवर्गीयांना आमंत्रित करायचंय. बजाजला वाटलं, की मी आपल्या

कुवतीबाहेर काहीतरी करायचा विचार करतेय; म्हणून कीर्ती आणि बजाजनं ठरवलं, की पार्टीचा खर्च कमी करावा आणि यासाठी एन.एस.डी. चं लॉन मिळालं, त्यात केटरिंगची जबाबदारी बजाजवर होती आणि मी फक्त आणखी एक अतिथी झाले.

त्या वेळी सीमा विश्वास जणू सातव्या स्वर्गात विहार करत होती, कारण सुंदरी (लहरों के राजहंस), मल्लिका (आषाढ़ का एक दिन) सारख्या प्रभावी भूमिका वठविण्याची तीव्र इच्छा पूर्ण करून, ती आता शेखर कपूरची 'बँडिट क्वीन' बनणार होती.

पुन्हा त्या दिवसांच्या आठवणींनी मन किती प्रसन्न झालं होतं! असं वाटायचं, की गर्दीत तिथंच कुठंतरी राकेशजीसुद्धा आहेत. याच दरम्यान महोत्सवाच्या 'ब्रोशर'मुळं मी खूपच प्रभावित झाले. कुणीतरी मोठ्या प्रेमानं आणि कष्टानं ते तयार केलं होतं. आपल्या परीनं ते राकेशजींबद्दलचा एक पूर्ण दस्तऐवजच होतं. मग कळलं, की ते जयदेव तनेजांनी तयार केलं होतं. फोनवरून त्यांचं अभिनंदन केल्याशिवाय मला चैन पडलं नाही. त्यामुळंच एका दीर्घ आणि अर्थपूर्ण मैत्रीला सुरुवात झाली; कारण जयदेव तनेजाच्यांच अथक परिश्रमांमुळं आणि राकेश भक्तीमुळं 'राकेश और परिवेश पत्रों में' 'पुनश्च:' आणि 'एकत्र' सारख्या पुस्तकांचं प्रकाशन झालं. त्याबद्दल धन्यवाद!

या सगळ्या पुस्तकांच्या प्रकाशनाबद्दल मी प्रतिभा अग्रवालजींचीही आभारी आहे, कारण राकेशजींची सगळी हस्तलिखित सामग्री, उदा. डायऱ्या, पत्रं आणि दुसरं लेखन-कार्य त्या आपल्याबरोबर घेऊन गेल्या. त्यांच्यामुळं आज ती सर्व सामग्री कोलकत्यातील नाट्य अर्काईव्हमध्ये सुरक्षित आहे. माझे त्यांना कोटीकोटी धन्यवाद! कारण प्रतिभाजींनी स्वत: जबाबदारी घेऊन मला या कार्यभारातून मोकळं केलं.

जयदेवजींवर एकदम इतका भार पडला, की अणिमाजीं (त्यांच्या पत्नी) जवळ मी माझा संकोच व्यक्त केला असता, तर त्या म्हणाल्या असत्या, "तुम्ही उगीचच स्वत:ला का त्रास करून घेताहात? तनेजाजींकडं कुठलं काम नसलं, की ते बेचैन होतात आणि जेव्हा काम असतं तेव्हादेखील स्वत:ला त्रास करून घेतात, म्हणून..."

अगदी अशीच विनोदबुद्धी गायत्री भाभींकडं (कमलेश्वरांच्या पत्नी) होती. आम्ही करोल बागेत एकत्र राहात होतो, तेव्हा भाभींचा मुंबईला भावाकडं जायचा बेत ठरला. विचारल्यावर कळलं, की त्या पठाणकोट एक्स्प्रेसने जातायेत.

मला खूपच घाबरायला झालं; कारण पठाणकोट एक्स्प्रेस सर्वांत लांबच्या रस्त्यानं मुंबईला जाते, त्यामुळं भाभी अगदी कंटाळून जातील, असं मला वाटलं;

पण भाभींचं त्यावर उत्तर असं होतं, की मी असं समजेन, की मी घरातच बसून राहिले आहे.

एक दिवस सरोज मला कुसुम अंसलच्या 'संवाद' नावाच्या मंडळात घेऊन गेली. तिथं नव्या लोकांच्या ओळखी झाल्या. त्यात नासिरा शर्मा, कुसुम अंसल, मैत्रेयी पुष्पा, श्यामा, सिम्मी, चन्द्रकान्ता, कुमार, मणिका मोहिनी, विनीता, मीरा वगैरे होत्या. याआधी एका कथेसाठी नासिराचा फोन येऊन गेला होता, ते मला खूप आवडलं होतं; कारण सरोजनं बोलताबोलता नासिराच्या लेखनाचं – की 'तिनं तर सर्व अफगाणिस्तानला गुंडाळून ठेवलंय.' असं वर्णन केलं होतं. म्हणून त्या दिवशी संवादमध्ये तिला भेटल्यावर इतकं बरं वाटलं, की मी त्यानंतर पूर्ण दोन वर्षं जे.एन.यू. (जवाहरलाल नेहरू युनिव्हर्सिटी) तलं स्वादिष्ट जेवण आणि सुंदर वातावरणाची मजा चाखत होते. तिथं ती तिच्या कृष्णा सोबतीशी असलेल्या प्रेमसंबंधाची चर्चा करायची आणि जिथं त्या दोघी कधीकधी बीअर प्यायच्या ते ठिकाणही दाखवायची.

सगळ्यांत चांगली गोष्ट अशी होती, की आम्ही साहित्य-चर्चा तर करायचोच पण मी त्यांच्या संपूर्ण कुटुंबाचा एक अविभाज्य भागही बनले होते. नासिराचे पती, आई, मुलगा, मुलगी, जावई, सून आणि तिचे आजारी भाऊ ही सगळी माझी 'आपली माणसं' झाली होती. डॉ.शर्मांचं व्यक्तिमत्त्व तर मला खूपच उदात्त वाटलं. घरकामात भाग घ्यायचा, भाजी चिरायची ही त्यांची आवडती कामं होती. त्यांचं घर म्हणजे ईद आणि दिवाळीचा अगदी छान संगम होता आणि या सगळ्यांत आम्ही लेखन आणि कौटुंबिक समस्या यांवरही चर्चा करायचो. नव्या प्रवाहांना समजून घ्यायचा प्रयत्न करायचो. यात एक प्रकारचा जिव्हाळा भरलेला होता. नासिरा माझ्याबरोबर सिगरेट प्यायची. त्यामुळं मला डॉ. शर्मांनी तिच्या 'Boy-friend' चा किताब दिला होता. मग एक दिवस त्यांनी आपल्या गाडीतून जे.एन.यू.चा अनेक मैलांचा प्रवासही घडवून आणला.

पुन्हा चित्रा आणि उषाबरोबर घालवलेल्या दिवसांचा तर काही हिशोबच नाही. चित्रा लेखनात माझ्यापेक्षा ज्येष्ठ असली आणि उषा नाटकात सिद्धहस्त असली, तरी हे सगळं आमच्या मैत्रीच्या कुठंही, कधीही आड आलं नाही. उलट एकमेकींच्या ज्ञानाचा आम्ही खूप आनंद लुटला. जेव्हा एकत्र असायचो तेव्हा आम्ही सगळ्या जगाच्या गप्पा मारून फक्त हसत राहायचो.

एक त्रिकोण उषा, चित्रा आणि माझा आहे, तर दुसरा त्रिकोण उषा, रिंकी आणि मी असा आहे. म्हणजे चित्रा आणि रिंकीत मैत्री नाही असं नाही, तर चौघीजणींना एकत्र येऊन बसणं, कधी शक्य झालं नाही.

इकडं मुंबईला येणं-जाणं चालूच राहिलं, कारण मुलांपैकी कोणी ना कोणीतरी

मुंबईला असायचं, रिंकी, सुधा शिवपुरी, सुधा अरोडा, जोगिंदर शैली आणि सुषमा, दिनेश ठाकुर, नादिरा, राज बब्बर, अमरीश पुरी इ.ना भेटत राहण्याची संधी मिळायची.

लेखनही चालू राहिलं. आणखी दोन वर्षांच्या आत मी दहा-बारा कथा लिहून संपविल्या. नन्दननं माझ्या कथांचा मोबदला दिला नसल्यामुळं, त्यानं माझ्याकडून आणखी काही कथा घेणं योग्य मानलं नाही... तसा माझा त्याच्याशी काही संबंध नव्हता, पण बघताबघता उरलेल्या मासिकांबरोबरच 'संडे मेल' ही बंद झाला होता. साहित्यिक नियतकालिकं आता राजकारणी झाल्यामुळं माझ्या लेखनाला अशी काही ठेच लागली, की त्यानंतर माझं लेखनच बंद झालं.

जेव्हा मी स्त्री लेखिकांबरोबर असायची, तेव्हा स्वत:ला विचित्र स्थितीत असल्यासारखं वाटायचं. मला हे कधीच समजू शकलं नाही, की लेखन सोडून दुसऱ्या लोकांच्या खाजगी आयुष्यात कोणाला कशासाठी डोकावायचं असतं?

आम्ही स्वत:ला जरी बुद्धिजीवी समजत असलो, तरी दुसऱ्या जीवांपेक्षा मुळीच वेगळे नसतो. मला त्या वातावरणात अस्वस्थ वाटायला लागलं, कारण त्यांच्या संवादात मी स्वत: कधी सहभागी होऊ शकले नाही. म्हणून हळूहळू त्यांच्यापासून दुरावत गेले.

'संडे मेल' मध्ये कुणाचं साहित्य छापलं जातं, कसं छापलं जातं, 'हंस' मध्ये कुणाचं आणि कसं साहित्य छापलं जातं? कोण अस्सल आणि कोण नकली लेखक आहे? कुठलं नाटक का बसवलं गेलं? कुठली फिल्म कशी बनवली गेली, वगैरे गोष्टी माझ्यापासून दूरच राहिल्या.

अलीकडं सर्वांत मोठा अपघात झाला तो वर्णनाच्या पलीकडचा होता. चित्राची मुलगी आणि मृदूलाचा मुलगा यांचा घातक ॲक्सिडेंट. मी चित्राला समजावायचा प्रयत्न केला, की काळच सर्वांवरचं औषध आहे, पण हे सांगणं जितकं सोपं, तितकंच सहन करणं....खूपच कठीण.

इकडं बाशूचं देहावसान झालं, तर तिकडं कमलेश्वरजींना हार्ट-अटॅक! जीवन स्वत:ची चाकोरी मोजत-मापत चालत असतं आणि आपण अगदी सावधगिरीनं पावलं टाकत असतो; पण आज अगणित इष्ट मित्रांच्या आशीर्वादानं आणि प्रेमानं कमलेश्वरजी बरे झालेले आहेत आणि आनंदात आहेत. राकेशजींच्या पुण्यतिथीच्या निमित्तानं एन.एस.डी.मध्ये आमची काही पत्रं वाचून दाखविण्यासाठी कमलेश्वरजी आले. त्यामुळंच राकेशजी जणू पुन्हा जीवित झाले आणि मी मंत्रमुग्ध.

या पत्रांत अरुण कुकरेजांनी पुढाकार घेतला, त्यानंतर त्यांना दिनेश ठाकूरनं (अंक) आणि नादिरा बब्बरनंही मुंबईत पुनरुज्जीवन दिलं.

इथं मी रेडिओच्या 'विदेश समाचार सेवा' मध्ये काम करणाऱ्या अलकाची

खूप आभारी आहे, कारण त्यांनी संपूर्ण लेखक जगतातून मला, कमलेश्वरजींना आणि नासिरा शर्मांना इंटरव्ह्यूसाठी निवडलं. फक्त निवडच पुरेशी नव्हती, तर इंटरव्ह्यू खूपच अर्थपूर्ण आणि माझ्या इच्छेनुसार होता. तिचे आभार, कारण कमलेश्वरजींशी प्रत्यक्ष संवाद साधण्यासाठी, यापेक्षा दुसरी कुठलीही चांगली संधी मिळाली नसती.

कमलेश्वरजींनीही या सोनेरी इंटरव्ह्यूची हकिगत आपल्या 'साक्षात्कार' नावाच्या पुस्तकात छापली. त्यांचेही आभार. कमलेश्वरजी आणि माझं अखंड रेकॉर्डिंग कोणत्याही व्यत्ययाशिवाय छान चाललं होतं. त्यात त्यांचं लेखन सोडून पूर्णपणे खाजगी प्रश्न होते आणि ते इतकं सुरळीत झालं, की आम्ही हे विसरूनच गेलो की रेकॉर्डिंग चालू आहे.

रेकॉर्डिंगनंतर आम्ही सुंदर नगरात जाऊन बसलो. रेकॉर्डिंगमधे शिल्लक राहिलेला बहुतेक भाग त्यांनी अगदी मोकळेपणानं मला ऐकवला. आत्तापर्यंत त्यांनी इतक्या खाजगी आणि अंतरंगातील गोष्टी मला कधीच खुलेपणानं सांगितल्या नव्हत्या आणि कमलेश्वरांसारखं व्यक्तिमत्त्व माझ्यापुढं खुलं होऊ शकतं, हे वाटून मी फक्त नतमस्तकच झाले.

मुलं आता मोठी झाली आहेत. पूर्वा स्टार टी.व्ही, एच.टी.ए, आर.पी.जी. मध्ये चांगला अनुभव घेऊन स्वत:च्या कंपनीत रमली आहे. आर.पी.जी.तून 'गोल्डन हँड शेक' च्या नंतर तिनं 'स्ट्रेकॉन' काढली आणि आज 'डाटा एक्स्प्रेस' मधल्या प्रसिद्ध 'नाओ इंटरनेट' मध्ये काम करते आहे. तिनं आता माझ्या आर्थिक आणि स्वास्थ्याविषयीच्या सर्व समस्यांची जबाबदारी घेतली आहे. शैली इंजीनियर आणि एम.बी.ए झाला आहे. टेल्को, प्रॉक्टर अँड गॅम्बल, टाइम्स टी.व्ही आणि सी.एन.बी.सी. मध्ये अनुभव घेऊन तो सध्या 'नाज' फाउंडेशनमध्ये प्रोजेक्ट मॅनेजर आहे. शैली जवळ राहतो म्हणून मला खूप समजून घेतो. छोटा अजून कॉम्प्यूटरमध्ये अडकलेला आहे. ते पूर्ण झाल्यावर, कदाचित आपल्या बहिणीचा पाठलाग करत बहुतेक 'डाटा एक्स्प्रेस' मध्ये पोहोचेल. तसं पूर्वाचं छोट्याशी विशेष पटतं.

नाही, अजून कोणाचाही विवाह झालेला नाही, कारण बहुतेक त्यांचा विवाह कुठल्यातरी आकाशवाणीनंतर होईल, असं वाटतं. पुष्कळ वाट पाहिल्यानंतर, मी या विषयापासून स्वत:ची सोडवणूक करून घेतली आहे. माझा अंदाज जर खरा निघाला, तर बहुतेक पहिल्यांदा छोट्याचंच लग्न होईल, कारण त्याला विवाहाचं वावडं नाही. आता सोनलच्या लग्नाची मात्र उत्कटतेनं प्रतीक्षा आहे.

इथं मी एक नाव विसरू शकत नाही - इंदिरा वैद यांचं. ती एक ब्यूटी पार्लर चालवते, पण माझ्यासाठी तिचा दर्जा याच्यापेक्षा पुष्कळच वरचा आहे.

तिनं मला वेळोवेळी फक्त वेळ आणि पैशाचीच मदत केली नाहीतर, माझ्या बांधीलकीबद्दल विश्वास निर्माण केला. तिनं दिलेल्या पाठबळाचं सामर्थ्य माझ्या जीवनातला खूपच महत्त्वाचा भाग होतं आणि आजही आहे. तिच्याच ब्यूटीपार्लरमध्ये पहिल्यांदा शीला संधू यायच्या, आता त्यांची मुलगी जोया तिच्या मुलीबरोबर येते. मी आणि पूर्वासुद्धा आता तिथंच जातो. ते पार्लर मित्रांच्या भेटीचं एक गोड संकेत स्थळ आहे.

आज-काल 'रेकी'त रमले आहे. आकाश आणि मंदिरा माझे खूप मजबूत आधार आहेत. मंदिरा केवळ माझी 'रेकी-मास्टर' च नाहीतर, माझ्या स्वत:शीच लढण्याचं एक प्रेरणास्थानही आहे आणि दुसऱ्या बाजूला आकाशकडं माझ्या अलीकडच्या समस्यांची उत्तरं आहेत.

लोकांचं म्हणणं असं, की आज माझी मिळकत - संपत्ती म्हणजे माझी उत्तम अपत्यं आहेत; पण हे खरं नाही, कारण उत्तम अपत्य असणं, ही मुलांची स्वत:ची मिळकत आहे. माझी स्वत:ची मिळकत माझी बुद्धी आणि भान ही आहेत आणि दोन्ही अजून शाबूत आहेत.

मी हनुमानभक्त म्हणून नेहमी शक्तीची भुकेली आहे. याशिवाय, मला याहून अधिक दुसऱ्या कोणत्याही गोष्टीची आवश्यकता नव्हती, म्हणून मला ती भरपूर मिळत राहिली. याशिवाय, मला गणपती प्रिय आहे, तो समृद्धीचं प्रतीक आहे आणि त्यानं माझ्या घरातच निवासही केला आहे.

आज माझं ते वेडंवाकडं घर एक मठ बनलं आहे. तिथं बाहेरपासून आतपर्यंत निसर्गाचा निवास आहे. मला झाडं खूप आवडतात. त्यांच्यासाठी माझ्या घरात सुरक्षित ठिकाणं आहेत. त्यांच्या संरक्षणात मी स्वत:ला आज पूर्णपणे सुरक्षित समजते.

कुठून कुठपर्यंत? आणि इथून पुढं....? लहान होते तेव्हा वाटायचं, की कधी मोठी होणार? कारण त्या वेळी सर्वांचा मार खात होते, पण मोठं होणंही कुठं आवडलं? इथंही सगळ्यांनी आपापल्या तऱ्हेनं मारलंच. आता कधी लहान होते यावरच विश्वास बसत नाही; पण माझ्या हृदयात कैदेत बंदिवान असलेल्या लहान मुलाला बाहेर काढण्याची प्रबळ इच्छा आहे.

त्याला पहिल्यांदा बाहेर काढताना मला अशी भीती वाटत होती, की चुकून ते मेलं-बिलं... तर? पण आज वाटतं, की मी त्याला चांगलं सांभाळू शकेन.

आता मी साठ वर्षांची होणार आहे. बहिणीला आणि मुलांना सांगून ठेवलं आहे, की साठनंतरचा माझा वाढदिवस पहिलाच असेल; म्हणजे साठ वर्षांची झाल्यावर माझ्यातलं मूल जन्माला येईल आणि त्याचा पहिला वाढदिवस पुढच्या वर्षी होईल. तेव्हा मी मुलीला बाहेर घेऊन येईन - त्यामुळं मला तिच्याशी भरपूर हसता खेळता येईल, कारण तिचीसुद्धा हीच इच्छा असेल.

पुनश्चः मला बेहद आवडणारी दोन गाणी. बहुधा तुम्हालाही आवडतील. मंदिरानं आपल्या टेप्स ऐकून माझ्या आग्रहामुळं खूप कष्टानं लिहून मला भेट दिली होती - ती रोज वाचून मला खूप आनंद होतो.

१) हमको मनकी शक्ती देना
 मन विजयी करें
दूसरों की जय से पहले
 खुद को जय करें
हम को मन की शक्ति देना....

२) ऐ मालिक, तेरे बंदे हम
 ऐसे हो हमारे करम
नेकीपर चलें और बदी से टलें
ताकि हँसते हुए निकले दम,
 ऐ मालिक, तेरे बंदे हम!

आणि पुन्हा - ' ये दुनिया अगर मिल भी जाये तो क्या है '. ...जिथं मी दारोदार हिंडून रम्मीवर 'रेड्स' टाकल्या, त्याचबरोबर डेस्यूला जाऊन त्याच्या बंद मीटर्ससाठी अर्ज दिला - ज्यामुळं त्याचे अनेक एअरकंडिशनर्स आणि मशिन्स चालत होती... त्यामुळं त्याचं अन्नपाणी संपलं आणि पळून जाऊन त्याला गोव्याला आश्रय धुंडावा लागला.

परंतु, आजही किती स्त्रिया अशा प्रकारच्या शोषणातून बाहेर येऊ शकतात..., ही विचार करण्यासारखी गोष्ट आहे, कारण
जगणं आणि हसणं या दोन्हींचा जन्मसिद्ध अधिकार सगळ्यांनाच आहे.

जाता-जाता

इकडं जेव्हा मी अमृताजींना (प्रीतम) सांगितलं, की मी 'रेकी' शिकतेय तर त्या म्हणाल्या, ''शिकून झालं की मला रेकी देशील का?'' ऐकून मी चाटच पडले की, मी कधी अमृताजींना 'रेकी' देऊ शकेन का? या कोड्याचं उत्तर मी आजपर्यंत देऊ शकले नाही. एवढं खरं, की त्यांच्या माझ्यावरच्या विश्वासानं मला सातव्या स्वर्गात पोहोचवलं आणि माझ्या लेखनावरचा त्यांचा विश्वास मला अमर्याद बुचकळ्यात टाकून गेला.

छापता-छापता

इकडं स्वप्न पडलं, की राकेशजी परत आले आहेत... तेव्हा मी विवाहित होते - कमलेश्वरांनी पुन्हा एकदा पळून जायची सूचना केली. कमलेश्वर आम्हाला जन्मजन्मांतरी पळून जायला मदत करणार आहेत का? आणि प्रत्येक वेळी मला पुन:पुन्हा सांगावं लागेल का, की वारांगनेचं हे रूपसुद्धा तुम्ही पाहिलं आहे....

★★★